வெளிச்ச பூவே

அருண்குமார் சேகர்

Made with ♥ on the Notion Press Platform
www.notionpress.com

பொருளடக்கம்

முன்னுரை

வெளிச்ச பூவே இந்த கதை **"வயதுக்கு வந்தவர்களுக்கு மட்டுமே"**.
வயதுக்கு வந்தவர்களுக்கு மட்டுமே என்ற எச்சரிக்கை வார்த்தையை படித்துவிட்டு, வயசுக்கு வந்தவர்களுக்கா!? எத்தனையாவது வயசுக்கு என்ற கேள்வி எழாமல் அதன் உள் அர்த்தம் புரிந்து உங்கள் மண்டைக்குள் பல்ப் எரிந்தால் உங்களுக்கான கதைதான் இது.

பெண்கள் பூ போன்றவர்கள் மட்டும் அல்ல அவர்கள் சுடும் நெருப்பும், சுழற்றும் புயலும், சீறிப்பாயும் அலங்கை காளை-யும் கூட, அது வேண்டிய நேரத்தில் வெளிப்படும் குணத்தை பொறுத்தது. இதை ஏன் சொல்கிறேன் என்றால்!? வெளிச்ச பூவே எனும் தலைப்பை பார்த்துவிட்டு இது பெண் கதாபாத்-திரத்தை குறிப்பிட்டுதான் வைக்கப்பட்டிருக்கிறது என்று நீங்-கள் யூகித்திருப்பீர்கள்! அது சரியே.பெண்களைத்தானே நாம் காலம் காலமாய் "பூ"போன்றவர்கள் என்று தவறாய் இலக்-கணப்படுத்தி வருகிறோம்.

பூவைப்போல் அவர்கள் மென்மையாய் இல்லாமல், அவர்-கள் தரப்பிற்காக ஆதங்கமாய், ரௌத்திரமாய், முனைப்பாய் ஏதோ செய்துவிட்டால் நீ பெண்ணே அல்ல, பொண்ணு மாதிரி நடந்துக்க என்று அவர்களை மட்டுப்படுத்த விளை-கிறோம். அந்த தவறைத்தான் நான் செய்திருக்கிறேன் என்-றால் இல்லை! உலகையே உயிர்ப்புடன் வைத்திருக்கும் காதல்தான் இந்த கதையின் வேர் என்பதால் இதில் வரும் பெண் அவள், அவனுக்கு வெளிச்ச பூவாய் மிளிர்கிறாள்...

~ *அருண்குமார் சேகர் (மதுரை)*
arunkumarsekar5@gmail.com

1

வானம் வன்மையான இருளை பூசியிருக்க மென்மையான மார்கழி பனி கொட்டிக்கொண்டிருந்தது.

எட்டுத்திக்கும் ஏராள கோவில்களும், எண்ணற்ற ரோட்டோர கடைகளும், மல்லிகை மனம் நிறைந்திருக்கும், கொஞ்சும் கிளி கையில் ஏந்திய கொள்ளை அழகு அன்னை மீனாள் அரசாளும் கோவில் நகரம்!! காலை மாலை ராவுன்னு மூனு பொழுது இருக்க எல்லா பொழுதும் ஒரே மாதிரி சும்மா பரபரப்பா இருக்குற தூங்கா நகரம்!! வீரத்துக்கு இணையா பாசமும் இருக்க, வீட்டுக்கு வந்த விருந்தாளிய வயிறும் மனசும் நிறைய வெய்ட்டா கவனிச்சு ப்ரைட்டா சிரிச்சு அனுப்புற சனம் இது இவிங்க பெரிய குணம்.

ஊரும் உலகமும் எவ்வளவுதான் மாடர்ன் ஆகட்டுமே, நாங்க இப்படித்தான்னு திருவிழா கூட்டத்துக்கு கலர் தாவணியும் கண்டாங்கி சேலையும் கட்டிக்கிட்டு, கண்ணாடி வளையல் போட்டுக்கிட்டு, கால் கொலுசு சத்தம் கேட்க, தலையில் வச்சிருக்க மல்லிப்பூ காத்துல வாசம் சேர்க்க கம்பீரத்தோட நம்ம மதுரை பொண்ணுங்க நாலு மாசி கடை வீதியிலும் நடந்து போறதே தனி அழகு. இந்த மதுரை இன்னும் பேரழகு..!!!

அந்த மதுரை இன்னைக்கு இன்னும் அழகா இருந்துச்சு, இன்னும் சில நிமிடங்களில் புது வருடம் பிறக்க இருக்க அதை வண்ணமயமாய் வரவேற்க அந்த தெருவில் இருந்த பெண்கள் தங்கள் வீட்டு வாசல்களில் வண்ணக் கோலங்கள் வரைந்து கொண்டிருந்தனர் அவர்களை போல் அவ்வளவு அழகாய்...

ஆங்காங்கே சில இளவட்டங்கள், பூமியை பெண்கள் வண்ணமயமாக்கட்டும் நாங்கள் இருள் வானத்தை வண்ணமயமாக்குகிறோம் என்ற

முனைப்பில் சரியாய் 12 மணியை எதிர்பார்த்து வானவெடியை தயார் நிலையில் வைத்திருந்தனர் அவர்களை போல் அசத்தலாய்...

ஏம்மா.. வேற கலர்பொடியே இல்லையா? இதானா!? பாரு ஒரே கலரை திரும்பி திரும்பி போடுற மாதிரி இருக்கு என சிறிது சலிப்பாய் சொன்னபடி கோலத்திற்கு முழுவதும் கலர் போட்டுவிட்டு எழுந்தாள் **"பாக்யா"**.

இருக்கிறத போடுமா.. நல்லாதான் இருக்கு. பொங்கலுக்கு வேற நிறைய கலர் பொடி வாங்குவோம் என அவளது **"அம்மா லெட்சுமி"** சொல்லிவிட்டு, சரி கலர் போட்டேனா வா.. கோவில்ல பூஜை பார்த்திட்டு வந்துருவோம் என அழைத்தார்..

ம்ம், நல்லா இருக்குமா. இன்னும் கலர் இருந்தா இன்னும் சூப்பரா இருக்கும்ல... பாரு ஜெயா அக்கா வீட்ல எப்படி எத்தனை கலர் போட்ருக்காங்க பாரு என்று சொன்ன பாக்யா, இந்தா கைய கழுவிட்டு வந்துட்றேன் கோவிலுக்கு போவோம் என சொல்லிவிட்டு, தனது எட்டு மாத வயிற்றை தாங்கியபடி நடந்து வீட்டிற்குள் போனாள்.

பாக்யா, **சேகரன்-லெட்சுமி** தம்பதியின் ஒரே மகள், இரண்டு மகன்களுக்கு பின் தேவதையாய் பெண் குழந்தை நிச்சயம் வேண்டும் என மூன்றாவதாய் பெற்றெடுத்த செல்வம்தான் பாக்யா. ஏழாம் மாத வளைகாப்பு போட்டு தனது தாய் வீட்டிற்கு வந்திருக்கிறாள். இவள் வீடும் தூரம் எல்லாம் இல்லை அடுத்த தெருத்தான் இருந்தும் ஒரு முறைக்காக.

இவளின் அன்பு கணவன் **ராஜ்குமார்** மதுரையில் உள்ள ஒரு தனியார் கம்பெனியில் நல்ல பொறுப்பில் பணிபுரிகிறான். தற்போது அவன் பணிபுரியும் கம்பெனியின் சென்னையில் உள்ள ஹெட் ஆபிஸ்ற்கு நீயூ இயர் கொண்டாட்டத்தில் கலந்துகொள்ள சென்றிருக்கிறான். சிறிது நேரத்திற்கு முன்தான் தன் கணவனுடன் போனில் பேசியவள், நீயூ இயர்னு பார்ட்டி கீட்டினு ரொம்ப சேட்டை பண்ணாம நல்ல பிள்ளையா ரூம்லயே இருங்க, இங்க நானும் நம்ம பிள்ளையும் உங்கள நெனச்சுக்கிட்டு இருக்கோம் என்ன சரீங்களா..!? என அன்பாய் கண்டித்து பேசி முடித்திருந்தாள்.

அவர்கள் தெருவில் இருக்கும் அம்மன் கோவிலில் புதுவருட பிறப்பை முன்னிட்டு சிறப்பு பூஜை இருந்தது. கோவிலை சுற்றி அக்கம்

பக்கம் என குடியிருக்கும் பலரும் கோவிலில் காத்திருக்க புதுவருடம் பிறக்கவும் பூசாரி சிறப்பு பூஜையை ஆரம்பித்தார்... வெண்கல மணியை வேகமாய் அடித்தபடி சூட தட்டை அம்மனுக்கு காட்டி தமிழில் பூசாரி மந்திரம் சொல்ல, பிறந்த இந்த புதுவருடம் நல்வருடமாய் அமைய அம்மனை பார்த்து கும்பிட்டு தங்கள் வேண்டுதலை வைத்தனர் பக்தர்கள். லட்சுமி தன் கணவர், இரு மகன், மகளை நினைத்து அம்மனை வேண்டிக்கொள்ள, பாக்யாவும் தன் கணவர் மற்றும் குழந்தை போக தன் இரு அண்ணன்களுக்காவும் வேண்டிக்கொண்டாள்.

டம்மு.., டும்முன்னு.. வெளியில் வானவேடிக்கை நிகழ அந்த புது வருடத்தின் தொடக்கத்திலேயே வசவு வாங்குவதற்கு என கூட்டமாய் இரைச்சலை ஏற்படுத்தியவாறு பைக்கை முறுக்கிக்கொண்டு சிலர் ஓட்டிச்செல்ல, அனைவர் வீட்டிலும் கமலின் ஹாப்பி நீயூ இயர் பாடல் ஓலிக்க தவறவில்லை. விடலை கூட்டம் பைக்கின் மேல் வைத்தே கேக்குகளை வெட்டி ஃபாடி ஸ்பிரே போல ஸ்னோவ் ஸ்பிரேவை அடித்தும் கேக்கை முகத்தில் அப்பியும் ஹாப்பி நியூ இயர் சொல்லி மகிழ, இன்னும் சிலர் அருகில் இருப்போரிடமும் பார்ப்போரிடமும் நியூ இயர் வாழ்த்தை பகிர்ந்து மகிழ்ந்தனர்.

இவை யாவற்றையும் வேடிக்கை பார்த்தபடி கோவிலில் இருந்து மெதுவாய் நடந்து தங்கள் வீட்டிற்கு வந்தனர் பாக்யாவும் அவள் அம்மா லட்சுமியும்.

பாக்யாமா.. இன்னும் அண்ணன்களை காணோம் பாரு.. போன் அடி வர்றான்களா என்னன்னு கேப்போம் என லெட்சுமி சொல்ல, பாக்யா தனது மொபைலை எடுத்து தனது அண்ணனுக்கு கால் செய்தாள்.

ஹலோ சொல்லு பாகி.. என மது போதையில் குழரிய வாயை சமாளித்தவாறு கேட்டான் அவளது இளைய அண்ணன் ரவி எனும் "ரவிக்குமார்".

பாக்யாவையும் இவனையும் ஒன்றாய் பார்ப்பவர்கள் பார்த்த நொடியே இருவரும் உடன் பிறந்தோர்கள் என கண்டுகொள்வார்கள். அதில் சிலர் இவர்களிடம் நீங்கள் இரட்டையர்களா என கேட்பதுண்டு அந்த அளவுக்கு தோற்ற ஒற்றுமை ஆனால் இருவருக்கும் இரண்டு வருட வயது வித்தியாசம்.

ம்ம், என்ன இன்னும் வீட்டுக்கு வரல..!? அதான் என பாக்யா சொல்ல...

நியூயியர்ல அதான் பசங்க எல்லாரும் சேர்ந்து கேக் வெட்டுனோம், கேக்க சாப்பிட்டு கொஞ்சம் பேசிட்டு அப்படியே கிளம்பி வர்றோம்.. என்றான் ரவி.

உடனே, ம்ம்.. நீங்க கேக்கு வெட்டதான் போயிருக்கீங்க அதை என்ன நம்ப சொல்ற என்று பாக்யா கேட்க..?

ஏய் பாகி.. உண்மையிலேயே கேக் வெட்டினோம் என ரவி சொல்ல..

சரி.. சரி.. சாருக்கு கேக் கிரீம் வாயில ஒட்டி பேச்சு ஒளருது போல, அம்மாக்கிட்ட கொடுக்கிறேன் கிரீம்ம துப்பிட்டு உளறாம பேசு என்ன என்றவள் தன் அம்மாவிடம் போனை கொடுத்தாள் பாக்யா.

என்ன ரவி, இவ்வளவு நேரம் வெளிய என்ன பண்றீங்க..? வீட்டுக்கு வர வேண்டிதான, வெளிய பனி கொட்டுது முடியாம போயிராம வாங்கப்பா என லெட்சுமி சொல்ல, ம்ம் வர்றோம்மா... வர்றோம் என்றான் ரவி.

ம்ம், அண்ணன் எங்க இருக்கான்? என அம்மா லெட்சுமி கேட்கவும் ரெண்டு பேரும்தான் இருக்கோம் என சொல்லியவாறு பின்னால் திரும்பி சற்று தூரத்தில் தங்கள் சக நண்பர்களுடன் அமர்ந்திருந்த தன் அண்ணன் சிவாவை ஒரு பார்வை பார்த்தான்...

♬ ♩ ♪ ♩ ♩ ♪ ♩ ♬

புன்னகையில் தீ மூட்டி போனவளே...
கண்ணீரில் அதை அணைக்க சொன்னவளே...
அன்பே என் பூமியே முள்ளானதே...
அய்யோ என் காற்றெல்லாம் நஞ்சானதே..
என் உயிரே என் தேகம் தின்னாதே...
என் விழியே முகம் தாண்டி செல்லாதே...
அன்பே..!! மெய் என்பதே பொய் ஆயினால்...
அய்யோ பொய் என்பது மெய்யாகுமோ...
உன் காதல் உயிர் வாழுமோ...

♬ ♩ ♪ ♩ ♩ ♪ ♩ ♬

என்ற பாடல் அங்கிருந்த ப்ளூடுத் ஸ்பீக்கரில் ஒலிக்க..

கண்ணாடி கிளாஸில் இருந்த உயர் ரக மதுவை ஒரே கல்பாக தொண்டையில் சரித்தான் **“சிவா”**.

(சிவா என்கிற சிவக்குமார். கருமை கலந்த மாநிறமும், கம்பீரமான உயரமும், அடர்த்தியான கேசமும், உதட்டின் மேலே இளமையாய் அரும்பும் மீசையும், எப்போதும் தாடையில் இருக்கும் மூன்றுநாள் தாடி-யும் சிறுத்த கண்களும் அதன் ஊடுருவும் பார்வையும் பார்ப்போரை வசீ-கரிக்கும் அழகானவன்தான் இருந்தும் இந்த இருபத்தியெட்டு வயதில் திருமணத்தை வெறுக்கும் வித்தியாசமானவன் கூட

பி.இ சிவில் முடித்தவன் இரண்டு வருடம் ஒரு பெரிய கன்ஸ்ட்-ரக்சன் கம்பெனியில் இன்ஜினியராய் வேலை செய்து, பின் அங்கிருந்து வெளியே வந்து தனது தம்பி ரவி மற்றும் கல்லூரி தோழன் ஹரியுடன் சேர்ந்து **"எஸ்.ஆர்.எச்" கன்ஸ்ட்ரக்சன்ஸ்** என சொந்தமாய் கம்பெனி ஆரம்பித்து, அவர்களின் துறை சார்ந்த பலரின் உதவியோடு.. பல கட்-டிடங்களை கட்டிக்கொண்டிருக்கும் நல்ல உழைப்பாளன்.

துக்கத்தை தொலைக்க தூக்கமே மருந்து தூக்கத்திற்கு மருந்து குடி என அவனாய் அனுமானித்து மதுவுக்கும் புகைக்கும் சமீப காலங்களில் அடிமையானவன். இது உடலை அழித்துக்கொள்ளும் செயல் என்பதால் இந்த ஒரு காரணத்திற்காக மட்டும் இவனை நாம் நல்லவன் பட்டியலில் இருந்து நிச்சயம் தூக்கலாம். அப்படியானால் மற்றபடி இவன் நல்ல-வனா..!? இல்லை கெட்டவனா..!? என்றால்? நிற்க, இந்த முதல் அத்-தியாயத்திலேயே நாம் ஒரு முடிவுக்கு வர முடியாது.. அல்லவா! ஆக, போக போக பார்ப்போம் இவனின் வண்டவாளத்தை..)

ஒரே கல்பில் மொத்தத்தையும் தொண்டையில் சரித்தவனுக்கு மது-வின் காட்டத்தில் தொண்டை எரிய லேசாய் செருமி சரி செய்தவன், டேய் இந்த பாட்டை எவன்டா போட்டது என்றான் எரிச்சலாய்...

மாப்ள, அ..து... ஆங்.. "ஏ. ஆர் ரகுமான்" போட்டாப்ளன்னு நெனைக்கிறேன் என சிவாவுக்கு எதிரில் அமர்ந்திருந்த அவன் நண்பன் "ஹரி" போதையாய் சொல்ல

கையில் எடுத்து கொறித்து கொண்டிருந்த கடலை மிட்டாயை அவன் மேல் வேகமாய் எரிந்தான் சிவா.

ரவி தன் அம்மா லெட்சுமியிடம் போனில் பேசி முடித்துவிட்டு கையில் இருந்த மது கிளாஸை வாயில் சரித்தவாறு வந்தவன், அடுத்த ரவுண்டிற்கு ஐந்து கிளாஸில் மதுவை அளவு பார்த்து நிரப்பி கொண்டி-ருந்த பிரபுவிடம் டேய் மச்சி நீ உன் வொய்ப்க்கு அனுப்ப கேக் வெட்ற மாதிரி போட்டோ எடுத்தயில அத எனக்கு அனுப்பி விடு என்றான்.

அவனை ஏறிட்ட பிரபு உனக்கு எதுக்குடா..? பேச்சுலர் பயலுக்கு! பேஸ்புக்ல ஏதும் போட போறியா என கேட்க?

ம்ம் ஆமா.. ஆமா.. என்ற ரவி தன் அண்ணனுக்கு தெரியாதவாறு பிரபுவிடம் சைகையில் ஏதோ சொல்லிவிட்டு ம்ம்.. அனுப்பிவிடு என்று மட்டும் சத்தமாய் சொன்னான்.

டேய் மச்சி எனக்கும் அந்த போட்டாவ அனுப்புடா என் வொய்ப்பும் கேட்டான்னா காட்றதுக்கு என ஜீவன் சொல்ல... டேய் அப்ப எனக்கும் அனுப்பி விடுங்கடா என்றான் ஹரி, உடனே சிவாவை தவிர அனைவரும் சிரித்தனர்.

டேய் நான் போட்டா எடுக்கையில என்ன சொன்னீங்க பொண்டாட்டிக்கு பயப்புடுறன்னு! இப்ப நீங்க எதுக்குடா கேக்குறீங்க என்று பிரபு கேட்க...?

அது வேற வாயி என்று ஜீவன் சொல்ல அப்ப இது என்று பிரபு கேட்கவும்,

இது ஊறுகாயி.. என்று கீழிருந்த ஊறுகாயை தொட்டு நக்கியவாறு ஹரி சொல்ல மீண்டும் அனைவரும் சிரித்தனர்.

டேய் வெண்ணெய்களா அந்த பாட்டை மாத்திட்டு என்னத்தையும் அனுப்புங்கடா என்று சிவா இரைந்துவிட்டு தனது மதுகோப்பையை எடுத்து குடிக்க ஆரம்பித்தான் தன் வேலையே கண்ணாய்.

தனது மொபைலை எடுத்த தினேஷ் வேறு பாட்டை ப்ளே செய்து புளூடூத் ஸ்பீக்கெரில் ஒலிக்கவிட்டவன் டேய் இங்க பாருங்கடா என் மாப்பிள்ளைக்கு புடிச்ச மாதிரி பாட்டை போட்ருக்கேன் என்றுவிட்டு, மாப்ள இது எப்படிடா என்று சிவாவிடம் கேட்டான்?

♬ ♩ ♪ ♩   ♩ ♪ ♩ ♬

பொம்பளைங்க காதலத்தான்
நம்பிவிடாதே நம்பிவிடாதே...
நம்பியதால் நொந்து மனம்
வெம்பி விடாதே வெம்பி விடாதே...
அத்தான்னு சொல்லியிருப்பா ஆசைய காட்டி..
அண்ணான்னு சொல்லி நடப்பா ஆளையும் மாத்தி..
ஆம்பளையெல்லாம் அஹிம்சாவாதி..
பொம்பளைங்கயெல்லாம் தீவிரவாதி...
பொம்பளைங்க காதலத்தான்

நம்பிவிடாதே நம்பி விடாதே..

♬♩♪♩ ♩♪♩♬

என்ற பாடல் ஒலிக்க...

சிகரெட் புகையை உள் இழுத்து வெளிவிட்டவன் பாடலை கேட்டு போதையுடன் ரசித்தவனாய் தினேஷிடம் சூப்பர் என்பது போல் கட்டை விரலை உயர்த்தி காட்டினான் சிவா.

டேய் நீ ஏன்டா இப்படி அவனுக்கு தோதா பாட்டு போடுற சாருக்கு சும்மாவே லவ்வுன்னா... என்று இழுத்த பிரபு ஏன்டா? என்றான் தினே-ஷிடம்.

பின் சிவாவிடம் திரும்பி, டேய் சிவா நீ ஏன்டா இப்படி இருக்க..? இன்னும் அவள நெனச்சுக்கிட்டு உன்னை தொலைச்சுக்கிட்டு இருக்க என்று பிரபு போதையிலும் ஆதங்கமாய் கேட்க?

இல்ல மச்சி நீ தப்பா சொல்ற, நான் அவளை நெனச்சு பீல் பண்-றேன் அப்படின்னா மொதல்ல ஓடுன பாட்டதான் கேட்ருக்கனும் நான் அத மாத்தி அந்த பாட்டு வேணாம்ன்னு, அவ இல்ல எவளையும் நினைக்க கூடாதுன்னு நினைச்சிடாதன்னு சொல்ற மாதிரி பாட்டதான போட்டு கேட்டுக்கிட்டு இருக்கேன் என்ற சிவா..

அடுத்த ஐந்தாவது நொடியில், என்ன போயி இப்படி சொல்லிட்டியே மச்சி, எப்படி இப்படி சொன்ன..? எப்படி சொல்ல போச்சு..?

அவ ஒரு ஆளுன்னு அவள இன்னும் நினைச்சிக்கிட்டு இருப்-பனா..?! அவளுக்கெல்லாம் அவ அப்பன் பேரு வச்சிருக்கான் பாரு **"சீதா"**ன்னு என்று உச்ச போதையில் இரைந்து கத்தியவன் கையில் சிக்-கிய காலி மது பாட்டிலை எடுத்து வீச அது மாடி தடுப்புச்சுவர் மேல் பட்டு நொறுங்கி சிதறியது.

டேய் சிவா என்னடா..? ஏன்டா இப்படி பண்ற லூசாடா நீ என்று ஜீவன் வேகமாய் கேட்க?

சாரி மச்சி! நான் இல்லடா லூசு இவந்தாண்டா லூசு! என்னை, என்னா கேக்குறான் பாரு என பிரபுவை காட்டி சிவா சொல்லவும்,

டேய் பிரபு நீ ஏன்டா இப்ப இதை ஆரம்பிச்ச? அவனே இந்தா இப்படி என்னைக்காவது நம்மகூட தண்ணி அடிக்கையிலதான் கொஞ்-சமா நம்ம பழைய சிவா மாதிரி பேசுறான் மிச்ச நேரம் இறுகி போய் கிடக்கான் நீ வேற இப்ப அவனை டென்ஷன் ஆக்கிக்கிட்டு என்று ஜீவன் சொல்ல..

டேய் என்ன ஜீவா நீ இப்படி சொல்ற? அவன் இப்படியே இருக்கட்டுமா.? தினமும் குடிச்சு உடம்ப கெடுத்து எல்லாரையும் வெறுத்து இப்படி போதையிலேயே இருக்கட்டுமா மச்சி சொல்றா? நம்மள மாதிரி கல்யாணம் பண்ணிக்கிட்டு சந்தோசமா இருக்க வேண்டாமா சொல்லு மச்சி சொல்லு என ஆதங்கம் குறையாமலே பிரபு கேட்க..?

அதற்கு ஹரி, என்னது கல்யாணம் பண்ணிக்கிட்டு சந்தோசமாவா என ஏதோ காமெடிக்காய் சொல்ல வர அதை யூகித்தவனாய் டேய் நீ பேசாம இரு என அவனை பிரபு தடுக்கவும் அமைதியாகினான் ஹரி.

டேய் எனக்கு புரியுது அவனுக்கு புரியலையில இப்ப இங்க இத பேச வேணாம்ன்னு சொல்றேன் என்று ஜீவன் சொல்லவும்.

ரவியிடம் திரும்பிய பிரபு, ஏன்டா ரவி நீ சொல்ல மாட்டியா உங்க அண்ணன்தான அவன், அவ போனா என்ன உலகத்துல வேற பொண்ணா இல்ல கல்யாணம் பண்றதுக்கு ஏன்டா என கேட்க..?

ம்ம்.. இத சொன்னத்துக்குத்தான் வீட்ல யார்கூடயும் பேசுறது இல்ல.. என்கிட்டயே கம்பெனி விஷயமா மட்டும்தான் பேசுறான் என்ன செய்ய சொல்ற பிரபு..!!? உலகத்துல பொண்ணுங்களாம் இருக்காங்க ஆனா பொண்ணுங்கனாளே கெட்டவங்க துரோகிக அப்படின்னு அவன் இருக்கும்போது என்ன சொல்ல முடியும் அவன்கிட்ட இத பத்தி விளக்கமா கேட்டிங்க உங்க வைப்போட ஒருத்தனும் சந்தோசமா வாழ முடியாது என்று ரவி சொல்லவும்

டேய் சிவா என்னடா..? உன்னால எல்லாருக்கும் வருத்தம்டா.. ஏன்டா இப்டி என பிரபு கேட்க..

த்தா.... சாயங்காலம் உன்ன வீட்ல பார்க்கையிலேயே நினைச்சேன்டா எங்க வீட்ல பேச சொல்லித்தான பேசிக்கிட்டிருக்க இப்படி.? நான் ஒருத்தியை லவ் பண்ணேன் அவ போய்ட்டா இப்ப இன்னொருத்தன் கூட இருக்கா, அவள மாதிரி ஒருத்தர லவ் பண்ணிட்டு இன்னொருத்தரை கல்யாணம் பன்னிக்க என்னால முடியாது. அதுக்காண்டி நான் அவளை இன்னும் லவ் பன்றேன்னு இல்லை. என்னை பொறுத்தவரை அது எல்லாம் செத்து போச்சு. நான் எதும் வேணாம்ன்னு ஒதுங்கி போறேன் ஏன் தேவையில்லாம என்ன படுத்திறீங்க...!? இத பத்தி இனி என்கிட்ட பேசாத.. இல்லைனா பேசவே பேசாத! என்று அந்த போதையிலும் சிறிது அழுத்தமாய் சொன்னான் சிவா.

சரி அதை விடுடா மாப்ள நாங்க இத பத்தி இப்ப பேசல போதுமா... அதே மாதிரி நீ எல்லா நேரமும் எங்கக்கிட்ட எப்பவும் போல பேசு என்னா? என்று தினேஷ் கேட்க

டேய் மச்சி நான் எப்பவும் போலத்தான் இருக்கேன், பேசுறேன் என்னடா என்றான் சிவா மீண்டுமொரு சிகரெட்டை பற்ற வைத்தவாறு.

இல்ல மாப்ள நீ எப்பவும் போல இல்லை.. எனக்கு எங்களுக்கு தெரிஞ்ச அந்த பழைய சிவா இல்லை அவன்தான் என் மாப்ள.. நீ அப்படி இல்லை என்று தினேஷ் சிறுது வருத்தம் கலந்து சொல்ல,

ஆமா மச்சி நீ அப்படி இல்ல..என்று போதையாய் சொன்ன ஹரி இப்ப ரெண்டே வரில அழகா சொல்றேன் பாரு என்றவன், மொத நீ பொட்டானிக்கள் கார்டன் மாதிரி அழகா இருப்ப.. இப்ப மெக்கானிக்கல் குடோன் மாதிரி இறுகி இருண்டு போய் கிடக்க.. என்று சொல்லிக்கொண்டிருக்க...

அதுவரை குடிப்பது புகைப்பதில் மட்டும் கவனமாய் இருந்த அவர்களது நண்பன் முத்து முதல் முறை வாயை திறந்து, டேய்.. டேய்.. ஒரு நிமிஷம் அமைதியா இருங்கடா என்று சொல்லிவிட்டு தனக்கு வந்த போனை எடுத்து பேசினான்...

ஹலோ..

XXXX XXXX XXXX

ம்ம் ஹாப்பி நீயூ இயர்...

XXXXXXXXXXXXXXX

ம்ம் நல்லா இருக்கேன்...

XXXXX XXXXX XXXXXX

ப்ரெண்ட்ஸ் கூட செலிப்ரேஷன்..

XXXXXXXXXXXXXXXXXXX

ம்ம் குட் நைட்....

என்று பேசிவிட்டு போனை அனைத்த முத்துவிடம் யார்டா என கேட்டான் ரவி?

தீபாடா.. என் ஆளு என்று முத்து சொல்ல

டேய் உன் ஆளா.. அவளுக்கு புள்ள இருக்குடா என்று தினேஷ் கேட்டு அவனை புரியாமல் பார்க்க..

புருஷனே.. இருக்கான் என்றான் ஹரி..

டேய் சும்மா இருடா... உங்களுக்கு புரியுறதுக்காக அப்படி சொன்-னேன்டா. நியூ இயர் விஷ் பண்ண கால் பண்ணுச்சுடா என்று முத்து சொல்ல

ஏண்டா அவதான் உன்ன வேணாம்ன்னு விட்டுட்டு போய்ட்டா.. இப்ப என்ன புதுசா கொஞ்சிக்கிட்டு இருக்கா என்னவாம் புருஷன் புடிக்கலையா என்று நல்ல போதையில் இருந்த சிவா நாகரீகம் இல்லா-மல் கேட்க? டேய் தப்பா பேசாதடா என்றான் முத்து சிறிது எரிச்சலுடன்.

ஓ.. அப்ப நீதான் கொஞ்சிக்கிட்டு இருக்கியா...? அவ நியூ இயர் வாழ்த்து சொன்னாளாம் இவன் இளுச்சிக்கிட்டு பேசிக்கிட்டு இருக்கான். இப்படி இளுச்சவாயன்றதாலதான் ஈஸியா ஏமாத்திட்டு போயிர்றாள்க என்று சிவா பேசிக்கொண்டு போக

டேய் நானா போன் போட்டேன்? அவளா போன் போட்டு விஷ் பன்னையில என்னடா பன்ன சொல்ற பேசித்தான ஆகனும் என்றான் முத்து.

விட்டுட்டு போனவளுக்கு என்னடா இது? அவள தூக்கி போட்டுட்டு இருடான்னு சொன்னா.. என்ன பண்ண சொல்றவாம்.? அவ போன் போட்டாளாம் இவன் பேசுனானாம் போடின்னுட்டு இருப்பானா என ஏரிச்சலாய் சிவா சொல்லவும்..

டேய் யாரா இருந்தாலும் போன் போட்டா இப்படித்தான் பேச முடி-யும் சும்மா கடுப்பை கிளப்பாத. ஏன், சீதா உனக்கு கால் பண்ணாலும் நீயும் இப்படித்தான் பேசுவ.. என்ன கடுப்படிக்காத என்று எரிச்சலாய் சொல்லிவிட்டு வேகமாய் தனது கிளாஸில் இருந்த சரக்கை எடுத்து தொண்டையில் சரித்தான் முத்து.

சீதா என்ற பெயரை கேட்கவும் உச்ச கடுப்பான சிவா முத்துவை தீயென முறைத்தான். தன்னை கட்டுப்படுத்தி கொண்டு டேய் முத்துவ அங்கிட்டு கூப்பிட்டு போங்கடா... அடுச்சுப்புடுவேண்டா அவனை... எல்லாருமே கௌம்புங்கடா இன்னைக்கு எல்லாருமே அவள பத்தியே பேசிக்கிட்டு இருக்கீங்க. அவ நினைப்பே வேண்டாம்ன்னு இருக்கேன். அவ போன் போட்டு பேசுனா நான் இளிப்பனாம். அவளாம்... என சொல்லியவாரே மதுவின் போதையில் அப்படியே சரிந்தான்.

சிவா, ரவி, ஹரி, தினேஷ், பிரபு, ஜீவன், முத்து அனைவரும் நண்-பர்கள். இதில் ஹரியை தவிர மற்ற அனைவருமே சிறுவயது முதலே நண்பர்கள் ஹரி கல்லூரி நண்பன்.

ஹரி, பிரபு, ஜீவன் மற்றும் தினேஷ் ஆகியோர்க்கு திருமணம் முடிய தற்போது வேறு வேறு தெருவில் தங்கள் வசதிகளுக்கு ஏற்ப குடி இருக்கிறார்கள். அனைவரும் அடிக்கடி சந்தித்து கொள்வதுண்டு இது போல் பார்ட்டி செய்வதும் உண்டு. கடந்த வருடத்தில் ஒவ்வொருவருக்-கும் அடுத்தடுத்து வரிசையாய் திருமணம் முடிய கல்யாண வயதை எட்-டியும் திருமணம் செய்யாது இருப்பது சிவாதான்.

இதில் அவன் அம்மா அப்பா வருந்த இதை பற்றி பேசினால் எரிந்து விழுந்தான். நான்கைந்து வருடத்திற்கு முன் இருந்த சிவா எரிந்தெல்-லாம் விழ மாட்டான் சிரித்து சிரிக்க வைத்து மகிழ்வான்...

ஏனோ காதலி கை விட காதல் தந்த காயத்தில் கவலையானவன் கலங்கி கசிந்துருகி தற்போது கடினமான கல்லாகி போனான். சிவா என்-றாலே ஜாலி மூட் என்று இருந்தது போயி இப்போது சைலண்ட் மோட் ஆகிவிட்டது.

தனது வீட்டில் இருப்பவர்களிடம் அளவாகவே பேசினான் அதுவும் முக்கியம் எனும் பட்சத்தில். இவன் இப்படி இருக்க அவன் மொத்த குடும்பமும் கவலைப்பட்டது.

எப்படி இருந்த பையன் இப்ப இப்படி சரியாய் பேச மாட்றான் சாப்-பிட மாட்றான் என அவன் அம்மா லெட்சுமி வருந்தி வாட, அவனது அப்பா தன் மகன் நன்றாய் படித்து நல்ல வேலை செய்து நிறைய பணம் சம்பாதித்தும் அவன் மனம் நிம்மதியாய் மகிழ்ச்சியாய் இல்லை என்பது புரிய வேதனை பட்டார்.

பாக்யாவிற்கு தனது சிவா அண்ணன் என்றால் அவ்வளவு பிரியம் அவனுக்கும் அப்படியே, அந்த அண்ணன் தன்னோடு கூட சரியாய் பேசாது இருப்பது அவளை கலங்கச்செய்தது. ரவிக்கும் சிவாவை பற்றி கவலைதான் ஆனால் அவனை ஏதும் சொல்ல முடியாமல், முயலாமல் இருந்தான்.

பிரபு, முத்து, ஜீவன் ஆகியோர் நேரமாகவே வீட்டிற்கு கிளம்பியி-ருந்தனர். ஹரியும் தினேசும் அவர்கள் அமர்ந்து குடித்த இடத்திலேயே மட்டையாகி சிவாவின் அருகில் படுத்து கிடந்தனர். ரவி மாடி திட்டில் அமர்ந்து தன் போனை நோண்டி கொண்டிருந்தான்.

அப்போது லேசாய் கண் முழித்து பார்த்த சிவாவிற்கு, தான் எங்கு இருக்கிறோம் என்று உணர சில நொடிகள் பிடித்தது. பின் படுத்தவாக்-கிலே அருகில் கிடந்த தன் போனை தடவி எடுத்து அரை விழியாய்

மணி பார்க்க மணி இரண்டை நெருங்கி இருந்தது. கூடுதலாய் ஒரே நம்பரிலிரிந்து நான்கு மிஸ்ட் கால்கள் காட்ட, யாரு இந்த நேரத்துல கூப்பிட்டிருக்கா இத்தனைவாட்டி என யோசித்தவாறு அந்த நம்பருக்கு கால் செய்தான்.

ரிங் போய் கொண்டிருக்க கால் பிக்கப் செய்யப்படவில்லை மீண்டும் கால் செய்தான் ரிங் போக.. ச்சே நாமளும் இந்த நேரத்துல போயி கால் பண்றோம் என நினைத்தவன் ஆனா யாருன்னு தெரியலையே என்று யோசிக்கையில் ஏனோ சட்டென முத்து சொன்னது ஞாபகம் வந்தது.

உன் ஆளு சீதா கால் பண்ணாலும் என்பது நினைவு வர அவளா என்று எண்ணி போனை வேகமாய் கட் செய்ய போகையில் எதிர்முனையில் கால் அட்டெண்ட் செய்யப்பட்டு "ஹலோ" என்றது ஒரு பெண் குரல். அக்குரல் இவன் காதை நிறைக்க அதிர்ந்தவனாய் சட்டென எழுந்து அமர்ந்தான். ஏனோ இதயம் படபடத்து முகம் வியர்க்க, மொத்த போதையும் ஒத்த நொடியில் இறங்கியது அவனுக்கு.. கையில் வைத்திருந்த போன் அவனை அறியாமலே அப்படியே கீழே நழுவி விழ...

மொபைலை நோண்டியபடி அமர்ந்திருந்த ரவி, சிவாவை கவனித்திவிட்டு அவன் அருகில் வந்தவன், அதிர்ந்தவனாய் அமர்ந்திருந்த சிவாவை பார்த்து என்ன சிவா என்னாச்சு என்றான்????

அ..து போன்....போன்ல என தடுமாறியவன் பிரம்மையில் இருந்து விழித்தவனாய் தனது தலையை சிலுப்பிவிட்டு நிதானித்துக்கொண்டு, ஒன்னுமில்லை.. என்ன? இவ்வளவு நேரம் ஆயிருச்சானு பார்த்தேன் என்றவன், கீழே தவறி விழுந்த தனது மொபைலை எடுத்து பார்க்க கால் கட்டாகியிருந்தது.

வித்தியாசமாய் சிவாவை பார்த்த ரவி, சீக்கிரம் வா வீட்டுக்கு போவோம் அம்மா நாலஞ்சு தடவு கால் பண்ணிட்டாங்க டயம் ரொம்ப ஆயிருச்சு என சொல்ல

சட்டென அவனை திரும்பி பார்த்த சிவா என்ன சொன்ன என்றான்???

அவனை புரியாமல் பார்த்த ரவி "சீக்கிரம் வா" போவோம்ன்னு சொன்னேன் என சொல்லவும் தான் அமைதியானவனாய் ஓஒ... என தலையசைத்தான் சிவா.

சீக்கிரம் வா என ரவி சொன்னது.. போன்ல யாரு என யோசித்தப்படி எரிச்சலானவனாய் இருந்த சிவாவுக்கு சீத்தாவான்னு கேட்டிருக்க

ஏனோ பதட்டமானவன், ரவி அப்படி கேட்கவில்லை எனவும், நிம்மதி பெருமூச்சைவிட்டு அமைதியாகினான், ஆனால் அந்த ஹலோ என்ற பெண் குரல் காதில் கேட்டுக்கொண்டே இருப்பது போல் இருக்க குழம்பியவனாய் இருந்தான்.

♬♩♪♩ ♩♪♩♬

ஏப்ரல் மாதத்தில் ஓர்
அர்த்த ஜாமத்தில்
என் ஜன்னல் ஓரத்தில்
நிலா நிலா
கண்கள் கசக்கி
நான் துள்ளி எழுந்தேன்
அது காதில் சொன்னது ஹலோ ஹலோ
நிலா நிலா கைவருமா
இல்லை இல்லை கை சுடுமா

♬♩♪♩ ♩♪♩♬

என்ற பாடல் "டிவி"யில் சத்தமாய் ஓடிக்கொண்டிருக்க அதனை ரசித்து பார்த்து, பாடி ஆடிக்கொண்டிருந்தாள் **கயல்விழி,**

நல்லாருக்கிடி.. நல்லாருக்கு... விடிஞ்சும் விடியாமையும் பொட்டை பிள்ளை நடுவீட்ல நின்டு ஆடுறது ரொம்ப நல்லாருக்கு! ஒரு வேலை பார்க்க மாட்றா வீடான வீட்ல, எந்த நேரமும் போனு.. டிவி, போனு.. டிவி... அந்த போன்ல என்னதான் இருக்குமோ விடிய விடிய நோன்றாடியம்மா... அவனை சொல்லணும் பாசமான தங்கச்சிக்கு கேட்டானு போன் வாங்கி கொடுத்துருக்கான் பாரு என்று அவளது அம்மா வீட்டை பெறுக்கியபடி பொரிந்துகொண்டிருந்தாள்...

எம்மா கத்தாம சும்மா இரும்மா... உன்னால நல்ல பாட்டு மிஸ் ஆகுது என்று கயல் கத்த...

நாளைக்கு மாமியார் வீட்ல போயி இப்டி ஆடிக்கிட்டு இரு அங்க கொஞ்சுவாங்க உன்ன என அவள் அம்மா சொல்ல...

அதுலாம் என் மாமியார் என்ன கொஞ்சத்தான் செய்வாங்க, உன் மாமியார் உன்ன திட்டிருக்குன்னா அதுகிட்ட நீ அப்படி நடந்திருப்ப... நான் உன்னை மாதிரி இல்லாம வரப்போற மாமியாருக்கு பிடிச்ச மாதிரி நடந்துப்பேன். இப்ப நீ ஒழுங்கா வீட்டை கூட்ற வேலைய மட்டும் பாரு

என்ன என கயல் சொல்லவும்.

அதில் மேலும் கடுப்பாகி அவளை முறைத்த அவளின் அம்மா ரேவதி கையில என்ன இருக்குன்னு பார்த்துக்க.. வந்தேன்னு வையி பிஞ்சுரும் உனக்கு என்று வழக்கம்போல் வாயில் மட்டுமே வசைபாடினாள்.

கயலோ அதை காதில் வாங்கி கொள்ளாதவளாய், டிவியில் ஓடிய அடுத்த பாடலுக்கு ஆட ஆரம்பித்தாள்.

பாகிமா... போதும் வதங்கிருச்சு பாரு எடுத்து லேசா விரவி ஆரவும் மிக்ஸில போட்டு அரை. மணி ஆயிருச்சு பாரு, என வேகமாய் சொல்லியபடி அழகாய் வடையை தட்டி எண்ணெய் சட்டியில் போட்டுக்கொண்டிருந்தார் அவளது அம்மா லெட்சுமி.

தக்காளி சட்டினி அரைக்க வதக்கியதை சூடு ஆற பாக்யா காத்திருக்க, என்னம்மா நின்னுக்கிட்டே இருக்க ஜார்ல போட்டு அரைடா என்று பாக்யாவை லெட்சுமி மீண்டும் வேக படுத்தினார்.

இரும்மா.. சூடு ஆற வேணாமா? உன் மகன்ங்களுக்காக என்ன படுத்தாத என்றவள், அய்யோ பாவம்தான் இந்த வீட்டுக்கு வர மருமக! என்ன பாடுபட போறாளோ தெரியலை என முனகலாய் சொல்லியவாறு சட்னியை அரைக்க ஆரம்பித்தாள் பாக்யா.

என் மருமக எதுக்கு பாடுபட போறான்ற.. அவ பாட்டுக்க பாட்டு பாடிக்கிட்டே நல்லா ஜாலியா இருக்க போறா என லெட்சுமி சொல்லவும்,

ம்ம்.. ம்ம்.. பார்க்கத்தான போறேன் அவ பாடுறதையும் அதுக்கு நீங்க ஆடுறதையும் என தாயும் மகளும் மாறி மாறி பேசிக்கொண்டிருக்கயிலேயே...

இருக்கட்டும் இருக்கட்டும் உங்க மருமக, மதினி கனவுலாம் இருக்கட்டும். இதுக்கு மொத உங்க மகன் கல்யாணம் பண்ணிக்கனும்ல என்று சொன்னவாறு ரவி அங்கு வர..

வந்தவனை, ஏன்டா..?? இப்படி நல்ல நாள் அதுவுமா உன் வாயில என்று அவனது அம்மா லெட்சுமி கடிந்து கொள்ள..

ஏன்டானா...? சிவாவ கேளு நேத்து பிரபுக்கிட்ட கல்யாணம் பத்தி சிவாக்கிட்ட எதும் பேச சொன்னீங்களா என ரவி வினவ?

ம்ம், ஆமா உங்க அண்ணே நடந்துக்கிறத சொன்னேன்.. நீங்களாம் எடுத்து சொல்லுங்கப்பானு சொல்லி இருந்தேன், ஏன் பிரபு பேசுனதுக்கு

சிவா என்ன சொன்னான் என லெட்சுமி கேட்டு ரவியை பார்க்க...

சிவா, பிரபு சொன்னதையே கண்டுக்கிட்ட மாதிரி இல்ல எப்பவும் போலத்தான் என்று ரவி சொல்லவும்,

லேசாய் கலக்கமான லெட்சுமி மூச்சை பெரிதாய் இழுத்து வெளி விட்டவர், இந்த வருஷம் சிவாவுக்கு எல்லாம் நல்லபடியா அமையும் என்றுவிட்டு சமையலில் கவனமானார்.

எப்போதும் போல வேலைக்கு தயாரானவனாய் கிளம்பி தன் அறையில் இருந்து கீழே வந்த சிவா நேராய் பூஜையறைக்கு சென்று அங்கு அலங்காரமாய் இருந்த அத்தனை தெய்வங்களையும் வேண்டி வணங்கி விபூதி எடுத்து பூசி வெளி வந்தவன் அங்கு ஹாலில் சாப்பிட தயாராய் அமர்ந்திருந்த ரவியிடம்,

ரவி.. இந்தா சாவி நீ போய் ஆபீஸ்ல இரு, ஹரியும் வந்துருவான், நான் ஃகிளைண்ட பார்க்க போறேன் போயி பார்த்துட்டு நேரா ஆபிஸ் வந்துட்றேன் என்ன என சொல்லிவிட்டு அவன் நகர...

சரி நீ சாப்ட்டு போ.. என ரவி சொல்லயிலேயே சமையல் அறையில் இருந்து சமைத்த உணவுகளை எடுத்துக்கொண்டு வெளிவந்த அவர்களின் அம்மா லெட்சுமி சிவா கிளம்புவதை கவனித்துவிட்டு வேகமாய், சிவா.. சாப்ட்டு போப்பா... அம்மா ரெடி பண்ணிட்டேன் பாரு என்று சொல்லவும்,

வாசலை நோக்கி போனவன் சட்டென நின்று திரும்பி தன் அம்மாவையும் அவருக்கு பின்னால் வேர்வை முகமாய் நின்றிருந்த தன் தங்கை பாக்யாவையும் பார்த்தவன் நான் அவசரமா வெளிய கிளம்பிட்டேன்ம்மா நீங்க சாப்பிடுங்க என அங்கிருந்த தன் அம்மா தம்பி தங்கை என மூவரையும் பொதுவாய் பார்த்து சொல்லிவிட்டு அடுத்து அவன் அம்மா சொல்வதை காதில் வாங்காமல் விறுவிறுவென வெளிவந்து தனது கருப்பு நிற பல்ஸரை ஸ்டார்ட் செய்து முறுக்கி கிளம்பினான்...

ஆக்சிலேட்டரை முறுக்கி பைக்கை சீரான வேகத்தில் செலுத்தி கொண்டிருக்க பேண்ட் பாக்கெட்டில் இருந்த அவனது போன் அழைப்பு வருவதன் அறிகுறியாய் வைப்ரேட் ஆகியது, பைக்கின் வேகத்தை குறைத்து நிறுத்தியவன் போனை எடுத்து பார்க்க தான் தற்போது பார்க்க போகும் ஃகிளைன்ட் என்றவுடன் உடனே அட்டெண்ட் செய்து பேசினான் சிவா.

யா சார் , "ஐ"யம் ஆன் தி வே... ஐ வில் பீ ரீச் இன் டென் மினிட்ஸ் என பேசி இணைப்பை துண்டித்து போனை பாக்கெட்டில் வைத்துவிட்டு நொடி தாமதிக்காது வேகமெடுத்தான்...

நல்ல வேகத்தில் வந்தவன் தூரத்திலேயே சிக்னலை கவனித்துவிட்டு சிக்னல் ரெட் விழுவதற்குள் ஃகிராஸ் செய்து விடலாம் என எண்ணி இன்னும் பைக்கின் வேகத்தை கூட்டி இவன் சீற.. சரியாய் இவன் கடக்-கும் முன் ரெட் விழுந்துவிட்டது...

ச்சே.. என எரிச்சல் கலந்த சலிப்புடன் வந்த வேகத்தில் சட்டென பிரேக் பிடிக்க, எங்கே முன்னாள் நிற்கிற காரில் இடித்து விட போகி-றோமோ என எண்ணியவன் சரியாய் கன்ட்ரோல் செய்து காரை இடிக்-காமல் தனது பைக்கை நிறுத்திவிட்டு யப்பா.. என பெருமூச்சு விட்டு நிற்க, இவனுக்கு பின்னால் வந்த வண்டி கண்ட்ரோல் இல்லாமல் இவனது பல்சரில் சரியாய் மோதி இடித்து விழுந்தது.

அதில் நிலை தடுமாறியவனாய் சிவா கீழே விழ போக, வண்டியை மட்டும் கீழே போட்டுவிட்டு, தான் விழும் முன் சுதாரித்து எழுந்து நின்-றவன்..

த்தா.. யார்டா என திரும்பி பார்க்க... அங்கு ஆக்டிவாவில் வந்த வேகத்தில் பல்சரில் மோதி கீழே விழுந்து எழுந்து படபடப்புடன் நின்-றுக்கொண்டிருந்தனர் இரு தோழிகள்..

விழுந்த தனது பைக்கை தூக்கி நிறுத்திய சிவா பைக்கை பார்வை-யிட, மக்கார்டும் இன்டிகேட்டர் லாம்பும் உடைந்திருக்க உச்ச கடுப்பா-னவன் நின்றிருந்தவர்களை திட்ட முனைய,

சாரி சாரி என அவர்களுக்கே கேட்காதவாறு முணுமுணுத்தப்படி மிரண்ட விழியாய் "**கயல்விழி**"யும் உடன் அவள் தோழியும் நிற்க.

அவளை திட்ட வந்த சிவாவிற்கு அவளை பார்க்கவும் என்ன தோன்றியதோ தனது உச்ச கோபத்தை மொத்தமாய் குறைக்க சில நொடி கண்மூடி திறந்தவன் மீண்டும் ஒருமுறை தெளிவாய் தன் முன் நின்-றிருந்தவர்களை பார்க்க கயலும் சரி அவளுக்கு அருகில் நின்றிருந்த அவள் தோழியும் சரி பயமும் படபடப்பும் குறையாமல் நிற்கவே அமை-தியாகியவனாய் தனது பல்சரில் ஏறி கிளம்பினான்.

தனது பாசத்தம்பி பல்ஸரை இடித்து உடைத்ததற்கு கோபம் பலியாய் வந்திருக்க வேண்டும். அதிலும் உடைத்திருப்பது பெண் எனும் போது இந்த சிவாவிற்கு கொலை வெறியே ஆகியிருக்க கூடும் இருந்தும்

ஏனோ அது நடக்காமல், கயலையும் அவள் உடன் இருந்தவளையும் அமைதியாய் பார்த்துவிட்டு ஏதும் சொல்லாமல் கிளம்பி வந்துவிட்டான். காரணம் என்னவா இருக்கும் அவசரமா போற வேலையா..? இல்ல அத தாண்டி வேறையா..?

சிவா போகவும் சிறிதே நிம்மதியானவர்களாய் கயலும் அவள் தோழியும் ஒருவர் ஒருவரை பார்த்துக்கொள்ள இவர்களை சுற்றி சிலர் இவர்களை பார்ப்பது தெரியவும் ஆக்டிவாவை கிளப்பி கிளம்பினர்.

2

பலநாள் இழுத்து கொண்டிருந்த ப்ராஜெக்ட் இன்று ஓகே ஆகிவிட, ஃகிலைன்ட் மீட்டிங்கை முடித்துவிட்டு புதிதாய் வந்த சிறு நிம்மதியுடன் வெளி வந்த சிவாவின் கண்களில் பார்க்கிங்கில் நின்றிருந்த அவனது பாசத்தம்பி பல்சர் இண்டிகேட்டர் உடைந்து தொங்கி கொண்டிருப்பது தெரிய காலையில் நடந்தவை நினைவுக்கு வந்தது. இரு தோழிகளின் பயந்த பார்வை நினைவுக்கு வர பைக்கின் அருகில் போனவன் பைக்கை தடவி கொடுத்தவாறு விட்றா தம்பி பார்த்துக்குவோம் என பல்ஸருடன் பேசியவன் ஏறியமர்ந்து கிளம்பினான்.

பைக்கில் கிளம்பி ஐந்து நிமிடம் கூட இருக்காது பைக் ஆப் ஆகி நின்றது. என்னடா என்றவாறு செல்ப் ஸ்டார்ட்டை அழுத்த ஸ்டார்ட் ஆகாமல் போகவே கிக்கரை உதைத்தான் ஏனோ அவன் தம்பி மக்கர் செய்தான்.

வண்டியை ஓரமாய் நிறுத்தி தொடர்ந்து கிக்கரை மிதிக்க சோதனை-தான். வண்டியில் எல்லாம் சரியாய் இருந்தும் ஸ்டார்ட் ஆகாமல் இருக்க அப்போது கிடைத்திருந்த சிறு நிம்மதியும் தொலைவதாய் உணர்ந்த சிவா வெறுப்பாகி போனான்.

என்னடா இது என சலித்தவாறு தனது மொபைலை எடுத்து ரவிக்கு கால் செய்ய அவன் எடுக்காமல் போகவும் உடனே ஹரிக்கு கால் செய்-தவாறு மெக்கானிக் ஷாப் எதும் கண்ணுல படுதான்னு சுற்றிலும் பார்-வையை சுழற்றினான்....

விடுமுறை நாள் என்பதால் ரோட்டில் பெரிதாய் வாகனங்கள் ஏதும் செல்லவில்லை. பார்வையை சுற்றிலும் சுழல விட்டவனின் கண் சாலையை தாண்டி அந்தப்பக்கம் இருந்த பஸ்டாப்பின் அருகில் அழுத்-தமாய் பதிந்தது.

அங்கு காலையில் சிக்னலில் பார்த்த அவள்.. அவர்கள்.. ஆம் கயல்விழியும் அவள் தோழியும் நின்றிருந்தனர். அவர்களுடன் அவர்கள் வயதை ஒத்த இன்னும் இரண்டு பெண்கள் இருக்க பேசி சிரித்துக்-கொண்டிருந்தனர்...

சிலநொடி அழுத்தமாய் பார்த்தபடி இருந்த சிவாவிற்கு சட்டென ஏதோ தோன்ற உடனே தனது தலையை அசைத்து சிலுப்பி நிகழுக்கு வந்தவனாய் ஹரிக்கு மீண்டும் கால் செய்ய பிஸி என்று வரவும் போனை அணைத்துவிட்டு மீண்டும் சாலையின் அந்தப்பக்கம் பார்-வையை செலுத்த அங்கு கயல்விழியும் அவள் தோழிகளும் என யாரும் இல்லாமல் இருந்தனர். உடனே மீண்டும் தன் பார்வையை சுழற்றினான். மெக்கானிக் ஷாப்பை தேடித்தான் இருக்க வேண்டும், பின்ன காலை-யில் பார்த்தவர்களை தேடியா இருக்கும்..!? இவனுக்குத்தான் பொண்-ணுங்களே பிடிக்காதுன்னு ஓப்பனிங்ல பில்டப் கொடுத்துருக்கானுங்களே இவன் பிரண்டுக.!

சாலையை சுற்றிலும் ஒரு பார்வை பார்த்துவிட்டு மீண்டும் ஒரு முயற்சிக்காக கிக்கரை உதைத்து பார்க்க, உடனே ஸ்டார்ட் ஆகினான் பல்சர். பைக் ஸ்டார்ட் ஆகவும் வியப்பை வெளிக்காட்டாமல் முறுக்கி கிளம்பினான் சிவா.

*

மதுரை புறநகர் பகுதியில் அமைந்திருந்தது சிவாவின் எஸ்.ஆர்.எச் (SRH) கன்ஸ்ட்ரக்சன் ஆபிஸ்... ஐநூறு சதுர அடிக்குள் தான் அந்த ஆபிஸின் பரப்பளவே, அதில் இரண்டு அறைகள் இருக்க கண்ணாடி கதவை திறக்கவும் இருக்கும் முதல் அறையில் அவர்கள் கட்டிக்கொ-டுத்திருந்த கட்டிடங்களின் டிசைன்களும், அவர்கள் துறை சார்ந்த இன்-னும் சில படங்களும் சுவர்களை அலங்கரித்திருந்தன. மூன்று டேபிள்-கள் சீரான இடைவெளியில் போடப்பட்டிருக்க அவை கம்ப்யூட்டர் அதை தாண்டி ஸ்கேல் பென்சில் ட்ராப்ட்டர் ட்ராயிங் சீட் என பரப்பி கிடந்த அத்தனையையும் தாங்கி இருந்தது..

இந்த அறைதான் அவர்கள் அமர்ந்து பிஸ்னெஸ் பேசவும் வேலை செய்யவும் இதற்கு அடுத்தார் போல் இருக்கும் இன்னொரு அறை ஓய்வு அறை போல பாத்ரூம் வசதியுடன் இருந்தது. அங்கு எக்ஸாஸ்ட் ஃபேன் பொருத்தி சிகரெட் புகை வெளி செல்ல வழி வகை செய்திருந்தனர்.

முதல் அறையில் ஃபேனிற்கு கீழ் டேபிளில் அமர்ந்தபடி தனது மொபைலை நோண்டிக்கொண்டிருந்த ஹரி, என்னடா ரவி.. உங்கண்ணன இன்னும் காணோம் அவன் வந்தா சொல்லிட்டு நான் கிளம்பலாம்ன்னு பார்க்குறேன் ஆள காணோம். போன் போட்டான், நம்ம திருப்பி கூப்ட்டா எடுக்க மாட்றான் என அவனுக்கு எதிரில் அமர்ந்திருந்த ரவியிடம் கேட்க...?

தனது சிஸ்டமில் பிளான் டயகிராம் வரைந்தபடி இருந்த ரவி, போன் அட்டண்ட் பண்ணமாட்றான்னா வந்துக்கிட்டு இருக்கான்னு நினைக்கிறேன் என்று சொல்ல

ம்ம்.. ஒரு பத்து நிமிஷம் பார்க்கிறேன் சிவா வரலைனா நான் கிளம்புறேன் நீ அவன்ட சொல்லிரு என்றான் ஹரி.,

யோவ்.. மாம்ஸ் நீ ஏன் வீட்டுக்கு போறதுல இவ்வளவு வேகமா இருக்க ஏதோ சரியில்லையே என கேட்டு ஒருமாதிரி ஹரியை ரவி பார்க்க

டேய்.. என்னடா..? என் வீட்டுக்கு போறேன்னுதானடா சொன்னேன் இதுல என்னடா சரியில்லை.. நியூ இயரை கொஞ்சமாச்சும் வீட்ல செலிப்ரேட் பண்ண வேண்டாமாடா என்றவன் அம்மா வேற அக்கா வீட்டுக்கு போயிருக்காங்க சுபா தனியா இருக்கா என ஹரி சொல்லவும்,

ரைட்டு ரைட்டு... இதான் விஷயம்ன்னு சொல்லு, சுபாக்கா இன்னைக்கு ஸ்பெசல்லா கவனிக்கிறேன்னு சொல்லிருக்குடான்னு என்று ரவி ஒருவாறு சிரித்தபடி சொல்ல.

அதன் அர்த்தம் புரிந்தவனாய்.., ம்ம்க்கும் யாரு உங்கொக்காதான கவனிப்பாடா நல்லா கவனிப்பா.. நீ வேற என ஹரி சலித்துக்கொள்ள..

ஏன் என்னாச்சு என அவனது சலிப்பில் அர்த்தம் புரிய ரவி கேட்டான்..?

ம்ம் நேத்து நைட்டு போதையில வீட்ல என்ன பண்ணேன்னு சரியா தெரியல காலையில நான் எந்திருச்சதுல இருந்து சிடு சிடுனு இருக்கா...

நைட்டு ஏதோ கத்துனா நானும் பதிலுக்கு கத்திருக்கேன், சண்டைதான் போலன்னு வையி, அடுத்து அவளே சாப்பிட சொல்லி இருப்பா போல நான் சாப்பாடு வேண்டான்ட்ருக்கேன்... அதுக்கு வீம்பு எத்தனை நாளைக்குன்னு பார்போம்ன்ருக்கா, நான் வைராக்கியமானவன்டி எனக்கு வைராக்கியம்தான் முக்கியம்ன்னு வசனம் பேசிருப்பேன் போல..

காலையில சாப்பாடு கேட்டதுக்கு வைராக்கியம் வைராக்யம்ன்னுக்கிட்டு இருந்தா என ஹரி ஒரு யூகமாய் சொல்ல அப்பறம் என்ன என்றான் ரவி...

அப்பறம் என்ன, அவ வைராக்கியம்னு சொல்லி என்ன சீண்டிக்கிட்டு இருக்க, வாய கொறச்சிட்டு வையிடி ஆக்குனதன்னு வெண் பொங்கலை சாப்பிட்டு வந்துட்டேன்.. என்ன சொல்ற நமக்கு வயிறோட ஆரோக்கியம்தான முக்கியம் என பெருமைப்பட்டவனாய் ஹரி சொல்லவும்...

அவனை பார்த்திருந்த ரவி, த்தூ.. என துப்புவது போல் செய்ய...

ச்சே என அசிங்கப்பட்டவனாய் ஹரி தன் தலையை இடமும் வலமும் அசைக்க உடனே பார்வையாலே என்ன என்றான் ரவி.

சுபாவும் இப்படித்தான் உன்னமாதிரி துப்புனா.. நான் கூட பொங்கல்ல வந்த மிளகத்தான் துப்புனான்னு நினைச்சேன் இப்பதான் புரியுது அவ என்னதான் துப்பிருக்கான்னு என ஹரி சொல்லவும்,

யோவ் கேவலவாதி என ரவி, ஹரியை ஏதோ சொல்லிக்கொண்டிருக்கையிலேயே கண்ணாடி கதவை திறந்து கொண்டு உள்ளே வந்தான் சிவா.

வந்தவன் நேராய் தனது இருக்கையில் போயி அமர்ந்து, ஒரு பெருமூச்சு விட்டுவிட்டு டேபிள் மேல் இருந்த வாட்டர் கேனை திறந்து தண்ணீரை குடிக்க...

என்னடா போன விஷயம் என்னாச்சு ஓகே தான என ஹரி கேட்க..?

தண்ணீரை குடித்து முடித்திருந்த சிவா.. ம்ம் நமக்குத்தான் அந்த ப்ராஜெக்ட். ஆப்டர் பொங்கல் வொர்க்க ஸ்டார்ட் பண்ண சொல்லிட்டாங்க என சொல்லவும் சூப்பர்டா மச்சி என்று ஹரி மகிழ்ந்தான்.

ம்ம்.. இந்த வருஷத்த ஹாப்பியா ஸ்டார்ட் பண்றோம் என புன்னகை முகமாய் ரவி சொல்ல.. ஹரியையும் ரவியையும் பார்த்தவாறு சிவா லேசாய் புன்னகைத்து தலையசைத்தான் ஆம் என்பதாய்.

இவர்களின் அடுத்த வளர்ச்சிக்கான அடையாளமாய் பதினாறு 2பி.எச்.கே பிளாட்டுகளை கொண்ட நான்கு மாடி அப்பார்ட்மெண்ட் கட்டும் பணி கிடைத்திருக்க மூவரும் மகிழ்ந்த வண்ணம் அடுத்து செய்ய வேண்டிய வேலைகளை பற்றி தீவிரமாய் சிறிது நேரம் பேசிக் கொண்டிருந்தனர்.

பின், சரி மச்சி நாளையில இருந்து ஃபுள் ஃபோர்சா அதுல இறங்குவோம் இப்ப நான் கிளம்புறேன் என ஹரி சொல்ல, எங்கடா.. கிளம்புற என கேட்டு கேள்வியாய் அவனை பார்த்தான் சிவா.

வீட்டுக்குத்தான் மச்சி.. என சிவாவிடம் ஹரி சொல்லிக்கொண்டிருக்கையிலேயே டேபிள் மீது இருந்த சிவாவின் மொபைலுக்கு அழைப்பு வர வைப்ரேட் ஆகியது....

உடனே, ஹரியிடம் பொறு என்பதாய் கையால் சைகை காட்டிவிட்டு போனை எடுத்து பார்க்க அப்பா காலிங் என டிஸ்பிளே ஆகியது. யோசனையாய் மொபைலை பார்த்தபடியே இருக்க கால் கட்டாகி நின்று மீண்டும் கால் வர, இந்தா ரவி என தன் தம்பியிடம் போனை கொடுத்தான் சிவா.

யாரு..? என கேட்டவாறே போனை வாங்கிய ரவி டிஸ்பிளேவில் அப்பா என காட்டவும் சிவாவை ஒருவாரு பார்த்தபடி காலை அட்டெண்ட் செய்து சொல்லுங்கப்பா.. என்றான்.

எதிர்முனையில் அவனது அப்பா கால் அட்டெண்ட் செய்யவும் வேகமாய் சிவா என்றவர் பின் குரல் பிடிபடவும் யாரு ரவியா.. அண்ணன எங்க என்க..?

அண்ணன் வேலையா இருகான்ப்பா சொல்லுங்க என்ன என்றான் ரவி?

அப்படியா.. சரி, ரெண்டு பேரும் வீட்டுக்கு சாப்பிட வந்துருங்க என்ன, சிவாவையும் கூப்பிட்டு வந்துரு அவன் வேலை இருக்கு அது இதுன்னு சொல்லாம அப்பா வர சொன்னேன்னு சொல்லு என்று சேகரன் சொல்லவும்,

ம்ம் சரிங்கப்பா.. இந்தா கிளம்பி வர்றோம் என்றுவிட்டு இணைப்பை துண்டித்தான் ரவி, பின் போனை சிவாவிடம் கொடுத்தவன் அப்பா வீட்டுக்கு சாப்பிட கூப்பிடுறார் சிவா என்று சொல்ல

அதை பெரிதாய் எடுத்துக் கொள்ளாதவனாய் சிவா அமைதியாய் இருக்க.டேய் ஆமா.. வீட்டுக்கு கிளம்பு. போய் சாப்பிடுங்க, நானும் கிளம்புறேன் என்றுவிட்டு ஹரி வேகமாய் தனது சிஸ்டம் அனைத்தையும் அனைக்க.

டேய்.. டேய்.. எங்க இவ்வளவு வேகமா கிளம்புற என அவனை பார்த்த சிவா கேட்கவும்?

டேய் வீட்டுக்குதான்டா, இன்னைக்கு நியூ இயர்டா செலிப்ரேட் பண்ண விடுங்கடா வேலை சொல்லி சத்தெடுத்திடாதீங்க என ஹரி சொல்ல..

ஆமா மச்சி நானும் அதைத்தான் சொல்றேன் செலிப்ரேட் பன்னு-வோம் வா.. தினேஷ்ட்ட ஃப்ளூ லேபிள் ரெண்டு ஃபுள் வாங்கி கொடுத்-திட்டு வந்துருக்கேன் இன்னியாரம் மாப்ள சைட்டிஸ்ல இருந்து எல்லாம் ஏற்பாடு பன்னி வச்சிருப்பான் வா.. அத விட்டுட்டு வீட்டுக்கு போறேன்ற என சிவா கேட்க..?

ஃப்ளூ லேபிலா அதும் ரெண்டு ஃபுள்ளா என ஹரி ஆசையில் வாயை பிளக்க ஆமடா.. என்றான் சிவா.

இல்ல மச்சி அது என ஹரி இழுக்க, சரி விடு வரலைனா என பட்டென சொன்ன சிவா, ரவி நீ கிளம்பு ஜீவன் அங்க வந்துருவான்.. வா கிளம்பு நாம போவோம் என்று சொல்லி சிவா எழும்ப..

இல்ல சிவா நான் வரல, மதியம் ப்ரெண்ட்ஸ்ஸ மீட் பன்ன போறேன் என ரவி சொல்ல, ஃபிரெண்ட்ஸா.. என்றான் கேள்வியாய் சிவா..?

ம்ம் ஆமா.. காலேஜ் ஃபிரெண்ட்ஸ் மீட் பன்னலாம்ன்னு சொன்னா-னுக அதான் என ரவி சொல்ல.

ஹோ... சரி சரி.. நீ என்னன்னு பாரு என்று சிவா சொல்லவும், ம்ம்.. என்ற ரவி, வீட்ல வந்து சாப்ட்டு கூட அப்பறம் தினேஷ் வீட்டுக்கு போலாம்ல என அவனிடம் கேட்க...?

இல்ல ரவி நீ போய் சாப்டு நான் அங்க போறேன் என சிவா மறுப்-பாய் சொன்னான்.

அதற்கு, இல்லை சிவா அப்பா கூப்ட்டாருல என ரவி சொல்ல,

டேய் ஆமடா மச்சி, மொத வீட்டுக்கு போய் சாப்பிட்டு அப்பறம் அங்க போவ, இன்னைக்கு விசேஷ நாள்னுதானடா கூப்பிட்றாங்கா.. இன்னைக்கும் அவுங்கள கஷ்டப்பட வைக்காம போடா போய் சாப்டுடா என அக்கறையானவனாய் ஹரி சொல்ல..

டேய் நான் என்னடா அவுங்கள கஸ்டப்படுத்துறேன்..? என்ற சிவா, இப்ப வீட்டுக்கு போயி சாப்பிட்றேன்னு வையி அப்பத்தான் கரெக்டா கல்யாணத்தை பத்தி பேசுவாங்க. நான் அவுங்கக்கிட்ட கேக்குறனா எனக்கு கல்யாணம் பண்ணி வைங்கன்னு.. அவுங்க கல்யாணத்தை பத்தி பேச!! நான் டென்ஷன் ஆக!! பாவம் அவுங்கள ஏன் கஷ்டப்படுத்துவா-னேன்னு நான் பாட்டுக்க ஒதுங்கி இருக்கேன் என ஏரிச்சலாய் சொல்-

லிவிட்டு வெறுப்பாய் அமர்ந்தான் சிவா.

இதற்கு என்ன சொல்ல என்று தெரியாமலும் என்ன சொன்னாலும் அவன் புரிந்து கொள்ளமாட்டான் என தெரிந்ததாலும் ஹரியும் ரவியும் மவுனமாய் நின்றிருந்தனர்.

சிவா சொல்வது போல் அவனுக்கு இஷ்டமில்லாத கல்யாண பேச்சை தனது வீட்டில் எடுப்பதால் அவர்களுடன் பேச்சை குறைத்தவன் பேசுவதற்கான சந்தர்ப்பங்களையும் குறைத்து கொண்டான். வீட்டை விட்டு காலையில் யாரிடமும் சொல்லாமல் கூட கிளம்புபவன் இரவில் நிதானம் குறைந்தவனாய்தான் நல்ல போதையில் வீட்டிற்கு திரும்புவான்.

சில நேரங்களில் ரவி உடனிருப்பான் அவன் இல்லாத நாட்களில் இவனுக்காகவே கதவை தாள் போடாமல் வெறுமனே சாத்தி மட்டும் இருக்கும். யாரையும் தொந்தரவு என ஏதும் செய்யாமல் அமைதியாய் தன் அறைக்குள் சென்று விடுபவன் மீண்டும் காலை எழும்பி கிளம்பி வெளியே சென்றுவிடுவான். புகைக்கும் மதுவுக்கும் தன்னை பழக்கமாக்கி கொண்டவன் இதையே வழக்கமாக்கி கொண்டான்.

வெறுப்பாய் அமர்ந்திருந்த சிவா.. பெரிதாய் மூச்சை உள் இழுத்து வெளிவிட்டவன் ஹரியையும் ரவியையும் பார்த்து சரி நீங்க ரெண்டு பேரும் கிளம்புங்க என சொல்ல அவர்கள் கிளம்பினர்.

பின் தானும் வெளி கிளம்ப ஆயத்தமானவனாய் அனைத்து ஸ்விட்ச்களையும் ஆப் செய்தவனாய் அறையை சுற்றி ஒரு பார்வை பார்த்துவிட்டு வெளியே போக எத்தனிக்கையில் கதவை திறந்து கொண்டு உள்ளே வந்தான் ஹரி.

அவனை பார்த்த சிவாவிற்கு முகத்தில் புன்முறுவல் பூத்தது... ப்ளூ லேபிள்க்காகவே தன் நண்பன் எப்படியும் வருவான் என நினைத்தானோ என்னமோ புன்முறுவலுடன் ஹரியை பார்த்தான்.

அவன் முகத்தை வைத்தே தன்னை அவன் அப்படித்தான் நினைக்கிறானோ என கண்டுபிடித்தவனாய், டேய்.. சிரிக்காத நான் ஒன்னும் இப்ப சரக்குக்காக வரல என ஹரி சொல்லவும் அப்பறம் என்னவாம் என்றவாறு அவனை பார்த்தான் சிவா.

பைக்கை என்னடா எங்கயோ கீழ போட்டு எடுத்திருக்க மாதிரி தெரியுது என்னவாம் என்று ஹரி கேட்க?

உடனே, சிவாவுக்கு மீண்டும் காலையில் நடந்த நிகழ்வு நினைவுக்கு வந்தது. அது ஒரு வண்டி பின்னாடி வந்து குடுத்துருச்சு அதான் பல்சர்

டேமேஜ் ஆயிட்டான் என சொல்லியபடியே ஆஃபிஸை அடைத்துவிட்டு வெளியே வர..

என்னடா சொல்ற சும்மாவா விட்ட.. என ஹரி சீரியசாய் கேட்க..?

அந்த இரு தோழிகளின் மருண்ட விழி நினைவில் வர அது தெரியாம நடந்த ஆக்சிடெண்ட் மச்சி, அத என்ன செய்ய!? ரைட்டுன்னு வந்துட்டேன் என சிவா சொல்லவும், பின் இருவரும் அவர் அவர் பைக்குகளில் ஏறி கிளம்பினர்.

*

பொம்பள பிள்ளையானவ.. வீட்ல இருக்கனுன்டி... காலையில விடியவும் போனவ எப்ப வந்திருக்க!? நல்லா ஊரை சுத்தி விழுந்துவாரிட்டு. ஒரு நல்ல நாள்ல போயி விழுந்து எந்திரிச்சு வந்திருக்கியேடி இப்படி அதுவும் வருஷத்துல மொத நாளே.. நல்லா விளங்கும்டி என ரேவதி தன் மகள் கயல்விழியின் கால் முட்டியில் ஏற்பட்டிருந்த வீக்கத்திற்கு மருந்திட்டபடி பொறுமிக்கிக்கொண்டிருக்க...

எம்மா.. சும்மா இரும்மா ஏற்கனவே வலிக்குது இதுல நீ வேற திட்டி என்னை டென்சன் ஆக்குற என கயல்விழி கத்த..

இப்படி விழுந்துட்டு வந்தா வலிக்காம இனிக்கும்ன்னு நினைச்சியா என ரேவதி சொல்ல..

ச்சைக்.. காலையில விழுந்தது அப்பல்லாம் ஒன்னும் வலிக்கல இப்ப இவ்வளவு நேரம் கழிச்சு வலிக்குது பாரு உங்கிட்ட பேச்சு வாங்கனும்ன்னே.. என வலியோடு கயல் பேச..

வலியிலையும் உனக்கு வாயி குறையுதான்னு பாரு உங்கப்பா இன்னைக்கு வரட்டும், வர நேரம் ஆச்சுல வரட்டும்.. உனக்கு இருக்கு என ரேவதி சொல்ல, நீ பாட்டுக்க கத்திக்கிட்டு இரு என்பதாய் தன் மொபைலில் கவனமாய் இருந்தாள் கயல்.

கயல்விழி ஐந்தடிக்கு சற்றே கூடுதலான உயரம்.. பளிச்சென்ற நிறம் அளவான நெற்றி அதற்கு கீழ் மதுரை பாண்டியனின் கொடியில் தவழும் மீன்தான் கண்களாய்!! ரோஸ் நிற உதடுகள்!! அழகான பல் வரிசை!! வெண்சங்கு கழுத்து!! அதில் ஒரு ஓற்றை மெல்லிய செயின்!! என அழகான அழகிதான் கயல்விழி..!! எம்.பி.ஏ பைனல் இயர் படிப்பு முடிய வேலையோ இல்லையோ கல்யாணம்தான். அதற்க்குத்தான் அவள் அம்மா ரேவதி அவளை வீட்டு வேலைகளை பார்த்து கற்று கொள்ள சொல்லி அதட்டுவது எல்லாம். ஆனால் அவளோ எதை பற்றியும்

கவலை படாமல் அவளாய் சுற்றி திரிகிறாள் ஏனோ வரப்போகும் தன் கணவனும் மாமியாரும் தன்னை தாங்குவார்கள் என்று நினைத்தவளாய்.

*

தங்களது திறமைக்கு பலனாய் கிடைத்திருந்த அந்த அடுக்குமாடி குடியிருப்பு கட்டும் வேலையை தை முதல் நாள் பூமி பூஜையுடன் சிவா ரவி ஹரி ஆரம்பித்திருந்தனர் சரியான வேலையாட்களை வைத்து சீரான வேகத்தில் கட்டிடத்தை கட்டி முடிக்க முழு முனைப்பை காட்டினர் மூவரும். இவர்களின் வேகத்தில் கட்டிடமும் மேல் எழும்ப ஆரம்பித்தது..

எவ்வளவு வேலைப்பளு இருந்தும் சிவா இரவில் தன்னிலை மறக்க செய்யும் மதுவுடன் பிரியமாய் இருந்துவிட்டு உறங்குபவன் காலையில் சிறு பிசகும் இல்லாமல் தன்னை வேலையில் இணைத்துக்கொண்டான்.

இடையில் வரும் வார இறுதியில் சனிக்கிழமை இரவு தன் நண்பர்களுடன் இணைந்து சரக்கடிப்பவன் சண்டே காலையில் அதே நண்பர்களுடன் கிரிக்கெட் விளையாடி மகிழ் மறக்காமல் இருந்தான் ஆனால் ஏனோ தன் குடும்பத்தினருடன் இணைந்து நேரம் செலவிட்டு அவர்களை மகிழ்விக்க மறந்திருந்தான்.. இல்லை ஏனோ மனம் இல்லாமல் அவர்களை தவிர்த்திருந்தான்.

தன் தங்கை பிரியமான தங்கை பாக்யா அதுவும் நிறை மாத கர்ப்பிணியாய் இருக்கும் அவளுக்காக கூட மனம் இல்லாமல் இருந்தான் மதியில்லாதவனாகவே.

கட்டிடத்தின் வேலை ஆரம்பித்து ஒரு மாதத்தை நெருங்கி இருக்க, கட்டிடத்தின் எலிவேஷன் சரியாய் தாங்கள் குறிப்பிட்ட அளவுகளில்தான் இருக்கிறதா என சிவா சரிபார்த்துக்கொண்டிருந்தான்...

அப்போது, டேய் மச்சி.. வாடா டயம் ஆயிருச்சுல கிளம்புவோம் என அவனுக்கு சற்று தள்ளி கிளம்ப ரெடியாய் இருந்த ஹரி அழைக்க...

அவனை திரும்பி பார்த்த சிவா, ம்ம்.. கிளம்புவோம் என்றவன் அவன் அருகில் வந்து அங்க அந்த ப்ளாக்ல மெசுர்மெண்ட் கொஞ்சம் தப்பா இருக்கு நாளைக்கு காலையில மொத வேலையா அத கரெக்ட் பண்ண சொல்லணும் அதுக்கப்பறம்தான் அடுத்த வேலைய தொடனும் என்ன என்ற சிவா, நாளைக்கு கொஞ்சம் வேகமாவே வரப்பாரு மச்சி என சொல்லியபடி ஹரியுடன் தங்கள் பைக்கை நோக்கி நடக்க...

ம்ம் நானும் கவனிச்சேன் அதை நாளைக்கு காலையில கரெக்ட் பன்னிருவோம். ஆனா மச்சி நாளைக்கு நான் இங்க வரது கஷ்டம்டா வேற ஒரு வேலை இருக்கு என்றுவிட்டு ஹரி நெளிய..

நாளைக்கு என்னடா வேற வேலை.. என்றான் சிவா? ஹரியை பார்த்தபடி.

அது.. மச்சி.. அது.. என்னன்னா.. நாளைக்கு என ஹரி நெளியவே அவனை பார்த்தபடி இருந்த சிவா என்னடா நாளைக்கு என்று வேகமாய் கேட்கவும்

உடனே, நாளைக்கு என்னமோடா நான் லீவு போதுமா.. நீ வந்து எல்லாத்தையும் பார்த்துக்கடா என அதே வேகத்தில் ஹரி சட்டென சொல்லவும்,

அவன் முகத்தை சில நொடி மவுனமாய் பார்த்தபடி இருந்த சிவாவுக்கு என்ன தோன்றியதோ தனது வாட்ச்சை திருப்பி பார்த்தான், அவனது வாட்ச் அவனுக்கு சேதி சொல்ல ஹரியின் தயக்கமும் தடுமாற்றமும் புரிந்து போனவனாய் அவனிடம் சரி என்பதாய் தலையசைத்தான்.

சிவாவுக்கு விஷயம் புரிந்து போனது அவன் முக பாவனையிலேயே தெரியவும், உடனே அவன் தோள் சுற்றி கைபோட்டு அவனை அணைத்துக்கொண்ட ஹரி இப்ப எங்க மச்சி பாருக்குதான என்றான்..?

சிவா ஆம் என்பதாய் தலையசைக்கவும் அடுத்த ஒரு மணி நேரத்தில் அவர்கள் வழக்கமாய் செல்லும் பாரில் விரும்பி பருகும் உயர்ரக மதுவை மூன்று ரவுண்ட் முடித்திருந்தனர்.

அடுத்த ரவுண்டை ஆரம்பிக்க சில நிமிட இடைவெளி இருக்க தனது ஃபேவரட் சிகரெட்டை புகைத்து கொண்டிருந்த சிவாவின் போன் வைப்ரேட் ஆகியது. புகையை உள் இழுத்து வெளிவிட்டவாறே மொபைலை எடுத்து பார்த்தவன் ரவி என பெயர் காட்டவும் அட்டெண்ட் செய்து காதில் வைத்து சொல்லு ரவி என்றான்.

எங்க இருக்க சிவா.. சைட்ல இருந்து கிளம்பிட்டீங்களா மெட்டீரியல் சரவணன் போன் பன்னியிருந்தாரு என ரவி வேலை விஷயமாக சிவாவிடம் சில நிமிடங்கள் பேசினான்...

சரி பார்த்துக்கலாம் நான் பேசிக்கிறேன் என ரவி ஏதோ சொன்னதற்கு பதிலாய் சொன்ன சிவா, சரி உனக்கு இப்ப எப்படி இருக்கு என கேட்க..?

ம்ம்.. ஃபீவர் கொறஞ்சிருக்கு ஆனா உடம்பு இன்னும் டயர்டா இருக்குற ஃபீல் இருக்கு.. நாளைக்கும் ஒரு நாள் ரெஸ்ட் எடுத்தாதான் சரியாகும் போல சிவா என ரவி சொல்ல, ஹோ.. சரி சரி உடம்ப என்-னன்னு பார்த்துக்கோ என்றான் சிவா.

ம்ம், சரி நீ பார்த்து வெள்ளனமா வீட்டுக்கு வா என்றுவிட்டு கால் கட் செய்துகொண்டான் ரவி.

பேசி முடித்துவிட்டு போனை டேபிள் மீது வைத்த சிவா தன் முன் இருந்த மதுகோப்பையை எடுத்து ஒரே கல்பில் தொண்டையினுள் சரித்-தான்.

அவனுக்கு எதிரில் மொபைலை பார்த்தபடி அமர்ந்திருந்த ஹரி ஃபேஸ்புக்கில் நாளைய தினத்திற்கான லவ்வர்ஸ்-டே ட்ரெஸ் கோட்

ரெட் - ஆல்ரெடி மிங்கிள்

வொயிட் - ஆல்வேஸ் சிங்கிள்

ஃபுளூ - ஒன்லி சைட்டிங்

ஃகிரீன் - ஐயம் வெயிட்டிங்

ஃபிளாக் - பிரேக் அப்

என ஒவ்வொரு கலருக்கும் ஒவ்வொரு அர்த்தம் போட்டிருக்க அதை படித்து பார்த்தவன் நம்ம மிங்கிள் ரெட் கலர் போடணும் என யோசனையாய் இருக்க..

ஏண்டா.. மச்சி அப்ப நான் சிங்கிளா என நல்ல போதையில் இருந்த சிவா கேட்க...??

போனை பார்த்தபடி இருந்த ஹரி, சிவா நான் சிங்கிளா என கேட்-கவும் அந்த போதையிலும் ஆச்சரியமும் அதிர்ச்சியும் கலந்தவனாய் அவனை பார்த்தான்.

என்னடா இப்படி பார்க்குற என்னை என சிவா தெளிவற்ற குரலில் கேட்கவும் இல்ல மச்சி இப்ப நீ சிங்கிள்னு சொன்னல என நம்பமுடியாத குரலில் அவன் கேட்டான்.

ஆமடா... நான் நாளைக்கு சிங்கிள் தான என போதையின் தாக்-கத்தில் உலரலை போல் சிவா சொல்ல..

அதுவரை அமைதியாய் இருந்த ஹரி, சட்டென தனது மொபைலை டேபிள் மீது போட்டவன், மச்சி உனக்குள்ள இந்த ஃபீலிங் இருக்கா..? அய்யய்யோ.. எப்படா வந்துச்சு இது இத்தனை நாளா எனக்கு தெரியாம போச்சேடா.. என அழுகை போல் வருத்தமாய் சொன்னவன் சட்டென

பேசும் தொணியை மாற்றி, விட்றா மச்சி விட்றா.. நீ ஒன்னும் ஃபீல் பன்னாத சுபாவ கட் பன்னிட்டு நாளைக்கு நான் உன்கூட வரேன் நம்ம ரெண்டு பேரும் போறோம்.. ராஜாஜி பார்க், எக்கோ பார்க், தமுக்கம், மஹால், எல்லா இடத்துக்கும் போறோம்.. உனக்கு பிடிச்ச பொண்ண பார்க்கிற, சிங்கிள்-ள இருந்து நீ மிங்கிள் ஆகுற என்ன சரியா..!? என் மச்சானுக்கு இப்படி பீலிங் இருக்கும்ன்னு தெரியாம போச்சே என போதையில் வேகமாய் ஹரி பேசிக்கொண்டு போக..

நல்ல போதையிலும் அவன் பேசியது நன்றாய் புரிந்தது சிவாவுக்கு உடனே, டேபிள் மீது கிடந்த லைட்டரை தூக்கி ஹரியின் மீது வேகமாய் எரிந்தவன் அவனை முறைப்பாய் பார்க்க..

தன் நெஞ்சின் மீது விழுந்த லைட்டர் வலியை கொடுக்க டேய் என்னடா என்றான் சத்தமாய் ஹரி வலித்த இடத்தில் கை வைத்து தடவியபடி.

டேய் நான் உன்கிட்ட என்னடா சொன்னேன் நீ என்னடா சொல்லிக்கிட்டு இருக்க ஆங்.. என்றவன் மீண்டும் கோபமானவனாய் டேபிள் மீது இருந்த தனது மொபைலயும் எடுத்து ஹரியை நோக்கி எரிய..

வேகமாய் தன் மீது விழுந்த மொபைலை கீழே விழாதவாறு பிடித்த ஹரி ஒன்றும் புரியாதவனாய் சிவாவை பார்த்து டேய்.. மெண்டல் பயலே இப்ப எதுக்குடா எல்லாத்தையும் தூக்கி எரிஞ்சுக்கிட்டு இருக்க என் மேல.. நீதானடா ஃபீல் பன்ன சிங்கிள்ன்னு.. என சொல்ல

டேய்.. நான் என்ன சொன்னேன்றத தெளிவா புரிஞ்சுக்கிட்டு பேசனும் என போதையில் மூடும் விழியை முழுதாய் விழிக்க முயன்றவனாய் சிவா பேச

நீதானடா சொன்ன வெண்ண.. சிங்கிள்னு என ஹரி திருப்பி கேட்கவும்..

நான் என்ன சொன்னேன்னா... என்றவன் சிறிது இடைவெளி விட்டு தன்னை நிதானிக்க முயன்று அ..து..நாளைக்கு நீ லீவு ரவியும் லீவாம் அதுனால சைட்டுக்கு நான் மட்டும் சிங்கிள்ன்னு சொன்னேன் என சிவா துண்டு துண்டாய் பேச..

அய்யய்யோ.. இவன் இப்படி அர்த்தத்துல சொன்னானா..!!?? ஹரி இன்னைக்கி நீ செத்தடா!! இன்னைக்கு உன்ன கொண்ருவான் போ. இவனா இப்படி சொல்றான்னு உனக்கு சந்தேகம் வரலையாடா போ அனுபவி என தன் மனதிற்குள் தானாய் பேசிய ஹரி, சிவாவிடம் நீ

இப்படி டீட்டெய்லா தெளிவா மொதலையே சொல்லியிருக்கலாம் மச்சி என சொல்ல..

சரி அத விடு என்றான் சிவா. உடனே, அப்பாடா விட்டான்டா என்று ஹரி பெருமூச்சு விட்ட அடுத்த நொடியே...

என்ன எப்படிடா அப்படி நினைச்ச.. ஆங் என்ன எப்படி அப்படி நீ நினைச்ச என போதை ராகமாய் சிவா பாட...

ஹரி உனக்கு சோளி முடிஞ்ச்சுடா.. என மனதிற்குள் நினைத்தவன் மதுவை பாட்டிலுடன் எடுத்து அப்படியே தொண்டையில் சரிக்க ஆரம்பித்தான்.

பின் இருவரும் தங்களை மறந்த போதையில் வீடு போயி சேரயில் மணி பதினொன்றறையை தாண்டியிருந்தது.

*

மறுநாள் காலையில் எப்போதும் போல் சைட்டிற்கு கிளம்பி வந்த சிவா முந்தைய நாள் தான் கண்டுபிடித்திருந்த தவறை அதற்கு பொறுப்பான மேஸ்திரியிடம் ட்ராயிங்கில் இருப்பதற்கும் கட்டிடத்திற்கும் வித்தியாசம் உள்ளது என சுட்டிக்காட்டி விளக்கி சொல்லிக்கொண்டிருக்க அவனது பேண்ட் பாக்கெட்டில் இருந்த போன், கால் வரவும் வைப்ரேட் ஆகியது.

போனை பாக்கெட்டில் இருந்து வெளியெடுக்காமலே கட் செய்துவிட்டவன் மேஸ்திரியிடம் அடுத்தடுத்து அவர்களுக்கான வேலைகளை தெளிவாய் விவரித்துவிட்டு அவன் அங்கு இருந்து சற்று நகர்வதற்குள் அவனது மொபைல் மேலும் இரண்டு முறை அடித்து ஓய்ந்திருந்தது.

கட்டிடத்தில் இருந்து சற்று விலகி நிழலுக்கு வந்தவனாய் தனது கர்ச்சீப்பை எடுத்து முகத்தை அழுத்தி துடைத்தவன் தனது மொபைலை எடுத்து பார்க்க அதில் தனது தங்கையின் எண்ணில் இருந்து மூன்று அழைப்புகள் வந்திருப்பதாய் காட்ட முதலில் ஒருசில நொடி அதை சாதாரணமாய் எடுத்துக்கொண்டவனுக்கு அடுத்த நொடி தன் தங்கை நிறை மாத கர்ப்பிணி என்பது சட்டென உரைக்கவே உடனே பாக்யாவிற்கு கால் செய்தான்.

ரிங்.. போய்க்கொண்டிருக்க எதிர்முனை கால் அட்டெண்ட் செய்யப்படாமலே இருக்க யோசனையானவன் கால் கட்டாகவும் மீண்டும் முயற்ச்சித்தான் இந்த முறை ரெண்டாவது ரிங்கிலேயே கால் அட்டெண்ட் செய்யப்பட

சிவா.. அம்மா பேசுறேன்பா... என பதட்டமான குரலில் லெட்சுமி பேச...

தனது தாயின் குரலில் இருந்த பதட்டம் உணர்ந்தவனாய் ஆங்.. சொல்லுங்கம்மா என்றான் சிவா வேகமாய்.

சிவா.. எங்கப்பா இருக்க நம்ம பாக்கியாவ ஹாஸ்பிட்டல் கூட்டி வந்திருக்கேன் வரியாப்பா... என லெட்சுமி கேட்கவும், அம்மா என்னம்மா..? பாகி'க்கு என கேட்டு பதறினான் சிவா...

ஒன்னுமில்லைய்யா... பாப்பாக்கு வலி வந்துருச்சு இங்க கீர்த்தி ஆஸ்பிட்டலுக்கு கூட்டி வந்துருக்கேன் என்னன்னு தெரியல இவளுக்கு வீட்லயே பனிக்குடம் ஒடஞ்சிருக்கு இவபாட்டுக்க தன்னை அறியாம பாத்ரூம்தான் போதுன்னு அசால்டா இருந்திருக்கா நானும் இவள பார்க்கல.. எனக்கும் தெரியல, ரொம்ப நேரம் கழிச்சு எம்மா ஓயாம யூரின் வருதுன்னு சொல்லவும்தான் நான் பார்த்து புரியவும் ஜெயா வீட்டுக்காரர் ஆட்டோல இங்க ஹாஸ்பிட்டல் கூட்டி வந்துருக்கேன். அப்பாவும் இங்க இல்லை என கவலையாய் லெட்சுமி சொல்ல...

சிவாவிற்கு தன் அம்மா பேசியதில் என்ன புரிந்ததோ தன் தங்கை பிரசவத்திற்காக ஆஸ்பிட்டலில் அனுமதிக்க பட்டிருக்கிறாள் என்பது மட்டும் தெளிவாய் விளங்க, நான் இந்தா கிளம்பி வர்றேன்மா.. ரவி இல்லையா உங்கக்கூட என கேட்டவாறு கிளம்ப வேகமானான்.

இல்ல சிவா அந்த பயலையும் காணோம். வீட்ல இருக்கையிலேயே அவனுக்கு போன் போட்டேன் சுவிட்ச் ஆப்ன்னு வந்துச்சு, நல்லவேளை ஜெயா புருஷன் வீட்ல இருக்கவும் கூட்டி வந்துட்டோம். நானும் ஜெயாக்காவும் இங்க இருக்கோம் நீ கிளம்பி வாப்பா... பாக்யா மாப்பிள்ளைக்கு சொல்லணும் நீ போன் பன்னி விஷயத்தை சொல்லிருப்பா என சொல்லி லெட்சுமி போனை வைக்க. அடுத்த நொடி தனது பல்சரில் ஏறி அமர்ந்து எடுத்தவுடனேயே வேகம் பிடித்தான் சிவா...

பாக்யாவின் கணவன் ராஜ்-க்கு போன் செய்து விஷயத்தை சொன்னவன் ரவிக்கு போன் செய்து பார்க்க தனது அம்மா சொன்னது போல் அவனது போன் சுவிட்ச் ஆப் என்றே வந்தது ஏனோ அந்த நொடி ரவியின் மேல் பலி கோபம் வந்தது. தனது அம்மாவின் பதட்டம் அவனை ஏதோ படுத்த பல்ஸரை வேகப்படுத்தினான்..

தனது அம்மா வேற ஏதேதோ சொல்லியதில் பெரிது நாட்களுக்கு பிறகு இவனுக்குள் பதட்டம் ஏற்பட பயம் கலந்த உணர்வோடு அடுத்த

ஒரு மணி நேரத்தில் ஆஸ்பிட்டலுக்கு சென்று சேர்ந்தான்.

பைக்கை பார்க்கிங்கில் நிறுத்திவிட்டு மருத்துவமனைக்குள் நுழைந்தவன் உள் நுழையவுமே தங்கள் பக்கத்து வீட்டு ஜெயாக்காவை சிறிது தொலைவிலேயே பார்த்துவிட நேராய் அவர்களை நோக்கி நடந்தான். அவர்கள் அருகில் தனது அம்மாவை காணாது இவன் உள்ளம் கலங்க....

சிவாவை எதிர்கொண்ட அந்த ஜெயாக்கா புதிதாய் பூத்த புன்னகையுடன், வா.. சிவா உனக்கு மருமகன் வந்திருக்கான் என மத்தாப்பாய் மலர்ந்து சொல்ல...

அவர் சொன்னதை சிறு நொடியில் கிரகித்து புரிந்து கொண்டவனுக்குள் புது மாற்றம்.. நீண்ட நாட்களாய் தொலைத்திருந்த ஒரு புன்னகை சிவாவின் முகத்தில் அப்பிக்கொண்டது. அவர்கள் முகத்திலேயே பாக்யாவும் நலம் என்பது புரிய அம்மா எங்கக்கா என கேட்டான்...?

சரியாய் அப்போது அருகில் இருந்த அறையில் இருந்து லெட்சுமி எதையோ வென்ற களிப்பில் வெளிவர, வந்தவர் அங்கு சிவாவை காணவும் சிவா.. பையன் பொறந்துருக்கான்டா என பெரிதாய் மகிழ்ந்தவராய் சொல்ல அவருடன் சந்தோஷத்தை பகிர்ந்து கொண்டான் சிவா.

உடனே பாக்யாவின் கணவருக்கு போன் செய்து அவர்களுக்கு மகன் பிறந்திருக்கும் செய்தியை சொல்ல ராஜின் மகிழ்ச்சி இங்கு சிவாவிற்கு தெரிந்தது போல மகிழ்வாய் உணர்ந்தான்.

பாக்யாவையும் குழந்தையையும் பார்க்க இன்னும் சிறிது நேரம் ஆகும் என்பதால் சிவா காத்திருக்க அவனது அப்பா சேகரன் தன் பேரனை காணும் ஆவலில் வேகமாய் வந்தார். வந்தவர் இவர்களிடம் விஷயத்தை கேட்டு தெரிந்து கொண்டிருக்க சிவாவின் மொபைல் அழைப்புக்கான அறிகுறியாய் மெலிதாய் அதிர்ந்தது. போன் வேலை செய்யும் இடத்தில் இருந்து வரவே எடுத்து பேசியவன் அவசரம் எனவும் தனது அம்மா அப்பாவிடம் சொல்லிவிட்டு அங்கிருந்து கிளம்பினான்.

இந்த முறை பல்ஸரை முறுக்கி பறக்காமல் முகத்தில் சிறு சிரிப்பாய் செலுத்தினான் ஏனோ இந்த நிமிடத்தை அவனது தங்கை மகன் ரசனையாய் ஆக்கியிருந்தான்.

நேராய் சைட்டிற்கு சென்றவன் வேலையில் ஈடுபட இயல்பு போல் இறுகிப்போனான். அடுத்து வேலையை முடித்து இவன் கிளம்ப மாலை ஆகியிருந்தது நேராக தனது வீட்டிற்கு சென்று குளித்து சுத்தமாகி பாக்-

யாவையும் அவள் புது புதல்வனையும் காண மருத்துவமனைக்கு கிளம்பி சென்றான்...

அங்கு பாக்யா தனி அறைக்கு மாற்றப்பட்டிருந்தாள். அறையின் வெளியே ரவி, பாக்யாவின் கணவன் ராஜ் பேசிக்கொண்டிருக்க அவர்கள் அருகில் வந்தவன் இரண்டொரு வார்த்தை பேசிவிட்டு அறைக்குள் நுழைந்தான்...

அங்கிருந்த கட்டிலில் பாக்யா கண்மூடி படுத்திருக்க தன் பார்வையை திருப்பி கட்டிலின் அருகே இருந்த தொட்டிலை பார்க்க வெள்ளை துணியில் குழந்தையின் முகம் மட்டும் தெரியும்படி சுற்றப்பட்டு அவனும் உறங்கி கொண்டிருந்தான் அவன் அம்மாவை போலவே...

குழந்தையின் முகத்தை மட்டும் பார்த்தபடி இருந்த சிவாவுக்கு அவனை தொட்டு பார்க்க வேண்டும் போல் இருந்தது.

இவ்வளவு நேரம் கத்திட்டு இப்பதாண்டா உறங்குறான் உன் மருமகன் என தன் மகனின் மனதை புரிந்தவராய் அங்கிருந்த லெட்சுமி சொல்ல தனது அம்மாவை சிறு சிரிப்புடன் பார்த்தான் சிவா.

ஏனோ தன் மகனின் முகத்தில் இருந்த சிரிப்பை பார்த்த லெட்சுமிக்கு கண்கள் பனித்தது. அப்போது அங்கு ஹரியும் அவன் மனைவி சுபாவும் வர, வந்தவர்கள் பேசிய சத்தத்தில் பாக்யா கண்விழித்து கொண்டாள்.

கண்விழித்தவள், அங்கிருந்த அனைவரையும் பார்க்க அவளது தலையின் அருகே நின்றிருந்த சிவா வாஞ்சையாய் தன் தங்கையின் தலை தடவ நிமிர்ந்து புன்னகை முகமாய் இருக்கும் தன் அண்ணனை நன்றாய் பார்த்தாள், அவன் மவுனமாய் அவள் தலை தடவியபடி நின்றான்...

ஏய் பாகி, குட்டி பையன் செம்மையா இருக்கான்.. லவ்வர்ஸ் டே அன்னைக்கு வேற பிறந்துருக்கான்... என்னென்ன பண்ண போறானோ என கேலியாய் ஹரி சொல்ல..

அட... ஆமா, மாம்சு நீ சொல்ற மாதிரி இவன் இத வச்சே கொள்ள சேட்டை பண்ணுவான் போலயா என்று ரவி சொல்ல அங்கிருந்த அனைவர் முகத்திலும் சிரிப்பின் தடம் சிவா உட்பட. அடுத்தடுத்து இவர்கள் மகிழ்வாய் பேசியபடி இருக்க தன் அம்மாவிடம் காலையில் வருவதாக சொல்லிவிட்டு அங்கிருந்து கிளம்பினான் சிவா.

மறுநாள் காலை எழுந்தவன் கிளம்பி வேலைக்கு செல்லும் முன் நேராய் மருத்துவமனைக்கு சென்றான் அங்கு பாக்யாவின் அருகில் குழந்தை முழித்து கண்களை உருட்டி உருட்டி பார்த்துக்கொண்டிருக்க அவனிடம் சொடக்கொலி எழுப்பி தன்னை பார்க்க செய்ய முயல...

யார்ய்ய்யா... யார் வந்துருக்கா பாருங்க.., மாமா வந்துருக்காங்களா, பாருங்க.. குட்டி பையன்ன பார்க்க மாமா வந்துருக்காங்க பாருங்க.. மாமா பெரிய மாமா பாருங்க என லெட்சுமி கொஞ்சலாய் தன் பேரனிடம் பேச..

குழந்தையின் சிறு கைக்குள் தனது ஒற்றை விரலை கொடுக்க குழந்தை இறுக்கி கொள்ளவும் சிறிது நேரம் குழந்தையை கொஞ்சியவன் பாக்யாவிடமும் சிறிதொரு வார்த்தைகள் பேசிவிட்டு அறையில் இருந்து கிளம்பி வெளிவர அங்கு மருத்துவமனையின் நுழைவில் கயல்விழியும் அவளது அம்மாவும் வந்துக்கொண்டிருந்தனர்.

மருத்துவமனையின் வெளி நோக்கி நடந்து போய் கொண்டிருந்தவனை,

என்னய்யா சிவா.. மருமகன் எப்படி இருக்கான் என எதிரில் வந்த ரேவதியின் குரல் கேட்டு நிறுத்த, அப்போதுதான் நிமிர்ந்து அவர்களை கவனித்தவனாய், ம்ம்.. வாங்கத்தை நல்லாயிருக்கான் என்றான் சிவா நெளிந்தவாறு. அடுத்து ரேவதி ஏதோ கேட்க அதற்கு சிவா பதில் பேசிக்கொண்டிருக்க அவனையே அமைதியாய் பார்த்தபடி நின்றாள் கயல்.

ம்ம் சரிய்யா.. நாங்க போயி பார்க்கிறோம் உன் மருமகன என்றுவிட்டு, கயலும், ரேவதியும் நகர, ம்ம்.. சரிங்கத்தை என்றுவிட்டு சிவாவும் நகர்ந்தான்.

போகும் சிவாவையே பார்த்திருந்த கயல், தனது அத்தை மகளான அதையும் தாண்டி தனது நல்ல தோழியான பாக்யாவின் தவ புதல்வனை காண தன் அம்மாவுடன் அறைக்குள் நுழைந்தாள்.

3

குழந்தை பிறந்து மூன்றாம் நாள் பாக்யாவும் அவள் மகனும் வீட்டிற்கு ஆரத்தி சுற்றி அழைத்து வரப்பட்டனர். அன்றிலிருந்து குழந்தையை பார்க்க உறவுக்காரர்கள் வந்து வந்து போய்க்கொண்டிருந்தனர். வந்த உறவுகள் குழந்தையை ஆசிர்வதித்து பெருமை பட மகிழ்வாய் பேசினாலும், சிலர் உள்ளம் குமுறும்படி வார்தைகளையும் விட்டுத்தான் சென்றிருந்தனர்...

என்னப்பா.. மக பிள்ளை பேரனை பார்த்தாச்சு, அடுத்து மகன் பிள்ளை பேரன்தான்.., மகவயித்து பேரன் பிரியம்னாலும் மகன் பிள்ள பேரன்தான உறுத்தா பேர் சொல்லும். பையனுக்கு இன்னும் ஒரு கல்யாணத்தை பண்ணி வைக்காம என்னப்பா இருக்கீங்க..? ஏம்பா சேகரா.. நம்ம சனத்துல இல்லாத பொண்ணாயா உன் வீட்டு வழியிலேயே இருக்குமேய்யா பையன் சம்பாரிகிறான்றப்ப கல்யாணத்தை பண்ணி வையுங்க வயசு என்ன குறச்சலா ஆகுது. பாருப்பா ஊருல எவனும் எதும் தப்பா பேசிருவானுங்க எனும்படியான பேச்சுக்கள் சேகரனையும் லெட்சுமியையும் கஷ்டபப்படுத்தியது.

அவர்களுக்கும் ஆசைதானே தன் மகனுக்கு திருமணம் செய்து பார்க்க வேண்டும் என்று. அவன் தானே முரண்டுகிறான்... இந்த பேச்சுக்கள் எல்லாம் கடந்த வருடங்களில் அதிகமாய் கேட்டு வருந்தியவர்கள் இந்த முறை சிவாவிடம் எடுத்து கூறி அவனுக்கு திருமணத்தை நடத்த வேண்டும் என உறுதியாய் இருந்தனர் சேகரனும் லட்சுமியும்.

அன்று, வீட்டில் தனது மடியில் தலைவைத்து படுத்திருந்த பாக்யாவின் தலையை கோதியவாறே ஏன்ங் பாக்யா கயல்விழிய பார்த்தா நல்ல பொறுப்பானவளா தெரிதுல முக லட்சணமாவும் இருக்கா என சொல்ல

தனது அம்மா தலையை தடவி கொடுக்கும் சுகத்தை அனுபவித்தப்படி ம்ம் ம்ம்.. என்றவள், ஆமா.. நீ எதுக்கு இப்ப கயல கேக்குற என்றாள் பாக்யா?

இல்லடி, அவ கயல உங்கண்ணன் சிவாவுக்கு கேக்கலாம்ன்னுதான் நீயும் அவளும் ப்ரெண்ட்தான அதான் உங்கிட்ட எப்படின்னு கேக்குறேன் என்ன சொல்ற என லெட்சுமி கேட்க?

ஓ.. சரி சரி நான் சொல்றதுக்கு முன்னாடி இந்தா எங்கண்ணன் வரான்ல அவன்கிட்ட மொத கேளு, என அப்போது வேலை முடிந்து வீட்டுக்குள் வந்த ரவியை காட்டி பாக்யா சொல்ல..

இவர்களின் அருகில் வந்த ரவி அங்கு பாக்யாவின் அருகில் மெத்தை போன்ற விரிப்பில் உறங்கி கொண்டிருந்த அவளின் மகனை பார்த்தவன் என்ன எப்பவுமே இவனுக்கு தூக்கம்தானா என கேட்டபடி குழந்தையின் அருகில் அமர்ந்தான்.

குழந்தைங்கன்னா அப்டித்தாண்டா... இந்தா உன் தங்கச்சி பாக்யாவும் இப்படித்தான் கொழந்தையில தூங்கிக்கிட்டே கிடப்பா அப்பவும் நீயும் சிவாவும் பாப்பா ஏம்மா தூங்கிக்கிட்டே இருக்குன்னு கேப்பிங்க என லெட்சுமி பழைய நினைவை முகச்சிரிப்புடன் சொல்ல...

புன்னகை முகமான ரவி, ஆமா நான் வரயில ஏதோ டிஸ்கஸ் பண்ணிக்கிட்டு இருந்தீங்க என்னவாம்..? என கேட்க..

அது, உங்க ரேவதி அத்தை இருக்காள அவ பொண்ணு கயல நம்ம சிவாவுக்கு கேட்டு முடிக்கலாம்ன்னு.. என்னடின்னு இவகிட்ட கேட்டேன்.. நீ சொல்லுப்பா ரவி எப்படி என அவனது பதிலை எதிர்பார்த்து லெட்சுமி கேட்டு அவனை பார்க்க..

ரவி பதில் ஏதும் சொல்லாமல் அமைதியாய் இருக்கவே என்னடா யோசிக்கிற என்றார் லெட்சுமி.

தன் அம்மாவையும் அருகில் தன்னை குறும்பு புன்னகையுடன் பார்த்தபடி அமர்ந்திருக்கும் பாக்யாவையும் பார்த்த ரவி, ஆமா.. இப்ப இந்த பிளான யாரு போட்டது என குழந்தையிடம் பேசும் தொனியில் ரவி கேட்க..?

நான்தான்டா கேக்குறேன் என லெட்சுமி வேகமாய் சொல்ல, ம்ம்.., உன் பையனுக்கு கல்யாணம் பண்ண பிளான் போடு.. என் தலையில பாம் போடாத என்ன என ரவி சொல்லவும்..

அவன் சொன்னது விளங்காமல் சிறிது எரிச்சல் ஆனவராய்... என்ன பாக்யா சொல்றான் இவன் என ரவியை காட்டி தன் மகளிடம் லெட்சுமி கேட்க...? அவள் முகத்திலும் இருந்த விளையாட்டு சிரிப்பை கவனித்தவர்.. மேலும் குழம்பியவராய், ஏய்.. ரெண்டு பேரும் என்ன விளையாடுறீங்க அம்மா இங்க சீரியஸ்ஸா கேட்டுக்கிட்டு இருக்கேன் ஆங்.. என்றார் லெட்சுமி சிறு சீற்றமாய்...

உடனே, எம்மா அது... ரவியும் கயலும் என பாக்யா பேச ஆரம்பிக்க, நீ இரு நான் சொல்றேன் என அவளை தடுத்த ரவி, அம்மா நானும் **கயலும்** லவ் பன்றோம் என்றான் பட்டென..

என்னது என்று லெட்சுமி சிறு அதிர்ச்சியாக, ஆமம்மா.. நானும் கயலும் எப்பவோ இருந்து லவ் பன்றோம், சிவாவுக்கு கல்யாணம் ஆகவும் உங்கக்கிட்ட இத சொல்லலாம்ன்னு இருந்தேன் என ரவி சொல்லவும்,

நினைத்தது ஒன்று நடப்பது ஒன்றாய் இருக்கிறதே என்று எண்ணியவராய் லெட்சுமி எதும் பேசாமல் அமைதியாய் இருக்க,

தனது அம்மாவின் முகவாட்டத்தை கண்ட பாக்யா, எம்மா இப்ப எதுக்கு ஒரு மாதிரி ஆகுற சிவா அண்ணனுக்கு இந்தா இவனோட ஆளு கயல விட அழகான பொண்ணுதான் வொய்ப்பா வருவா.. சரியா என பேசி தன் அம்மாவை இயல்பாய் மாற்ற பாக்யா முயல..

உடனே, ஏய்.. எங் கயலுக்கு என்ன குறைச்சல்..? என்றான் வேகமாய் ரவி.

அதற்கு, அவ ஆளே குறைச்சலாதானடா இருக்கா குட்டட்டினு என பாக்யா கேலி பேசினாள்.

ஏய்.. அவ ஒன்னும் அவ்வளவு குட்டை இல்லையே நார்மல் ஹைட்-தான் நீயா சொல்லாத என்று ரவி சொல்ல..

நானா.. சொல்றனா? எம்மா நீயே சொல்லும்மா இவனுக்கு கயலு குட்டைதானம்மா என பாக்யா லெட்சுமியை துணைக்கு இழுக்க.

இவர்கள் பேச்சில் இயல்புக்கு வந்த லெட்சுமி, ஆமா நீ என்ன அண்ணன அவன் இவன்னு சொல்லிக்கிட்டு இருக்க என்று சிறிது அதட்டலாய் கேட்க?

அத, விடும்மா நீ நான் கேட்டதுக்கு பதில் சொல்லு என்றாள் பாக்யா.

கயலை நினைத்து பார்த்தவராய் அவ அப்படி ஒன்னும் குட்டை இல்லை ரவிக்கு நல்லாத்தான் இருப்பா என லெட்சுமி சொல்ல அப்படி சொல்லும்மா என்றான் ரவி வேகமாய்..

பார்டா.. உன் மருமகளோ.. அதான் விட்டுக்கொடுக்காம இருக்கீங்களா இருங்க நல்லா இருங்க ஒரே குடும்பமா என சிரிப்பாக பாக்யா சொல்ல அதற்கு ரவி ஏதோ சொல்ல வரையிலயே...

சரி போப்பா ரவி, போயி ட்ரெஸ்ஸ மாத்திட்டு வா, சாப்பாட்ட எடுத்து வைக்கிறேன் என்று சொல்லியபடியே லெட்சுமி அங்கிருந்து எழும்ப

தானும் எழுந்த ரவி சமையல் அறைக்குள் போகும் தன் அம்மாவை தடுத்து நிறுத்தியவன் அம்மா நீ அண்ணன கல்யாணத்துக்கு ஓகே சொல்ல சொல்லு அப்பறம் பாரு அவனுக்கு எத்தனை பொண்ணுக ஓகே சொல்லுதுங்கன்னு என சொல்ல..

அவனுக்கு பதிலாய்.. அவனது கண்ணத்தை லேசாய் தட்டி முகம் முழுவதும் புன்னகையை காட்டிய லெட்சுமிக்கு மனதிற்குள் தன் மகன் சிவாவை மணக்கோலத்தில் மனமகிழ்வோடு பார்க்க போகும் நாள் என்றோ என்ற ஏக்கம் நிறைந்திருக்க..

தாயே பராசக்தி.. எங்கம்மா மீனாட்சி நீங்கத்தான் நல்ல வழி காட்டனும்மா என உள்ளூர வேண்டியவர் அந்த நாள் வெகு தூரம் இல்லை என தானாய் நினைத்தவராய் நகர்ந்தார்

ரவியும் தன் அறை நோக்கி நகர, அவனது போன் அடித்தது வேகமாய் எடுத்து பார்த்தவன், கயல்விழிதான் எனவும் உடனே அட்டென்ட் செய்து காதில் வைத்தவன் சொல்லுங்க டார்லிங் என்றான் செல்லமாய்.

ம்ம்.. இந்த டார்லிங்லாம் இருக்கட்டும்.. நான் கேட்டது என்னாச்சு என்றாள் கயல்..?

உடனே, நீ என்னடி கேட்ட என்றான் ரவி அதற்கு அவள், என்ன மாமா இப்படி கேக்குற என் ப்ரெண்டுக்கு வீடு கட்டனும்னு கேட்டேன்ல என்று கயல் சொல்லவும்...

அப்போதுதான் ஞாபகம் வந்தவனாய் ஆமா.. ஆமா.. சொல்லு சொல்லு என்று இவன் சொல்ல..

என்ன ஆமா ஆமா.. அவளுக்கு வீடு கட்டி கொடுக்க முடியுமா முடியாத என அவள் கேட்க..?

நீ ஏன் இவ்வளவு சீரியஸா பேசுற? வீடுதான கட்டிருவோம் விடு என ரவி சொல்லவும்...

ஏனோ அவன் குரலில் விளையாட்டுத்தனம் தெரிந்ததோ என்னமோ விளையாடாமா சீரியஸ்ஸா சொல்லு மாமா.. அவ என்ன திட்டுறா என கயல் சொல்ல..

என்னது உன்னை திட்றாளா.. என்னவாம் அவளுக்கு என ரவி கேட்க?

ம்ம் நீ இப்படி பன்னா அவ என்னை திட்டாம என்ன பண்ணுவா என்றவள் இன்னைக்கு....,

ஏய் கயல் நான் என்னமோ நினைச்சேன்டி உன்ன ஆனா நீ இப்படி பன்றியேடி என தன்னை கடியும் தன் தோழியிடம்..

ஏய் நான் என்னடி பன்னேன்.. என்றாள் கயல்..?

பின்ன என்ன வீடு கட்டணும் உன் ஆளுட்ட கேட்டு சொல்லுன்னு சொன்னா நல்லா சொல்றடி இன்னும் என அவள் சொல்ல

ஏய் நான் என் மாமாட்ட சொல்லிட்டேன் அவர் சொல்றேன்னு சொல்லிருக்கார்டி என கயல் சொல்லவும், சொல்றேன்னா எப்ப? நாங்க இப்ப வீடு கட்டணும்டி என்றாள் அவள் தோழி.

இல்லடி, இப்ப அவுங்க ஆல்ரெடி ஒரு பிராஜக்ட்ல வொர்க் பண்ணிக்கிட்டு இருக்காங்களாம் இடையில எதும் புதுசா கமிட் பண்ண மாட்டாங்களாம் நான் உனக்குன்னு சொல்லி எனக்காக பன்னுங்கன்னு சொன்னதாலதான் பொறு சொல்றேன்னு சொல்லிருக்கார்ரு சரியா.. நீ ரொம்ப பண்ணாத பொறு என்று கயல் அழுத்தமாய் சொல்ல..

அதற்கு அவள் தோழியோ, நீங்கதாண்டி ரொம்ப பன்றீங்க என்றவள், யார்க்கிட்டையோ கொடுக்குறதுக்கு பதிலா தெரிஞ்சவங்களுக்கு கொடுக்கலாம்ன்னு நினைச்சதுக்கு பாரேன் என நக்கல் தொனியில் பேச.

பார்டா.. ஜோக்க.. ஹலோ மேடம் உங்களுக்கு ஒன்னு தெரியுமா.. நாங்க இந்தமாதிரி சின்ன பிராஜக்ட்லாம் இப்ப பன்றது இல்ல என்றவாறு அதே தொனியில் கயல் பதில் சொல்ல.. அதற்கு வாய கொறச்சிட்டு வண்டில ஏறுடி... என்றாள் அவள்.

சரி சரி நீ ஒழுங்கா வண்டிய ஓட்டு, இல்லை அன்னைக்கு மாதிரி ஏதாவது வண்டில கொடுத்து கீழ விழ வச்சிராத என்ன..!? என்றபடி தன் தோழியின் பின்னால் அந்த ஆக்டிவாவில் ஏறி அமர்ந்த கயல், அன்னைக்கி எங்க சிவா மாமாவ வேற கீழ கவிழ்த்திட்ட!! ஏதோ எங்க

மாமான்றதால ஒன்னும் சொல்லாம சும்மா போயிட்டாரு என கயல் பேச..

ஆமா.. உங்க மாமாவை நான்தான் வேனுக்கும்ன்னே கீழ கவிழ்த்திட்டேன்! ஏன்னா அது என் நேத்திக்கடன் பாரு.. வாய மூடிக்கிட்டு உட்காருடி என்றவள் ஆக்சிலேட்டரை வேகமாய் முறுக்கி ஆக்டிவாவை கிளப்ப சட்டென சுண்டியதில் ஏய் பாத்துடி மெதுவா மெதுவா என்றவாறு அவளின் தோளை அழுத்தி பிடித்துகொண்டாள் கயல்.

இதை இப்போது ரவியிடம் சொல்ல, சரி சரி நான் பேசிட்டு உனக்கு சொல்றேன் என்ன என்று ரவி கேட்க..

ம்ம் சீக்கிரம் என்ற கயல் அடுத்து வேற பேச ஆரம்பித்து இருவரும் பேசியபடியே கிடந்தனர்.

*

குழந்தை பிறந்து முப்பது நாள் ஆகியிருக்க அன்று மாலை குறிப்பிட்ட சில சொந்தங்களுக்கும் நட்புகளுக்கும் மட்டும் அழைப்பு விடுத்து பெயர் சூட்டும் விழா ஏற்பாடு செய்திருந்தார்கள்...

சொந்தங்களும் நட்புகளும் வீட்டை நிறைத்திருக்க ஹாலை ஒட்டியிருந்த பூஜை அறையில் சுவாமிகள் அலங்கரிக்கப்பட்டு குத்துவிளக்கு ஏற்றியிருக்க, வாழையிலையில் இனிப்பு, காரம் என சில உணவு வகைகள் படையல் போடப்பட்டிருந்தது...

அங்கு பாக்யாவின் மகன் தன் பெரிய மாமன் சிவா போட்ட தங்க செயினுடன் இடுப்பில் வெண்பட்டு துணி சுற்றி அங்கு தரையிலேயே ஒரு வெள்ளை துணி மட்டும் விரித்து அதன் மேல் படுக்க வைக்கப்பட்டிருந்தான். பாக்யாவின் கைகளில் இருந்தவரை அழாமல் இருந்தவன் கீழே படுக்க வைக்கவும் வீல் என்று ஆழ ஆரம்பித்தான்...

சாமிக்கு தீபாராதனை காட்டிய லெட்சுமி சூட தட்டை ஓரமாய் வைத்துவிட்டு வெள்ளி சங்கில் இருந்த சர்க்கரை தண்ணீரை குழந்தையின் வாயில் விட அழுத குழந்தை அழுகையை குறைத்து இனிப்பை சுவைக்க ஆரம்பித்தது...

பார்டா அந்த கத்து கத்தினான்.. இப்ப இனிப்பு படவும் கப்புன்னு ஆயிட்டான் என அங்கிருந்த உறவுகள் சிரிப்பாய் சொல்ல எல்லோர் முகத்திலும் அதன் சாயல்...

பின், குழந்தையை தூக்கிக்கொண்ட பாக்யா தனது அத்தையிடம் கொடுக்க அவர் சர்க்கரை தண்ணீரை தொட்டு குழந்தையின் வாயில்

வைத்தவர், தன் பேரனுக்கு **அமுதன்** என பெயரிட்டு அதை அவன் காதில் மூன்று முறை சொல்லி அவனை கொஞ்ச..

ம்ம் பேரனுக்கு பிடிச்ச பேரா வச்சிருக்கீங்க போல என்று அங்கிருந்த உறவுக்காரர் சொல்ல.. ம்ம் நல்ல பெயர் என்று முகம் மலர்ந்து பாராட்டினர்...

அமுதனின் பெற்றோர்கள் பாக்யாவிற்கும் ராஜ்குமாருக்கும் பெருமையாய் பெரும் மகிழ்வாய் இருந்தது, வந்தவர்கள் வாழ்த்து சொல்ல அவர்களுக்கு சிறு விருந்து பரிமாறப்பட்டது.

சிவாவை தவிர அனைவரும் ஆளுக்கொரு வேலையை எடுத்து செய்து பம்பரமாய் சுழன்று கொண்டிருக்க சிவா மட்டும் ஒதுங்கியே இருந்தான். அவனும் தன்னை புதுப்பித்து விழாவில் பொருத்திக்கொள்ளத்தான் வந்திருந்தான் ஆனால் வந்த உறவுகள் வழக்கம் போல் அவனது கல்யாணம் பற்றி கேள்வியும் பேச்சும் எழுப்ப வெறுத்தவனாய் ஒதுங்கி கொண்டான்.

விழா விருந்து என முடிந்து வந்திருந்தவர்கள் கலைந்து சென்றபிறகு வீட்டினர் மட்டும் ஹாலில் அமர்ந்து நடந்தவைகளை பேசிக்கொண்டிருந்தனர்.

அமுதனை மடியில் வைத்தபடி, அமுது தங்கம் மாமா பாருங்க.. மாமா பாருங்க.. கூப்டு மாமாவை கூப்டு.. என அருகில் அமர்ந்திருந்த தன் அண்ணன் சிவாவிடம் காட்டி குழந்தையை பாக்யா கொஞ்சிக்கொண்டிருக்க, சிவாவும் முகத்தில் சிறு சிரிப்புடன் பாக்யாவின் மடியில் கைகால்களை ஆட்டியபடி இருக்கும் அமுதனை பார்த்தபடி இருந்தான்.

ரவியும் ராஜூம் ஏதோ அவர்களுக்குள் பேசிக்கொண்டிருந்தனர். அப்போது சரி வாங்க எல்லோரும் சாப்பிட்டு வந்து உட்கார்ந்துக்கோங்க மணி ஆயிடுச்சு பாருங்க என்று அழைத்த லெட்சுமி, சிவா வாப்பா.. வந்து சாப்டு, பாக்யா அண்ணனை கூப்பிட்டு வா... என்று சொல்லி சாப்பிட அழைக்க...

அண்ணே... வாண்ணே... சாப்பிடுவோம் என்று பாக்யா சிவாவை கூப்பிட, ம்ம் நீ போய் சாப்பிடு பாகி நான் வறேன் என்றவாறு அங்கிருந்து எழும்பிய சிவா தன் அறை நோக்கி படியேறி போக போனான்...

உடனே, ஏன்ணே.. வரேண்ட்டு மேல போற? வாண்ணே வந்து சாப்டுண்ணே! நீ இவ்வளவு நேரம் எங்க கூட இருக்க இது எவ்வளவு சந்தோசமா இருக்கு தெரியுமா!? என அவனிடம் பாக்யா கேட்கவும் நின்-

றவன் ஏதோ சொல்லவரையில்..,

சிவா.. வாங்க சிவா வந்து சாப்பிடுங்க வாங்க என்று பாக்யாவின் கணவன் ராஜ் அழைக்க இல்ல நீங்க சாப்பிடுங்க நான் மேல போய்ட்டு வரேன் கொஞ்சம் மைண்ட் ஒரு மாதிரி இருக்கு என்றான் சிவா.

உடனே, ஏன் சிவா இப்படி பன்ற? நீ பண்றது நல்லாருக்குன்னு நெனச்சுதான் பன்றியா? நீ உன்னையும் கஷ்டப்படுத்திக்கிட்டு எங்களை-யும் ரொம்ப கஷ்டப்படுத்துற சிவா.. முடியல..!! இன்னைக்கு வந்தவங்க உன்கிட்ட கல்யாணத்தை பத்தி கேட்கவும் நீ சுலபமா அவுங்களுக்கு முகம் கொடுக்காமா ஒதுங்கிக்கிட்ட, இந்த கேள்விய எங்கக்கிட்ட எல்-லாரும் பார்க்குற இடத்துல எல்லாம் கேட்கையில எங்களால உன்ன மாதிரி ஒதுங்க முடியலப்பா வலியையும் கஷ்டத்தையும் மனசுக்குள்ள மறைச்சுக்கிட்டு சபைய நிறைச்சிட்டு வர மாதிரிதான் இருக்கு. ரொம்ப வேதனையா இருக்குடா சிவா.. என்று வேதனையாய் சொல்லி அவன் அம்மா லெட்சுமி கண்ணீர் வடிக்க...

சிவாவோ இலக்கற்று எங்கோ வெரித்தவனாய் அமைதியாய் நின்-றான்.

ரவி பாக்யா சேகரன் ராஜ் எல்லோரும் லெட்சுமியை பேச விட்டு மவுனமாகவே இருந்தனர். லெட்சுமிக்கு இன்று தன் மகனுடன் பேசி ஒரு முடிவுக்கு வர வேண்டும் என தீர்மானமாய் இருக்க பேச்சு தானாய் வந்தது...

ஏன்டா சிவா எங்களை இப்படி கஷ்டப்படுத்துற? எவளோ ஒருத்-திக்காண்டி என்னையும் உங்கப்பாவையும் ரொம்ப வேதனை பட வைக்-கிறடா தம்பி! எங்கக்கிட்ட பேசாம வீட்ல சாப்பிடாம போற அளவுக்கு நாங்க என்னடா பண்ணோம் உனக்கு? ஆங்..நாங்க பெத்த பிள்ளைதா-னடா நீ..? உனக்கு கல்யாணம் பண்ணனும்னு கேக்குறோம் இது கூடா-தாடா..? இது தப்பாடா..? என ஆதங்கமாய் பேசியவர்,

தினமும் அழுதுக்கிட்டு இருக்கோம்டா உன்னை நெனச்சே...!! நீ இப்படி ஒட்டாம சிரிக்காம கொள்ளாம இருக்கவா உன்ன பெத்து ஆசையா வளர்த்துருக்கோம் என்று லெட்சுமி அழுகையாக சொல்லி உடைய வேகமாய் அம்மா என்று அவரின் தோள்மீது கைவைத்து தாங்கி கொண்டாள் பாக்யா.

தன் அம்மா கண்ணீருடன் பேசியது சிவாவை வருத்தமடைய செய்ய தான் செய்வது தவறோ என்று எண்ணி யோசித்தவன், அடுத்த நொடி

அதை மறுத்தவனாய் தன் சூழ்நிலையை இவர்கள் ஏன் புரிந்து கொள்ள மாட்டுகிறார்கள்?? என் வேதனை இவர்களுக்கு எப்படி தெரியும்?? என எண்ணியவனாய்..

எம்மா.. ப்ளீஸ் தயவு செய்து அழாதீங்க எனக்கு எல்லாம் புரியுது ஆனா நீங்க என்னை புரிஞ்சுக்கோங்க!! கல்யாணம் பத்தி யோசிக்கிற மன நிலையில நான் இப்ப இல்லை, எனக்கு அது தேவையும் இல்லை என்னை விட்ருங்க!! என அவன் சொல்ல

உடனே, என்னப்பா இது.. நீ பேசுறது நல்லாருக்கா..? யோசிச்சு பாரு நீயே, இது தப்புன்னு உனக்கு தோனலை..? உன்னை விட்-ருன்னா.. நீ யாரு வேண்டாத ஆளா..? என்ற சேகரன், எங்க பிள்ளை-தானப்ப நீ..?? என்று அழுத்தமாய் தனது கணீர் குரலில் கேட்க..?

விடுங்கங்க நீங்க, அவனுக்கு நம்மள பத்திலாம் கவலை இல்லை! அவனுக்கு நம்ம பெத்த மனசு படுற கஷ்டம் தெரிஞ்சா இப்படி பேசு-வானா..!?

அய்யோ கடவுளே எங் குடும்பத்துக்கு மட்டும் ஏன் இப்படியெல்-லாம்..!? நாங்க என்ன பாவம் பண்ணோம் என்று புலம்பலாய் சொன்ன லெட்சுமி அப்படியே தரையில் அமர்ந்து குலுங்கி அழ ஆரம்பித்தார்..

அழும் தன் அம்மாவை வேதனையாய் பார்த்த சிவா கல்லாகவே நிற்க.

அழுதபடி இருக்கும் தன் மனைவி லெட்சுமியை நெருங்கிய சேகரன், உன்னை நெனச்சு உங்கம்மா படுற வேதனை உனக்கு எங்க தெரிய-போது.. நித்தம் நித்தம் உன்னை நெனச்சு துடிக்கிறது எனக்குத்தான் தெரியும் என உடைந்து போன குரலில் சொன்ன சேகரன், தொண்-டையை செருமி சரி செய்தவராய் ஆனா நீ இப்படி இருக்கிறது உன்-னோட சேர்த்து உன் தம்பியோட வாழ்க்கையையும் கெடுக்குதுன்றத மறந்துறாத!! உன்னால அவன் ஆசைப்படுற வாழ்க்கையை ஏற்படுத்தி கொடுக்க முடியாம இருக்கோம். காலம் தாழ்த்த அவனும் உன்ன மாதிரி நினைச்சது கிடைக்காம என்னவோ ஆகப்போறான் அதுக்கு நீதான் காரணமா இருப்ப என்று சேகரன் சொல்லவும் எதுவும் புரியாதவனாய் சிவா தன் தம்பி ரவியை திரும்பி பார்த்தான்.

நம்மள பத்தி நினைச்சாத்தான் அவனுக்கு இதெல்லாம் தெரிஞ்சிருக்-குமேங்க என்ற லெட்சுமி, ரவியும் கயல்விழியும் காதலிக்கும் விஷயத்தை சொல்லி கயல் படிப்பு முடியவும் கல்யாணம் என ரேவதி வேகப்படுத்-

துவதாகவும் அதற்கு தடையாய் சிவாவின் கல்யாணம் இருப்பதையும் லெட்சுமி தன் மகனுக்கு புரிவது போல் எடுத்துரைக்க...

இந்த புதுச்செய்தி சிவாவை அதிர்ச்சியடையத்தான் செய்தது. தன் தம்பியின் நல்வாழ்விற்கு தான் தடையாய் இருப்பது உறுத்தலாய் இருக்க ஏதோ ஒன்று அவன் நெஞ்சை பிழிந்தது. இது அவன் முக மொழியில் தெரிய அதை கண்ட அவன் பெற்றோர்கள் இதுதான் சமயமென அவனிடம் தங்களால் முயன்றவறை அவன் மனதை மாற்றும் முயற்சிக்கு ஒவ்வொன்றாய் எடுத்து சொல்லி பேச சிவா உள்ளூர சோர்ந்து போனான். அவர்கள் பேசியது அனைத்தையும் காதுகொடுத்து அமைதியாய் கேட்டவன் ஏதும் பேசாமல் மவுனமாகவே இருந்தான்.

லெட்சிமியும் சேகரனும் அவனை நல்முடிவெடுக்க சொல்லி போதனை செய்து அனுப்ப, தன் அறைக்கு வந்த சிவாவிற்கு மூளையில் பெருங்குடைச்சல் எழ பெரிதாய் குழம்பி போனவன் இதில் இருந்து மீள மதுவை நாடினான்.

தனது அறையில் இருந்த ஃபுள் பாட்டில் ஒன்றை ஓப்பன் செய்து கிளாஸில் ஊற்றி குடித்தவன் யோசனையாகவே இருந்தான். தன்னால் அம்மா அப்பா வருந்துவது, நாலு பேருக்கு பதில் சொல்ல முடியாமல் தவிப்பது, தான் தன் தம்பிக்கு தடையாய் இருப்பது என அனைத்தும் அவனை குடைய இதை தாண்டி அவனது அப்பா கடைசியாய் சொன்ன...

கல்யாணம் பண்ணிக்காம இருந்தா ஊருக்குள்ள தப்பா அசிங்கமா பேசுவாங்கப்பா.. ஏதோ குறை இருக்குன்னு அதுனாலதான், அப்படி இப்படின்னு சொல்லுவாங்கப்பா புரிஞ்சுக்கோ.., அப்பா என்ன சொல்றேன்னு இந்த வயசுக்கு உனக்கு புரியும்ன்னு நினைக்கிறன் என்று சேகரன் சொன்னது சிவாவை பெரிதாய் ஆட்டிப்பார்த்தது.

தன் ஆண்மை கேள்வி ஆகும் என்பதை நினைத்து பார்த்தவனுக்குள் இப்போது கோபம் கிளம்ப மதுவை பாட்டிலுடன் தூக்கி தொண்டையில் இறக்கினான்.

இத்தனை நாள் வரை இப்படி ஒரு சூல்நிலை வரும் என்பதை அவன் யோசிக்கவே இல்லை ஆனால் இன்று தன் தம்பிக்காகவோ இல்லை தன்மானத்திற்காகவோ ஒரு முடிவை எடுக்க வேண்டிய கட்டாயத்தில் இருந்தான் சிவா. அம்முடிவு நல் தொடக்கமாய் இருக்கட்டும்...

மது அவனை அமைதி படுத்தியது போல அப்படியே அயர்ந்தான்.

*

சைட்டில் கட்டிட வேலை விருவிருப்பாய் நடந்துகொண்டிருக்க சற்று தள்ளி நிழலில் நின்றபடி ஹரியிடம் வீட்டில் நடந்த நிகழ்வுகளை ஒன்றுவிடாமல் ரவி சொல்ல, அவன் சொல்ல கேட்டவனாய் ம்ம்.. அம்மா அப்பா பேசுனதுக்கு என்ன சொன்னான் என்றான் ஹரி.

ம்ம் ஒன்னும் சொல்லல ஆனா எதுவும் மறுத்தும் பேசல அமைதியாத்தான் இருந்தான் என ரவி சொல்ல..

ம்ம்.. எதும் சொல்லாம அமைதியா இருக்கான்னா இதுவே மாப்ளைட்ட நல்ல சேஞ்தான். அவனை இப்பதைக்கு இப்படியே ஃப்ரியா விடுவோம் என்று ஹரி சொல்லி இருவரும் பேசிக் கொண்டிருக்கையிலேயே, அவர்கள் அருகில் சிவா வரவும் இருவரும் அமைதியாகினர்.

வந்தவன் இருவர் முகத்தையும் பார்த்துவிட்டு என்னடா எதும் ரகசியம் பேசுறீங்களா!? நான் வந்து டிஸ்டப் பண்ணிட்டேனா!? சைலண்டாயிட்டீங்க என கேட்க..?

உடனே, நாங்க என்னடா ரகசியம் பேசப்போறோம் அதுவும் உன்னை விட்டுட்டு, எதுனாலும் சொல்லிரமாட்டோமா என சிரிப்பை முகத்தில் நிறுத்தியபடி ஹரி சொல்ல...

நல்லா சொன்னீங்கடா என் காதுலயே.. என நடுவிரலை மட்டும் மடக்கியபடி வலதுகையை ஆட்டி சிவா நக்கலாய் சொல்ல

தன்னைத்தான் குறிப்பிடுகிறான் என்பது ரவிக்கு புரிய தன் அண்ணனை பார்க்காமல் தலையை குனிந்து கொண்டான். இதை கவனித்த ஹரிக்கும் புரியவே, சொல்லலாம்ன்னா சொல்றதலாம் கேக்குற மாதிரியாடா நீ இருக்க!? இல்ல நாங்க சொல்றதத்தான் கேட்ருக்கியா!? என்றான் ஹரி சிறிது அழுத்தமாகவே.

ம்ம் ஏன்டா கேட்க்கல..? பார்த்தா நீங்க பொய் சொல்லிட்டு போறப்பெல்லாம் நம்பி கேட்டுக்கிட்டுதானடா இருந்திருக்கேன் என்ற சிவா, ஆனா நல்லா பொய் சொல்லிருக்கான் போலடா? ப்ரெண்டா பார்க்க போறேன் ப்ரெண்ட பார்க்க போறேன்னு அங்கத்தான் போயிருக்கான் போல என சொல்ல

எங்கடா மச்சி என்றான் ஹரி? உடனே அவனை முறைத்தவாறு சிவா பார்க்க, ரவியோ எதுவும் பேசாமல் நெளிந்தபடி நின்றான்.

பார்க்க அமைதியா இருக்கு ஆனா நல்லா ஊர் சுத்தம் போல. இல்ல இவன்தான் கூட்டிப்போயி அப்படி கெடுத்து வச்சிருக்கானான்னு

தெரியல என்றவன் அன்னைக்கு வண்டியோட வந்து கொடுத்து என்ன கவிழ்த்திருச்சுக என சிவா சொல்லவும்..

வேகமாய், அது கயல் இல்லை அவ ப்ரெண்டு!! அதுதான் வண்டி ஓட்டுனது என்று ரவி சொல்ல, உடனே தனது தம்பியை திரும்பி பார்த்-தான் சிவா.

என்னடா ரவி சொல்ற என் மாப்பிள்ளைய ஒருத்தி கவுழ்த்துட்டாளா என ஹரி கேட்க..? அவனை சிறு முறைப்புடன் பார்த்த சிவா, கீழ கவிழ்த்திருச்சுன்னு சொன்னேன்! என்றவன் அன்னைக்கே உன்கிட்ட இத சொன்னேன்ல என்று சொல்லவும்,

என்னைக்கு... ஓ... அன்னைக்கு அன்னைக்கு என்று ஹரி நினைவு வந்தவனாய் இழுக்க...

அன்னைக்குலாம் அவள வெளியே கூட்டி போயி ஒன்னும் இல்ல! படம் பார்க்கயில படத்தையே பார்க்கல!! பயந்துக்கிட்டே இருந்தா. மாமா எதும் சொன்னாரா..? திட்டுனாறா..? வண்டி பின்னாடி ஓடஞ்சிருச்சு ரொம்ப கோபமா போனாருன்னு புலம்பி பயந்துகிட்டே கிடந்தா என்று கயலை பற்றி ரவி சொல்ல

அவன் சொன்னதை முழுதும் கேட்ட சிவாவுக்கு ஏனோ உள்ளுக்-குள் சிறு சிரிப்பு வர, அவ ஏன் பயப்புட்றா!? அவதான் இடிக்கலைல அவ ப்ரெண்டுதான என கேட்கவும்..

ம்ம் அதுவும்தான். ரெண்டும் பயந்து பயந்து என்ன கடுப்படுச்சி-ருச்சுக என அன்றைய நாளில் ஏதோ ஏமாற்றம் கண்டவனாய் ரவி சொல்ல.

டேய் ரவி உன்ன என்னமோன்னு நினைச்சா... நீ ரெண்டு பேரை கூட்டி போயி படம் பார்க்கிற அளவுக்கு பெரிய ஆளாடா என ஹரி கேட்க...?

சிவாவும் ரவியும் ஒருசேர அவனை முறைத்தனர். டேய் ஏண்டா அண்ணனும் தம்பியும் இப்படி முறைக்கிறீங்க என பயந்தவனை போல் ஹரி கேட்க..?

கயல் என் பக்கத்துல உட்கார்ந்து போன்ல அவ ப்ரெண்டு கூட பேசி ரெண்டும் பயந்துகிட்டு கிடந்துச்சுக்கன்னு சொன்னேன் என முறைப்பா-கவே ரவி சொல்ல,

ஐயம் வெரி சாரி. காலையில "என் எதிரே ரெண்டு பாப்பா.. கை வச்சா என்ன தப்பா.. பாட்டு கேட்டேனா" அது சிங்காகி எனக்கு வாங்-

காயிருச்சு.. ஃபிரியா விடுங்க என்ற ஹரி.. இப்ப என்ன லஞ்சுக்கு கிளம்புறோம்மா இல்லையா என்று கேட்க அடுத்த நாற்பதாவது நிமிடத்தில்,

மதுரையின் பரபரப்பான தமிழ்ச்சங்கம் ரோட்டில் அமைந்திருக்கும் அந்த பிரபல ஹோட்டலில் மூவரும் அமர்ந்து அந்த ஓட்டலின் ஸ்பெஷல் அயிரை மீன் குழம்பை இரண்டு ரவுண்ட் முடித்துவிட்டு மூன்றாம் ரவுன்டிற்கு எலும்பு ரசம் ஊற்றி பிசைந்து அள்ளி சாப்பிட்டுக்கொண்டிருந்தனர்.

அப்போது ரவிக்கு போன்வர பேண்ட் பாக்கெட்டில் இருந்து சிரமப்பட்டு எடுத்து பேசியவன் பேசி முடிக்கவும் சிவாவிடம்,

சிவா.. கயல் ப்ரெண்டுக்கு நம்ம பொன்மேனில எட்டு சென்ட் இடம் இருக்காம் அதுல நாலஞ்சு செண்ட்ல ரெண்டு ப்ளோர் வீடு கட்டனுமாம். என்கிட்ட கேட்டு இருந்துச்சு நான் உன்கிட்ட கேட்டு சொல்றேன்னு சொல்லியிருந்தேன். அதான் என்னனு கேக்குதுக என்று ரவி சொல்ல...

சாப்பாட்டில் கவனமாய் இருந்தவாறே ம்ம் பன்னுவோம் வந்து சைட்ட காட்ட சொல்லு அவுங்க விருப்பத்துக்கு ஏத்த மாதிரி பிளான் போட்டு கொட்டேசன் கொடுப்போம். நீ கூட போயி சைட்ட பார்த்து சர்வே பண்ணிட்டு வா டிமாண்ட்ஸ் கேளு அதவச்சு பிளான் போடுவோம் ஆபிஸ் வர சொல்லு பேசிக்கிருவோம் என சிவா சொல்ல

ம்ம், அதான் உன்கிட்ட கேக்கலாம்ன்னுதான் நீ ஏதாவது சொல்லுவேன்னு சங்கட்டப்படுது அந்த பிள்ளை. ஆபிஸ் வந்தாலும் அந்தபிள்ளைய நீ எதும் சொல்லாத என்ன என்று ரவி கேட்க..?

யாரை...? என்பதாய் சிவா நிமிர்ந்து பார்க்க..

அதான் அன்னைக்கு வண்டில வந்து இடுச்சுச்சுகன்றல அந்த பிள்ளைக்குத்தான் வீடு. அதான் நீ என்னமும் சொல்லுவேன்னு அது நெனைக்குது என ரவி விளக்கம் தர..

ஓ... என புரிந்தவனாய் ராகம் போட்ட சிவா, நான் என்ன சொல்ல போறேன் என்றுவிட்டு சாப்பிட்டு முடித்தவனாய் எழுந்து செல்ல, ரவியும் ஹரியும் தங்கள் சாப்பாட்டில் கவனமானார்கள்.

*

அடுத்த வாரத்திலே எஸ்.ஆர்.எச் கன்ஸ்ட்ரக்சனின் அடுத்த ப்ராஜெக்ட்டான கயலின் தோழிக்கான வீடு பூஜையுடன் தொடங்கியது.

அந்த சின்ன ப்ராஜெக்ட் ரவிக்கு கொடுக்க மொத்த பொறுப்பும் அவனானது. சிவாவும் ஹரியும் அடுக்குமாடி குடியிருப்பில் முழு கவனமாய் இருக்க தேவை எனும் பட்சத்தில் மட்டும் ரவியின் சைட்டிற்கு போய் வந்தான் சிவா. இவர்களின் வேகத்தில் அவர்கள் கட்டும் கட்டிடங்களும் வேகமாய் வளர்ந்தது...

அன்று காலை தங்களது ஆபிஸில் அமர்ந்து மொபைலை பார்த்து கொண்டிருந்த ஹரியிடம், டேய் ஹரி.. என்னடா நீ கோவிலுக்கு வரலையா? ரவி ஏதோ சொல்றான் என தனது இருக்கையில் அமர்ந்தபடி சிவா கேட்க..?

அவனை நிமிர்ந்து பார்த்த ஹரி, ஆம மச்சி.. நீங்க போயிட்டு வாங்க, அடுத்து போகையில எல்லாரும் போவோம் என்று சொல்ல ஏன்டா என்றான் சிவா?

அது சுபாக்கு கொஞ்சம் உடம்பு சரியில்லை அதாண்டா.. என ஹரி சொல்லவும், சுபாக்கா? என்னடா என சிறு யோசனையானவனாய் கேட்டான் சிவா.

உடனே, இல்ல மச்சி இது அங்க கோவிலுக்கு வர தோது இல்லாம இருக்காம். ட்ராவலிங்கும் இந்த டயம் அவளுக்கு சரி படாது அதான் என ஹரி பூடகமாக சொல்ல.

அவன் சொன்னது புரியவும் சரியென்பதாய் தலையசைத்த சிவா பின் அமைதியாகி வேலையில் மூழ்கினான்.

சிவாவிடம் அன்று அவன் கல்யாணத்தை பற்றி எடுத்து பேசிய பிறகு அவன் மறுத்து எதும் பேசாது மவுனமாய் இருந்ததே சற்று நிம்மதியை தந்திருக்க, இனி அவன் திருமணம் சம்பந்தமாய் அடுத்து எது செய்வதாயினும் தங்கள் குலதெய்வ கோவிலுக்கு சென்று வந்த பிறகு பார்த்துக்கொள்ளலாம் என அவனது பெற்றோர்கள் சேகரனும் லட்சுமியும் முடிவெடுத்திருந்தனர். அதன் படி பங்குனி உத்திரத்திற்கு கோவிலுக்கு போக வேண்டும் என சிவாவை அழைத்தபோது கடந்த வருடங்களை போல் வர மறுத்தவனாய் ஒதுங்கி போகாமல், ம்ம்.. போவோம் என்பதாய் சொல்லியிருக்க எல்லாம் கூடி வருகிறதோ என எண்ணி மனம் மகிழ்ச்சியில் இருந்தனர் சிவாவின் வீட்டில்.

அமுதனுக்கு ஒன்றரை மாதமே ஆகியிருக்க அதனால் பாக்யா அவள் கணவன் ராஜ்குமார் என அவர்களை மட்டும் விடுத்து மீதி அனைவரும் வழக்கம்போல் தங்களது சொந்தபந்தங்களுடன் மகிழ்ச்சி-

யான உணர்வோடு இரண்டு வேன்களில் தூத்துக்குடி தாண்டி திருச்செந்தூர் போகும் வழியில் இருக்கும் தங்கள் குல தெய்வ சாஸ்தா கோவிலுக்கு பயணமாகினர்.

வருட வருடம் பங்குனி உத்திரத்திற்கு தவறாமல் தங்கள் குலதெய்வ கோவிலுக்கு சொந்தங்களுடன் சென்று வணங்கிவிட்டு திருச்செந்தூர் சென்று முருகனையும் தரிசித்துவிட்டு இரண்டு நாள் தங்கள் சொந்தங்களுடன் இனிமையாய் மகிழ்வாய் இருந்துவிட்டு ஊர் திரும்புவார்கள். இது போல் திருவிழாக்கள் தானே பலி பகை மறந்து சொந்தபந்தங்களுடன் ஒன்று கூடி பேசி கேட்டு மகிழ வாய்ப்பை அமைத்து கொடுக்கிறது.

இரண்டு வேன்களிலும் சொந்தங்கள் நிரம்பியிருக்க, சிலர் கண்களை மூடி உறங்கியபடி.., சிலர் வேனில் இருந்த டிவியில் ஓடிக்கொண்டிருந்த படத்தை நான்காவது முறையாகவும் ரசித்து பார்த்தபடி.. சிலர் கூடி கதைகள் பேசியபடி பயணமானர்.

தூத்துக்குடி தாண்டி திருச்செந்தூர் செல்லும் சாலையில் வழுக்கிக்கொண்டு சென்ற வேன் சிறிது வேகம் குறைத்து இடப்பக்க அந்த குறுகிய சாலையில் திரும்பியது.

உடனே கோவில் வந்துவிட்டது என்பதை உணர்ந்தவர்களாய் எல்லோரும் ஆர்வமாகி ஜன்னலுக்கு வெளியே பார்த்தனர்...

ஏய் அர்ஜூன்.. அட்சயா.. என முன்னாள் இருக்கையில் அமர்ந்திருந்த தனது பிள்ளைகளை அழைத்து குரல் கொடுத்த அவர்களின் அம்மா வெளிய ஆத்த பாருங்க என சொல்ல அவ்விரு வாண்டுகளும் ஆர்வமாய் ஜன்னலுக்கு வெளியே பார்த்து அய்ய்!குளிக்க போறோம் என மகிழ்ச்சியாய் ஆர்ப்பரிக்க, வேன் தடக் தடக் என குலுங்கியது...

வேன் சாலையில் குதியாட்டம் போட, வருஷம் ஆனாலும் இந்த ரோட்டை போட மாட்டாங்கே போல என பெரியவர் ஒருவர் சொல்ல. ம்ம்.. அங்கிட்டு அந்த இறக்கத்துல இறக்கயில மெதுவா இறக்க சொல்லுங்கடி என பின்னால் இருந்த ஒரு பெரியப்பத்தா குரல் கொடுத்தார்.

ரோட்டில் இருந்து மணல் சாலைக்கு வண்டியை முடிந்தவரை மெதுவாய் அழுங்காமல் குழுங்காமல் இறக்கத்தில் கீழ் இறக்கினார் டிரைவர்.

அடுத்த இரண்டு நிமிடத்தில் தாமிரபரணி ஓடும் ஆற்றின் கரையில் அமைந்திருந்த அவர்கள் குலதெய்வ சாஸ்தா கோவில் முன் போயி நின்றது வண்டி.

ஆண்கள் சிலர் வண்டி, இறக்கத்தில் இறங்கும் முன்னேயே இறங்கியிருக்க, சிறு வாண்டுகள் உற்சாகமாய் வண்டியில் இருந்து குதித்து இறங்கி கோவில் அருகே ஓடினார்கள். வேனில் இருந்த பெண்கள் உள்ளிருந்தவாறே தங்கள் உடைகளை சரி செய்து கொண்டுவிட்டு மெதுவாய் இறங்கினர். இவர்களை போல் பல குடும்பங்களும் வேனிலும் காரிலும் சின்ன லாரிகளிலும் வந்து கோவிலை நிறைந்திருக்க, இவர்களுக்கென அந்த ஆலமர நிழலில் ஒரு இடத்தில் தார்பாய் விரித்து ஒழுங்கு செய்து அமர்ந்தனர்.

ஐந்து வருடங்களுக்கு பின் தன் குல தெய்வ கோவிலுக்கு வந்த சிவா மாறியிருந்த தோற்றத்தை பார்த்தபடி இருக்க. போன வருசம்தான் இந்த மண்டபம் கட்டியிருந்தாங்க சிவா.. என தன் அண்ணனிடம் ரவி கோவிலின் சில மாற்றங்களை விவரித்து கொண்டிருந்தான்.

அப்போது அவர்கள் அருகில் வந்த லெட்சுமி, ரவி வண்டில இருக்குற அடுப்பு, பாத்திரம், சாமான்கலாம் எடுத்து கொடுக்கிறீங்களாப்பா காலையில சாப்பாட்ட ரெடி பண்ணலாம் என்று சொல்ல...

சிவாவும் ரவியும் அந்த வேலையை செய்ய ஆயத்தமானார்கள். அவர்களுடன் கயலின் அண்ணன் பூபதியும் வேலையில் ஈடுபட சமைக்க ஏற்பாடு செய்து கொடுத்தனர்.

ஏய் என்ன வண்டிய விட்டு இறங்காம இன்னும் உள்ள உட்கார்ந்துக்கிட்டு இருக்க!? என சோர்வாய் ஜன்னலுக்கு வெளியே பார்த்தபடி இருந்த கயலிடம் வேனிற்கு வெளியே நின்றபடி ரவி கேட்க?

ம்ம், தலை வலிக்குது என்று அவள் சொல்லவும். வாமிட் இன்னமுமா வருது உனக்கு என்றவன்? இன்னும் வேன்ல பஸ்ல போனா வாந்தி எடுக்குற பழக்கம் போல என்ன என கேலியாய் சொல்ல..

நானா வேனுக்கும்ண்ணேவா எடுக்குறேன் அதுவா வருது என்று சிணுங்கலாய் கயல் சொல்லவும், அதை ரசித்தவனாய் சரி கடைக்கு போறேன் உனக்கு எதும் வாங்கிட்டு வரவா என கேட்டான்..?

அப்போது, டேய் மாப்ள வாடா.. கடைக்கு போயிட்டு வந்துருவோம் என சிறிது தூரம் தள்ளியிருந்த பூபதி அழைக்கவும். சரி நான் கடைக்கு போய்ட்டு வந்துட்றேன் நீ டல்லா இங்க உட்காராம கீழ இறங்கி அங்க போய் உட்காரு என்றுவிட்டு கிளம்பினான் ரவி.

சிவாவும் பலநாட்களுக்கு பின் சந்தித்த தனது சித்தப்பா மாமாவுடன் கடைகளுக்கு சென்று அவர்களுடன் பேசி தான் தன்னை இலகுவாக்க

முயன்றிருந்தான்.

அடுத்தடுத்து ஆளுக்கொரு வேலையை பார்க்க ஆரம்பித்து பரபரப்பாகினர். ஆற்றுக்கு குளிக்க சென்று வந்து வேனின் உள்ளும் அதன் மறைவிலும் உடை மாற்றிக்கொண்டு தங்களை அலங்கரித்துக்கொண்டனர்.

பட்டுபாவடை தாவணியில் தலையில் மல்லிகையும் முகத்தில் புன்னகையுமாய் வந்த கயலை கண்டு கிறங்கி போனான் ரவி. கடைக்கு போனவன் அவளுக்கு பிடித்த சாக்லேட்டை வாங்கி வந்து கொடுத்திருக்க சிரிப்பாய் வாங்கி சுவைத்தவள் அவனுக்கும் அதில் சிறு பங்கு கொடுத்து இருவருமாய் சுவைக்க.. அப்போது அவன் அவளிடம் வேறு ஏதோ கேட்டிருப்பான் போல குறும்பாய் அவளை பார்த்த கிரக்கத்தில், அதற்கு போயா.. போங்கு என அவனுக்கு புளிப்பு காட்டி ஓடிப்போனாள் கயல். கயலை போலவே அங்கு பல பெண்கள் பளபளக்க அவர்களை ஒரு விடலை கூட்டம் சுற்றி வந்துக்கொண்டிருந்தது.

சுற்றி பலர் பொங்கல் வைத்துக்கொண்டிருக்க லெட்சுமியும் பல வேண்டுதல்களை மனதில் வைத்தபடி புது அரிசி பொங்கலிட, பொங்கல் பொங்கவும் கிடா வெட்டப்பட்டு படையல் ஆனது.

நீண்ட நாட்களுக்கு பின் தனது அம்மா அப்பாவுடன் சாமி கும்பிட்ட சிவா தனது குல தெய்வத்திடம் எங்க வீட்ல எல்லோரும் நல்லாருக்கட்டும் என்பதை வேண்டுதலாய் வைத்தான். பின் சமைத்த உணவினை விருந்திட உறவுக்கூட்டம் மகிழ்ச்சியாய் இருந்தனர். பின் உணவு செரிக்கும் வரை போன கதை வந்த கதை.. கதிரேசன் மகளுக்கு இவ்வளவு நகை.. போட்டு கட்டிக்கொடுத்தும் ரெண்டு வீட்டுக்கும் பகைன்னு பல கதை பேசியவர்கள் மாலை ஆகவும் கிளம்பி திருச்செந்தூர் பயணமானர்கள்...

♬♩♪♩ ♩♪♩♬

கோவிலின் அருகினில்
கூடிய கூட்டங்கள்,
தலையா கடல் அலையா?
குழந்தைகள் பெரியவர்
அனைவரை இழுக்கும்,
குமரனவன் கலையா?

♬♩♪♩ ♩♪♩♬

என்ற பாடல் வரிகளுக்கு ஏற்ப வெகுமக்கள் அவர் அவர் குல-தெய்வ வழிபாட்டினை முடித்து பெரும்பாலான தமிழ் மக்களின் விருப்பக் கடவுளான முருகனை காண அங்கு திருச்செந்தூரை நிறைத்திருந்தனர்.

சிவாவின் கோவிலில் இருந்து திருச்செந்தூருக்கு ஒருமணி நேரம்-தான் ஆனால் இவர்களைப்போல் மொத்த பேரும் கோவில் நோக்கி படையெடுத்திருக்கவே இடம் பார்த்து வேனை பார்க்கிங்கில் நிறுத்துவ-தற்குள் இரண்டு மணி நேரம் ஆகியிருந்தது.

ஆற்றில் குளித்து ஆட்டம் போட்டது பத்தாது கடலில் குளிக்க போகிறோம் என பெரும் ஆவலில் இருந்த குழந்தைகள், தாமதமானதில் தங்கள் அம்மா அப்பாவை கடல் எப்ப வரும் எப்பவரும் என கேட்டு நச்சரித்ததில் அனைவருமே நொந்து போயினர். இது எல்லாம் அங்கு சென்று இறங்கும் வரைதான் இறங்கவுமே அனைவருக்கும் பெரும் மகிழ்ச்சி.

வந்த உறவுகளில் பாதி பேர் அப்போதே சாமி பார்த்துவிட்டு கிளம்ப இருக்க, இரு வேனில் ஒரு வேன் அன்று இரவே மதுரை நோக்கி கிளம்ப தயாரானது. இன்றே போக வேண்டும் என எண்ணியவர்கள் வேகமாய் கடலுக்கு சென்று தங்களை நனைத்து கொண்டு கோவில் நோக்கி கிளம்பினர்.

சிவா குடும்பம், அவனின் சித்தப்பா பெரியப்பா குடும்பம் கயலின் குடும்பம் இன்னும் சிலர் மட்டும் இன்று தங்கி நாளை மதியத்திற்கு மேல் மதுரைக்கு கிளம்புவதால் கோவிலுக்கு போகாமல் அப்படி அப்படியே தோது பார்த்து அமர்ந்தனர்.

கோவிலுக்கு போய்விட்டு திரும்பியவர்களுக்கு உணவளிக்க லெட்சுமி சேகரன் ரேவதி பரபரப்பாய் இருக்க, கயல் தனது வயதை ஒத்த உறவுக்-கார பெண்களுடன் கடற்கரைக்கு செல்ல அவர்களுடன் சிறுப்பிள்ளை-களை அழைத்து கொண்டு ரவியும் பூபதியும் சென்றனர்.

சித்தப்பா பெரியப்பா மாமாக்கள் அந்த நாளை இன்னும் இனிமை கூட்ட வேண்டும் என்பதாய் மதுவை தேடி கோவிலுக்கு வெளியே ஊருக்குள் நடையெடுத்திருந்தனர்.

சிவாவுக்கும் மது தேவைதான் பட்டது இருந்தும் இன்னைக்கு ஒரு-நாள்தான என மதுவை ஒதுக்கி புகையை நாட கோவில் பார்க்கிங் தாண்டி வெளியே உள்ள டீக்கடை ஓரம் நின்று சிகரெட் பிடித்துக்-

கொண்டிருந்தான் ஏதோ ஒரு யோசனையாகவே.

அப்போது, ஏலே... மாப்ள.. ஏல் சிவா.. என்று கோவில் ஏரியா-வுக்குள் நுழைய ட்ராப்பிக்கில் மெதுவாய் வந்துக்கொண்டிருந்த வேனின் படியில் நின்றபடி ஒருவன் கட்டைக்குரலில் இவனை அழைக்க..

சிகெரெட் அடித்தவாறே சத்தம் வந்த திசையை சிவா திரும்பி பார்க்க அந்த கட்டை குரல் காரன் வேனில் இருந்து இறங்கி சிவாவை நோக்கி நடந்து வந்துக்கொண்டிருந்தான்.

அவனை காணவும் முகம் மலர்ந்தவனாய் வா மச்சி.. என்ன இப்பத்-தான் வரீங்களா என்று தன் அருகில் வந்த தனது உறவுக்காரனான ஒரு வழியில் அத்தை மகனான உதயாவிடம் சிறு சிரிப்புடன் சிவா கேட்க..?

ஆமலே மாப்ள அங்க நம்ம கோவில்ல இருந்து கிளம்பவே நேரத்தை ஆக்கிட்டானுவ. நல்லா ஆத்துல குளிச்சு சாமி பாத்து சாப்ட்டு அந்தான்னைக்கு அப்படியே கிளம்பி வர்றோம். டிரைவர் சொல்லிகிட்டேத்தான் இருந்தாப்ல லேட்டாக லேட்டாக இங்க திருச்-செந்தூர்ல கூட்டம் ஏறிரும் வண்டி நிறுத்த இடம் இருக்காதுன்னு பார்த்தா அப்படித்தான் இருக்குது போல என்ற உதயா, ஆமா நீங்க வந்த நம்ம வண்டி எங்க நிக்கிது என்று கேட்க...?

ம்ம் அங்கதான் மச்சி. நம்ம ரெண்டு வேன்ல வந்துச்சு இப்ப ஒரு வண்டி கிளம்பிரும் அங்கன்னா போட்டுக்குவோம் என சிவா சொல்ல-வும்..

அப்படியா சரி வா.. ஆமா எங்க உன்கூட ரவிய காங்கல என்று உதயா கேட்க? அவன் அங்கதான் இருக்கான். நான் ஒரு தம்மை போடுவோம்ன்னு வந்தேன் என இவர்கள் பேசிக்கொண்டிருக்க, உதயா-வின் வேனில் இருந்து அவனது அப்பா, உதயா.. என சத்தமிடவும் வா மாப்ள போவோம் என சிவாவையும் அழைத்தபடி வேனில் ஏறினான்..

அந்த வேனில் அவனை அடையாளம் கண்டு பேசியவர்களிடம் சம்-பிரதாயமாக பேசிய சிவா டிரைவரிடம் தங்கள் வேன் நிறுத்தியிருந்த இடத்திற்கு வழி சொல்லிக்கொண்டிருந்தான். சரியாய் மதுரை நோக்கி ஒரு வேன் கிளம்ப தயராய் இருக்க அந்த வேன் நகரவும் இவர்களுக்கு வசதியாய் அமைந்தது.

பின் இரு வேன் சொந்தங்களும் கூடி பேச ஆரம்பிக்க சிவாவும் உதயாவும் கடல் நோக்கி சென்றனர்.

உதயாவும் சிவாவும் நல்ல நெருக்கம் ஸ்கூல் காலேஜ் படிக்கும்போது கிடைக்கும் விடுமுறையை கழிக்க திருநெல்வேலி அருகில் உள்ள அந்த கிராமத்திற்கு சிவா, ரவி, பாக்யா, செல்வதுண்டு இது அல்லாது அங்குள்ள கோவில் கொடைக்கும் குடும்பத்துடன் சென்று சொந்தங்களை பார்த்து பேசி மகிழ்ந்து வருவார்கள்.

கடந்த கால நிகழ்வுகள் சூழ்நிலைகள் அதற்கு இடம் கொடுக்காமல் போயிருக்க இதோ இன்று மீண்டும் பார்க்கவும் உதயாவுடன் அன்பாய் ஒட்டிக்கொண்டான் சிவா. இந்த அன்பு மரணம் வரை அவன் வாழ்க்கையில் மறக்கமுடியா ஒன்றை தரப்போகிறது என்பது ஏதும் அறியாதவனாய்.....

யோவ் டுபுக்கு மாம்ஸ்.. நீயூ இயர் அன்னைக்கு போன் போட்டு என்ன சொன்ன? மாப்ள மாமா ஃபாரின்ல இருந்து ஃபாரின் சரக்கோட வந்திருக்கேன்.. அங்க மதுரைக்கு வறேன்.. அங்க வந்து சும்மா கிளப்புவோம்ன்ன. ஆனா ரூட்ட குடுத்துட்டல்ல! என ரவி உதயாவிடம் கேட்க.?

ஏல் ஆமடா சொன்னேன். அங்க நம்ம ஊர்லயே கொள்ள சோளி ஆயிருச்சு. அங்க நம்ம பெரியாத்தா வீட்டுக்கிட்ட இருந்த இடத்துல புது வீடு கட்டிக்கிட்டு இருக்கு அது அப்படி அப்படியே இழுத்துருச்சு எங்கேயும் நகர முடியல என்று உதயா சொல்லவும்.

ம்ம் நல்லா கதை சொல்றய்யா நீ என்ற ரவி, ஆமா அங்க வீடு கட்டிக்கிட்டு இருக்கியா எங்கள கூப்பிடல!? ஒரு வார்த்தையும் சொல்லல என கேட்க?

ஆமடே அப்படியே சொல்லியிருந்தாலும் அண்ணனும் தம்பியும் அங்க வந்து கட்டிட போறீங்க. இவன்லாம் அன்னைக்கு போன் போட்டப்ப எடுக்காம ரெண்டு நாள் கழிச்சு நீதான் கூப்டியான்னு கேக்குறான் என சிவாவை காட்டி உதயா சொல்ல.

டேய் அதான் சொன்னேன்ல அன்னைக்கு பேசயிலேயே. சும்மா அதையே சொல்லாத. அன்னைக்கு நான் ரண போதையில இருந்திருப்பேன் திருப்பி அன்னைக்கே நான் கூப்பிட்டப்ப கூட லேடி யாரோ எடுத்த மாதிரி இருந்துச்சு அதுல அப்படியே போனை போட்டுட்டு அமைதியாயிட்டேன். அப்பறம் ரவி சொல்லவும் உனக்கு கூப்டன்னா இல்லையா என்று சிவா விளக்கம் சொல்லவும்,

நீயூ இயர் அன்னைக்கு இல்ல, நீ என்னைக்கு கூப்பிட்டு இருந்தாலும் சாரை பிடிக்கிறது கஷ்டம்டா உதயா என்று சொல்லிய பூபதி, ஏதோ எப்பையாவது குடுச்சோம் வச்சோம்ன்னு இருக்க மாட்றான்டா தினமும் இந்த சேட்டைய பன்றான் குடிகார மட்டை என சிவாவை பற்றி அவன் புகார் சொல்ல

ஏலேய் மாப்ள என்னடா? என சிவாவை கேட்ட உதயா அவன் அமைதியாய் இருக்கவே அவனது முகத்தை பார்த்தவன் ஏல் மாப்ள குடி என்னமும் பன்னு ஆனா எப்பவும் ஜாலியா இரு என்னடா என ஏற்றியிருந்த சரக்கின் பாதிப்பில் உதயா சொல்ல அமர்ந்த வாக்கிலேயே உதயாவை அணைத்துக்கொண்டான் சிவா.

அதான.. நான் உன்கிட்ட சொன்னேன் பாரு என பூபதி உதயாவை சொல்லி சலித்தவனாய் நெற்றியில் அடித்து கொண்டான்.

யோவ் மாம்ஸ் அது இருக்கட்டும் நீ என்னயா லோக்கல் சரக்கை போட்ருக்கியா? கெட்ட வாடை வருதுயா.. என ரவி சொல்ல, டேய் வர வழில வாங்குனதுடா இதான் இருக்குன்னானுவ நீங்க இப்ப சாப்ட்றீங்களா வெளிய போய் சாப்பிடுவோம் என்று உதயா பரபரப்பாக..

இல்ல மாம்ஸ் எங்களுக்கு வேணாம் என்று ரவி சொல்ல, டேய் பூபதி நீடா என்றான் உதயா, அவனும் வேண்டாம் என்று மறுக்கவே சிவா நீ என்று கேட்க?

டேய் நான்தான் அப்பதையே வேணாம்ன்னு சொன்னேன்ல என சிவா சொல்லவும் சரி மாப்ள நீ ஜாலியா இருக்கல!? சொல்லு ஜாலியா இருக்கல!? என்று போதையில் உதயா கேட்க? இருக்கேன் என்பதாய் சிவா தலையசைக்க ம்ம் அது போதும் எனக்கு என்றான் உதயா. பின் நால்வரும் அங்கு கடற்கரையிலேயே படுத்து பேசிக்கொண்டிருந்தார்கள்.

மறுநாள்,

ஏய் என்னடி ஏப்ரல் ஃபூல் சொல்ல போறியா? மரியாதையா ஃபோனை வச்சிரு. நாங்க கடலுக்கு குளிக்க கிளம்பிட்டோம் என்று ஃபோனில், வேனில் அமர்ந்தபடி கயல் பேசிக்கொண்டிருக்க, எதிர்முனை என்ன சொன்னதோ.. அதற்கு இன்னைக்கு சொல்றது எல்லாம் பொய்யா இருக்காதுதான் ஆனா இப்ப நீ சொல்றத கேக்க நான் இல்லை. ஃபோனை வச்சிட்றேன் என சொல்லி இணைப்பை துண்டித்த கயல், போனை தன் பேக்கில் வைத்துவிட்டு தனக்கு குளிக்க தேவையான துணியை எடுத்து கொண்டிருந்தாள்•••

அப்போது, வேனிற்குள் வந்த ரவி என்னடி இங்க உட்கார்ந்து என்ன பண்ணிக்கிட்டு இருக்க குளிக்க போகலையா என்று கேட்க.?

குளிக்க போகத்தான் ட்ரெஸ் எடுக்க வந்தேன் அதுக்குள்ள போன் வந்துச்சு பேசிக்கிட்டு இருந்தேன் என்று அவள் சொல்ல.

யாரு.. உன் ப்ரெண்டுதான?? கல்யாணத்துக்கு அப்பறமாவது என்கூட குடும்பம் நடத்துவியா இல்ல அவ கூடதானா..? என சலித்தப்படி கேட்ட ரவி, சரி சரி குளிக்க போ என்றுவிட்டு அங்கிருந்து நகர போக, மாமா.. என அவனை தடுத்து நிறுத்தினாள் கயல்.

அவன் திரும்பி அவளை பார்த்து என்ன என கேட்க? குளிச்சு சாமி பார்த்து முடிக்கவும் அப்பறம் கடைக்கு போனும் எதாவது வாங்குறதுக்கு. அதுக்கு காசு வேணும் என்று கையை நீட்டி அவனிடம் கேட்க?

காசு கேட்டு நீட்டிய கையை பிடித்துக்கொண்டவன் ஏய் கடைக்குத்தான மாமா கூட்டி போறேண்டி ரெண்டு பேரும் போவோம் என்ன வேணுமோ வாங்கிக்கோ என சொல்ல,

ஆத்தாடி உன்கூட போறத எங்கம்மா பார்த்தா வையும், ஏதாவது அப்பறம் சொல்லும் வேணாம், நீ காச மட்டும் கொடு. நானு ரஞ்சனி கீர்த்தி நிலா எல்லாரும் போவோம் அப்ப வாங்கிக்கிறேன் என கயல் சொல்லவும்..

என்னது எங்கூட வந்தா உங்கம்மா திட்டுமா? ஏய்.. நீ என்னதானடி கட்டிக்க போற என ரவி கேட்டு அவளை பார்க்க

ம்ம்.. இன்னும் கட்டிக்கலையில என்று கயல் சொல்லவும் இந்தா வா கட்டிக்குவோம் என பிடித்திருந்த அவள் கையை சுண்டி தன் மேல் சாய்த்து கொண்டு கயலை அணைக்க அவள் சிணுங்கினாள்.

அப்போது ஏய் கயலு என வெளியில் இருந்து அவளது அம்மா அழைக்கவும், சட்டென ரவியின் பிடியில் இருந்து விலகி இந்தா வறேன்மா என்றபடி இறங்கி ஓடினாள்...

ஏண்டி துணி எடுக்க போனவளுக்கு இவ்வளவு நேரமா? அப்பறம் குளிக்கவே விடல நேரம் ஆயிருச்சுன்னு கூப்ட்டிங்கன்னு சொல்லி குறை பாடுறது என்று சொன்ன ரேவதி பார்த்து குளிக்கணும் என்ன என்று குளிக்க போகும் தன் உறவு பெண்களுடன் கயலை அனுப்பி வைத்தாள்.

மலையிலேயே அமர்ந்திருக்கும் முருகன் இங்கு கடல் அருகே குடிக்கொண்டிருக்க அவரை காண வந்த முழுக்கூட்டத்தில் பெருங்கூட்-

டம் கடலிலே நீராடிக்கொண்டிருந்தது....

அக்கடலில்தான் எத்தனை பேர்கள்.. எத்தனை விதமானவர்கள்.. கூட்டம் கூட்டமாய் குடும்பம் குடும்பமாய்.. அத்தனை பேரையும் அக்கடல் மகிழ்ச்சியடைய செய்திருந்தது.

சிலர் கடலினுள் தங்கள் உயரத்திற்கு ஏற்ப ஆழம் பார்த்து இறங்கி நின்றுக்கொண்டு இயன்ற அலைகளில் உயர குதித்தும் பெரிய அலைகளில் மூழ்கி எழுந்தும் இன்பம் கண்டிர..

இளவட்டங்கள் அனுமதிக்கப்பட்ட எல்லையின் விளிம்பு வரை சென்று வரும் அலைகளுக்கு ஏற்ப லாவகமாய் உடலை உயர்த்தி வளைத்து ஆனந்தமாய் மிதந்து கொண்டிருந்தனர்!!

சிறுவர் சிறுமிகள் கரைக்கு அருகிலே வந்து போகும் வலுவிழந்த அந்த அலைகளில் குளித்து விழுந்து மண்ணை அப்பிக்கொண்டு மனம் மகிழ்ந்து கொண்டிருந்தனர்!!

புது பெற்றோர்கள் மிரட்சியுடன் இருக்கும் தங்கள் சிறு குழந்தைகளை கையில் பிடித்தபடி கடலலையில் கால் நனைக்கவிட்டு சிலாகிக்க செய்து சிரித்து மகிழ்ந்திருந்தனர்!!

இன்னும் வெகு சிலர் தங்கள் குடும்ப உறவுகளின் உடைமைகளை வைத்துக்கொண்டு கரையிலேயே அமர்ந்து உள்ளே குளிக்கும் தங்கள் குடும்பத்தையும் கூட்டத்தையும் ரசித்தபடி அமர்ந்திருந்தனர்!!

அக்கடற்கரையிலேயே சில அடிகளுக்கு இடை இடையே சிறு வியாபாரிகள் சுண்டல் பட்டாணி பயறு மாங்காய் அண்ணாச்சி சுக்குகாபி என விற்றுக்கொண்டிருக்க அவர்களிடம் வாங்கி மகிழ்ச்சியாய் உண்டு அவர்களையும் மகிழ்ச்சியடைய செய்திருந்தனர் சிலர்!!

அங்கிருந்த அனைவரும் ஓடி ஆடி பேசி சிரித்து குதித்து விழுந்து எழுந்து கொண்டிருந்தனர்.. மகிழ்ச்சியாகவே!!!!

அங்கு ஒரே பகுதியாக உறவுக்கூட்டமாக சிவாவின் குடும்ப உறவுகள் குளிக்க ஆரம்பித்திருந்தனர். நல்ல ஆழத்தில் எல்லையின் விளிம்பில் சிவா ரவி உதயா பூபதி நால்வரும் குளித்து கொண்டிருக்க, அவர்களுக்கு நேர் பின்னால் உயரத்திற்கு ஏற்ப குடும்பத்தினர் பெண்கள் சிறுவர் சிறுமிகள் குளித்து கொண்டிருந்தனர்.

ஏலே மாப்ள.. பெரிய அலை வரயில பின்னுக்கு திரும்பிக்கடா இப்படி முன்னாடி மூஞ்சில வாங்குனேன்னா தண்ணி வாய்க்குள்ளதான் போகும் என்று கடல் நீர் வாய்க்குள் போக இருமிக்கொண்டிருந்த ரவி-

யிடம் உதயா சொல்லிகொண்டிருக்கையிலேயே பின்னால் வந்த ஒரு பெரிய அலை அவனை அடிக்க அதை கவனிக்காதவனாய் தண்ணீருனுள் மூழ்கி எழுந்து வாய்க்குள் சென்ற நீரை துப்ப உடனே, அவனை பார்த்து சிரித்த ரவி இங்கிட்டு பாறையா இருக்கியா அலை வருதுன்னு குதிச்சா கால் கரெக்டா பாறையில குத்தி வலிக்குது என அடுத்து வந்த அலையில் லாவகமாய் குதித்து எழுந்தபடி சொல்லவும்.

அதான் இன்னும் கொஞ்சம் உள்ள போவோம்டான்னே மூணு பயலும் கேக்க மாட்றீங்க என்றான் உதயா.

உடனே, எங்க இன்னும் நீ கொஞ்சம் உள்ள நகர்ந்து பாரு துரை பெரியப்பா எப்படி சவுண்ட் விட்றாருன்னு தெரியும் என பூபதி சொல்ல, அவரு விட்டா விட்டுட்டு போறாரு என்றுவிட்டு உதயா நகர அவன் பின் ரவியும் சென்றான்.

சிவாவும் பூபதியும் இருந்த இடத்திலேயே நின்று குளிக்க அப்போது வந்த ஒரு பெரும் அலை அடித்து குளித்து கொண்டிருந்த அனைவரையும் பின்னுக்கு தள்ளியது. பின் அனைவரும் நிதானித்து குளிக்க ஆரம்பித்தனர்...

அப்போது பின்னால் ஏதோ சத்தம் கேட்பதை போல் இருக்க திரும்பி பார்த்த சிவா அங்கு தன் உறவுகளிடம் ஏதோ சலசலப்பு தெரிய, பூபதி அங்க என்றபடி அருகில் நின்றவனை பார்க்க திரும்ப அங்கு அவன் இல்லாமல் உதயாவின் அருகில் போயிருந்தான்.

உடனே, தனது உறவுக்கூட்டத்தை நோக்கி சிவா வெளிவர பெண்கள் பேச்சு சத்தம் அதிகமாய் கேட்டது.

பொம்பள பிள்ளைக குளிக்கிதுகல அங்கிட்டு உள்ள தள்ளி போயி குளியா.. உனக்கெல்லாம் ஒருதடவை சொன்னா தெரியாதா??? என அவனது அத்தை ஒருவள் ஒருவனை பார்த்து கத்திக்கொண்டிருக்க வேகமாய் அவர்களை நெருங்கினான் சிவா.

நாங்களும் சொல்லிக்கிட்டே இருக்கோம் அப்பத இருந்து இங்கன இருந்து நகர மாட்டேன்றான்! வேணும்ன்னே பொம்பள மேல வந்து விழுகுராணுக என்று அறிமுகம் இல்லாத ஒரு பெண்மணி அதே அவனை காட்டி அங்கிருந்தவர்களிடம் எரிச்சலாய் சொல்ல..

இப்ப நீ அங்கிட்டு போகல.. உன் மானம் போயிரும் பொட்டப்பயலே.. அங்கிட்டு போடா என சிவாவின் சித்தி அவனை முறைத்து திட்டிக்கொண்டிருக்க அவர்கள் அருகில் வந்த சிவா அங்கிருந்த தன்

குடும்ப உறவுகளை எல்லாம் என்ன என்பதாய் பார்த்தவனின் கண்கள், கயலுடன் ஒட்டி சாய்ந்தப்படி கலங்கிய விழிகளுடன் நின்றிந்த வெண்ணிலாவின் மேல் அழுத்தமாய் பதிந்தது.

பொம்பள பிள்ளைக மேல விழுறதுக்குன்னே வராணுங்க என்ற பேச்சும் நிலாவின் கலங்கிய முகமும் விஷயத்தை அவனுக்கு ஏதோ விதமாய் சொல்ல, தனது சித்தி வையவும் நகரபோன அந்த பொருக்கியை தடுத்து நிறுத்தியவனாய் வேகமாய் அவன் மேல் பாய்ந்தான் சிவா. வந்த ஆத்திரத்தில் அவனது முகத்திலேயே பொளீரென ஒரு அறை வைக்க...

அந்த அறை தீயென எரிய அவன் த்தா டேய் என சிவாவை அடிக்க கை ஓங்க அந்த கையை தடுத்து பிடித்தவனாய் மீண்டும் ஒரு அறை வைத்தான் சிவா. இந்த அறையில் அவன் நிலை தடுமாறி கீழே விழ அவனை பிடித்தவன் ஆத்திரக்காரனாய் நன்கு வலு சேர்த்து அவன் முகத்திலே கை முஷ்டியை மடக்கி ஒரு குத்து வைக்க சில்லு மூக்கு உடைந்து ரத்தம் வந்தது அவனுக்கு. அத்தோடு நிறுத்தாது மீண்டும் மீண்டும் அவன் முகத்திலேயே சிவா குத்துகளை வைக்க...

உடனே, அங்கிருந்த சிவாவின் உறவுகள் பதறியவர்களாய் எய்யா.. சிவா விட்ருயா அவனை! போய்த்தொலையுறான்.

அய்யோ வேணாம் மாமா, மாமா விட்ருங்க என கயல் அவனை தடுக்க,

கலங்கி நின்ற நிலாவும் அண்ணே வேணான்னே விட்ருங்க என்று சிவாவை இழுக்க...

விடுங்க எல்லோரும் இவனலாம் என்று இன்னும் கோபம் குறையாதவனாய் இருந்த சிவா, இப்ப வந்து விழுடா மேல பார்க்கலாம் வாடா வந்து கைய வையுடா பார்க்கலாம் என்று அலறியவனாய் அவனது முகத்திலேயே மீண்டும் ஒரு குத்து...

அப்போது சார் விடுங்க குளிக்கையில தெரியாம கை கால் படத்தான் செய்யும். பொதுவுல கொஞ்சம் அப்படி இப்படித்தான் சார் இருக்கும் விடுங்க நீங்க, என அடிவாங்கியவனின் கூட்டு போல ஒருவன் சிவாவை தடுக்க

அவன் பேசி முடிப்பதற்குள்ளாகவே அவனை பொளீர் என்று அறைந்தான் சிவா. உடனே அவன் சீற்றமானவனாய் ஏய்.. என்னடா பேசிக்கிட்டு இருந்தா நீ பெரிய இவன்னு காட்றியா என அவன்

எகுற அவனை பிடித்து தள்ளிவிட்டு அவனையும் ஒரு குத்து குத்தி ஏண்டா நாய்ங்களா... பொம்பள பிள்ளைக குளிக்குது அங்குட்டு போங்கடான்னா.. பொதுவுல அப்படி இப்படித்தான் இருக்குமா.. கோவிலுக்கு வந்துட்டு நீங்களாம் என்று அவனது முடி இல்லா முன்தலையிலேயே வெறி வந்தவனை போல் சிவா அடிக்க...

அண்ணே அண்ணே வேண்டாண்ணே, மாமா விட்ருங்க மாமா வேணாம் மாமா என பயந்தவர்களாய் நிலாவும் கயலும் சிவாவை தடுக்க முயல அந்த இரண்டு அயோக்கியர்களையும் மாறி மாறி அடித்துக்கொண்டிருந்தான் சிவா.

அவன்கள் விலகி ஓட முயன்றாலும் விடாமல் துரத்தி போய் அடித்தான்... ஏனோ தன் வாழ்க்கையில் அடக்கி வைத்த மொத்த கோபத்தையும் அவனுக மேல் காட்டி கொண்டிருக்க. அண்ணே வேண்டாண்ணே எனக்கு பயமாயிருக்கு என அழுதபடி நிலா அவனை பிடித்து இழுத்து தடுக்க முயல அப்போது வந்த சிவாவின் மாமாவும் சித்தப்பாவும் அவனை தடுத்து சிவா விடுய்யா இவனுங்கள நாய்க போறானுக என அவனை சமாதானம் செய்ய முயன்று சிவாவை அங்கிட்டு கூட்டி போங்கம்மா என அங்கிருந்தவர்களிடம் சொல்ல...

எதற்கும் சமாதானம் ஆகாதவனாய் சிவா இரைந்து கத்த, வேண்டாண்ணே வாங்கண்ணே.. என அழுதபடி அவனது கை பிடித்து அங்கிருந்து இழுத்து நகர்த்தி வந்தாள் நிலா.

மதியத்திற்கான சமையலை செய்து வைத்துவிட்டு சேகரன், லெட்சுமி ரேவதி என இன்னும் இரண்டு உறவுக்காரர்கள் அப்போதுதான் குளிக்க கடலுக்கு கிளம்பி வர,

அப்போது கோவில் பிரகாரத்தில் புது மாப்பிள்ளை பொண்ணு திருமண ஜோடி கல்யாணம் முடிந்து தங்கள் உறவுகளுடன் கோவிலை சுற்றி வந்து கொண்டிருந்தனர் அவர்களை நின்று பார்த்த லெட்சுமி தனது மகன் சிவாவையும் இக்கோலத்தில் பார்க்கவேண்டும் என எண்ணியவராய் கோபுரத்தை பார்த்து அய்யா.. முருகா.. நீதான்யா எல்லாத்தையும் நல்லபடியா நடத்தி வைக்கனும் என வேண்டிவிட்டு திரும்ப,

அங்கு கடற்கரையில் சிவாவின் கையை பிடித்தபடி அவனை அழைத்து வந்து கொண்டிருந்தாள் நிலா.

உடனே லெட்சுமியை தவிர்த்து சேகரன் உட்பட மற்றவர்கள் சிவாவையும் நிலாவையும் கவனித்துவிட்டு என்னமோ என்று பதட்டமா-

னவர்களாய் அவர்களை நெருங்கி போக... லெட்சுமி மட்டும் ஏதோ தோன்ற அங்கேயே நின்று சிவாவையும் அவன் கரம் பற்றி அழைத்து வந்த நிலாவையும் அழுத்தமாய் பார்த்தவர் மீண்டும் ஒருமுறை ஏதோ நினைத்து கோபுரத்தை பார்த்து கும்பிட்டு முடித்து வேகமாய் இவரும் சிவாவின் அருகில் போனார்.

ஈரம் சொட்டியபடி வெற்றுடம்புடன் வெறும் ஷார்ட்ஸ் மட்டும் அணிந்திருந்த சிவாவிடம் தனது தோளில் இருந்த துண்டை எடுத்து கொடுத்த சேகரன் என்னப்பா சிவா என்ன என்று கேட்க...?

தனிந்து வந்த கோபம் ஏனோ சிவாவிற்கு மீண்டும் ஏற, அவன் கோபமாவதை உணர்ந்தவளாய் அவனது கரம்பற்றியிருந்த நிலா இறுக பிடித்து அழுத்தம் கொடுக்கவும் அவளை பார்த்த சிவா, தன் அப்பா தன்னிடம் கொடுத்த துண்டை அவளிடம் நீட்டி, அழமா போயி ட்ரெஸ்ஸ மாத்து என்றுவிட்டு யாருக்கும் எதுவும் சொல்லாமல் வேகமாய் அங்கிருந்து வேன் நிற்கும் இடம் நோக்கி நடந்தான்.

அவன் போகவும் நிலாவிடம், என்ன நிலா என ரேவதி கேட்க? இல்ல பெரியம்மா அது என ஆரம்பித்து தாங்கள் குளிக்கையில் ஒருவன் வந்து விழுந்தது, தங்களிடம் தவறாய் நடந்த அவர்களை சிவா வெளுத்தது வரை முழுதும் சொல்லி முடித்தாள் நிலா அழுகையாகவே.

சரிம்மா நீ மொத தலைய துவட்டு துவட்டிட்டு போயி ட்ரெஸ்ஸ மாத்து என்று லெட்சுமி சொல்ல,

உடனே, ஆமா ஈரமா இருக்காம ட்ரெஸ்ஸ மாத்தும்மா போ என்ற சேகரன், ரேவதி வண்டிக்கு கூட்டிப்போம்மா என்று சொல்லவும்

ம்ம்.. இந்தா கயலும் அங்கத்தான் இருந்தா அவளையும் கூட்டிக்கிட்டு போறேன் என்றபடி நிலாவுடன் நடந்தார் ரேவதி.

*

ஏட்டி வானதி... வானதி... இங்க வாடி உன் பொட்ட இழுவிக்கிட்டு கிடக்கா பாரு என்று வேனினுள் அமர்ந்தபடி வெளியே நிற்கும் நிலாவின் அம்மாவை அவள் அப்பத்தா அழைக்க...

உடனே, வந்த நிலாவின் அம்மா வானதி வேன் சீட்டில் நீர் ததும்பிய விழிகளிடன் அமைதியாய் இருந்த நிலாவை பார்த்தவர்,

ஏட்டி.. நீ இன்னமும் அத கிடந்து நினைச்சிக்கிட்டு இருக்கியா..? எந்திரி வா வந்து சாப்பிடு என்று அவள் தலையை தடவி விட்டபடி அழைக்க நிலா அமைதியாகவே இருந்தாள்.

ஏன் என்னவாம் அவளுக்கு..? யாரு என்ன ஏசுனாங்க..? என்று அப்பத்தா வானதியிடம் கேட்க...

யாரும் ஏசல.. கடலுக்கு போனாவுள அங்க பேதில போவான் படுக்காலி ஒருத்தன் மேல மேல வந்து விழுந்தானாம், எல்லாம் சத்தம் போட்டு விரட்டி விட்டுட்டுத்தான் வந்துருக்காவுக, இவ அதையே நெனச்சு அழுவிக்கிட்டு கிடக்கா என்று வானதி சொல்ல விசும்ப ஆரம்பித்தாள் நிலா.

ஏட்டி இப்ப நீ எழும்ப போறியா இல்லையா அதான் அந்த அண்ணன் அவனை அடிச்சிட்டுன்னு சொன்னியல ஆங்.. ரத்தம் வர அளவுக்கு அடிச்சாங்கன்னு சொன்னியல.. பெறவு ஏன் இப்ப அழுவுற..? அந்த நாய்ய தூரப்போட்டு எழும்பி வா என வானதி சொல்லவும் அழுகையை நிறுத்திய நிலா கண்ணீரை துடைத்து கொள்ள

எந்த அண்ணன் அடுச்சான்... உதயாவா அவன் கைய காலை உடைக்காமயா விட்டான் என அப்பத்தா கேட்க?

உதயாண்ணே இல்ல சிவா அண்ணே என்றாள் நிலா வாய் திறந்து...

சிவா.. அண்ணனா அது யார்ட்டி என அப்பத்தா தெரியாதவராய் கேட்கவும்?

லெச்சுமி மைனி மவன், மூத்த பையன் என அருகில் நின்ற வேனை கைக்காட்டி வானதி சொல்ல புரிந்தவராய் சேகரன் மவனா..? என்ற அப்பத்தா, ஏட்டி அந்த பயலதான் அண்ணேன்னு சொல்றியா.. நொண்ணேன்னு சொல்லாம..? என்று நிலாவை அதட்டும் தொனியில் கேட்டவர், வானதியிடம் திரும்பி நீயும் பிள்ளைக்கு நல்லா சொல்லி கொடுக்குற என வானதியை அப்பத்தா குறை சாடா

அவா.. சிறுசுல இருந்தே அண்ணன்னு சொல்லி பழகிட்டா என வானதி சொல்லவும்,

நல்லா இழுக்கு..... ஆத்தா மவ ஞாயம். முறை சொல்லிக்கொடுக்க சொன்னா அவா சின்னதுல இருந்து அப்படி நொட்டிட்டான்னு சாக்கு சொல்றா என்று வானதியை கடிந்த அப்பத்தா,

ஏட்டி.. ஏய் என்ன இங்க பாரு என அதட்டி நிலாவை தன்னை பார்க்க செய்தவர் இனி நொண்ணேன்னு சொல்லாம முறை சொல்லி மாமான்னு கூப்பிடு புரியுதா என்று கேட்க?

ம்ம்.. என்று தலையசைத்தவளுக்குள் ஏனோ ஒரு புது சிரிப்பு உதட்டை விரிக்க தனது சுடியின் ஷாலை எடுத்து அவசரமாய் தன்

முகத்தை துடைத்து கொண்டாள்.

அப்போது, எங்க சித்தி நிலா? என வானதியிடம் கேட்டபடி கயல் அங்கு வர,

இந்தா இங்க இருக்கா சாப்பிட மாட்டேன்னு உட்கார்ந்துக்கிட்டு என்று வானதி சொல்ல

நிலாவை பார்த்த கயல், ஏய் ஏன் சாப்பிட மாட்டேன்ற.. வா சாப்பிடுவோம், சாப்ட்டு கடைக்கு போனும்ன்னு பேசியிருந்தோம்ல என்று கயல் அழைக்கவும் அவளுடன் சாப்பிட தயாரானாள் நிலா.

அய்யோ.. இந்த தலைவலி விடாது போலயே வின்னு வின்னுன்னு புடுங்குதே என தலையை பிடித்துக்கொண்டு கயலின் அம்மா ரேவதி அமர்ந்திருக்க அப்போது சாப்பிட்டு எழுந்த ரவி, மாத்திரை இருந்தா போடுங்கத்தை மாத்திரை இருக்கா இல்ல வாங்கிட்டு வரவாத்தை என்று கேட்க..?

தலையில் பாரமாய் உணர்ந்த ரேவதி கண்களை குறுக்கி பார்த்து.. என்னப்பா? ம்ம்.. மாத்திரை போட்ருக்கேன் ஆனாலும் விட மாட்டிது என்று சொல்ல...

இருங்கத்தை டீ-னா வாங்கிட்டு வறேன் லைட்டா குடிச்சு பாருங்க என்று ரவி சொல்லவும்..

டீ-யா!? கடை பக்கத்துல இங்க இருக்கா என்று ரேவதி கேட்க இருங்கத்தை வரேன் என்றுவிட்டு வேகமாய் போன ரவி டீயை வாங்கி வந்து ரேவதியிடம் இந்தாங்கத்தை என நீட்டவும் வாங்கி கொண்டார்.

என்ன மருமகனே.. பொண்ணு வச்சிருக்க அத்தைய மட்டும் கவனிக்கிறீங்க போல என்று அப்போது சாப்பிட வந்தமர்ந்த ரவியின் இன்னொரு முறையுள்ள அத்தை கேலி சொல்ல...

இல்லத்தை, என அவன் நெளிய.. அமர்ந்து சாப்பிட்டு கொண்டிருந்த கயலும் நிலாவும் இன்னும் இரு பெண்களும் லேசாய் சிரித்தனர்.

ஏய்.. என்னடி என் மகனை கிண்டல் பண்ணிக்கிட்டு இருக்கீங்க? என்ற லெட்சுமி, டேய் ரவி இந்த பையன்ன பெத்த அத்தைக்கு போயி ஹார்லிக்ஸ வாங்கிட்டு வந்து கொடு.. குடிச்சுட்டு சத்தா ஒரு பொம்பள பிள்ளைய பெத்துக்கட்டும் என கேலியாய் சொல்ல,

ம்ம்.. ஒத்த பிள்ளை போதுமா இல்ல ரெட்டை பிள்ளை வேணுமா என்று அந்த அத்தை விடாமல் பேச..

ம்ம்.. நீ பத்துக்கூட பெத்து கொடு என் மவன் பவுனு மாதிரி பார்த்துக்குவான் என லெட்சிமி சிரிப்பாய் பேசியபடி இருக்கையிலேயே.. அங்கு சிவாவும் உதயாவும் வந்தனர்.

அவர்களை பார்த்த ரவி ரெண்டு பேரும் புல் கரண்ட்ல இருங்-கான்ங்க போல என்று கனித்தவனாய் அவர்களுக்கு பின்னால் வந்த பூபதியை பார்த்தவன் இவனுமா என்று நினைத்தவன் அவனருகில் போயி..

டேய் மச்சி என்னடா கரண்ட் பில் கட்டிட்டு வரீங்க போல என கேட்க..?

டேய் நான்லாம் இல்லடா என்று பூபதி மறுக்க இல்லையே உங்கள பார்த்தாலே தெரியுதே என ரவி விடாமல் கேட்க..?

எனக்கு கூடத்தான் உன்ன பார்த்தா அப்படி தெரியுது என பூபதி சொல்ல, தெரியுதா? என்னை பார்த்தா தெரியுதா..? அப்ப கன்பார்ம் நீங்க போதையாதான் வந்திருக்கீங்க என ரவி சொல்லி அவனுடன் பேசிக்கொண்டிருக்கையிலேயே லெட்சுமி அவர்களை சாப்பிட அழைக்க மூவரும் உண்ண அமர்ந்தனர்.

சாப்பிட்டு முடித்திருந்த கயல் வெண்ணிலா உட்பட இன்னும் இரு உறவுக்காரிகளும் கடைகளுக்கு செல்ல முனைந்து தங்கள் வீட்டாரிடம் சொல்லிவிட்டு கிளம்ப ஆயத்தமானார்கள்,

கயல் தனது அம்மா ரேவதியிடம் வந்து, எம்மா கடைக்கு போய்ட்டு வந்துட்றேன் என்று சொல்லி ரவியிடம் வாங்கியிருந்த பணம் போக தன் அம்மாவிடம் கேட்டு நின்றுக்கொண்டிருக்க, ஏன்டி உங்கப்பாட்ட கேட்டா என்னடி என்றவாறு தனது பர்ஸை திறந்து ரேவதி துலாவ..

அங்கிருந்த லெட்சுமி, கயலு இங்க வாம்மா என்று அழைக்க அத்தை என்றவாறு கயல் லெட்சுமியிடம் வரவும் அவர் வேகமாய் தனது பர்சில் இருந்து சில நோட்டுகளை எடுத்து நிலா நீயும் இங்க வாம்மா என்று கயலுடன் வந்திருந்த நிலாவையும் அழைத்தவர் தன்-னிடம் இருந்த பணத்தை இருவரிடமும் நீட்டி போங்க போயி பிடிச்சத வாங்கிகோங்க என்று சொல்ல,

உடனே, இல்லத்தை வேண்டாம் என சகோதரிகளாய் நிலாவும் கயலும் ஒருசேர மறுக்க, ஏய் அத்தை நான்தான கொடுக்கிறேன் வாங்க மாட்டிங்களா என்று லெட்சுமி கேட்கவும்?

இல்லத்தை காசு இருக்கு போதும் வேணாம் என்று மீண்டும் இருவரும் சொல்ல, சரி இருந்தாலும் பரவாயில்லை இத வாங்கிக்கோங்க யாரும் எதும் சொல்ல மாட்டாங்க வாங்கிக்கோங்க என்று சொல்லி இருவர் கையிலும் காசை லெட்சுமி திணிக்க இருவரும் ஒருவாறு சங்கட்டமாய் நெளிந்தபடி வாங்கி கொண்டனர்.

பின் அனைவரும் சாப்பிட்டு முடித்திருக்க பெரியவர்கள் சிலர் அப்படி அப்படியே அமர்ந்து கதை பேச, மற்றவர்கள் கடைகளுக்கு சென்று குழந்தைகளுக்கு விளையாட்டு பொருட்கள் தங்களுக்கு பிடித்தவை தேவையானவை என வாங்கிக்கொண்டு சுற்றி திரிந்து புகைப்படங்கள் எடுத்து மகிழ்ந்தனர்.

இந்த நேரம் எப்படியும் கிளம்புவோம் என்று நினைத்தவர்களாய் சுற்றித்திரிந்த அனைவரும் சரியான நேரத்தில் வேன் அருகில் ஒன்று கூட,

சரி சரி எல்லாரும் அப்படி அப்படியே நிக்காம வண்டில ஏறி உட்காருங்க மணி ஆகிக்கிட்டு இருக்குல என்று பெரியப்பா ஒருவர் முதல் ஆளாய் வண்டியில் ஏறியமர்ந்துக்கொண்டு அனைவரையும் வேகப்படுத்த மற்றவர்கள் வேகமாய் ஆனார்கள்.

தாங்களும் கிளம்ப தயாராகி தங்களது வேனில் பொருட்களை ஏற்றியபடி இருந்த உதயாவிடம் வந்த சிவா, சரி மச்சி பார்ப்போம் நாங்களும் கிளம்பிட்டோம் என்ன என்றவன் போய்ட்டு போன் அடி பேசுவோம், அங்க மதுரைக்கு வர பாரு என்று சொல்ல..

ம்ம்.. வர்றேன் மாப்ள, கண்டிப்பா வர்றேன், நான் கூப்பிட்டா நீ போன எடுக்க பாரு என்று உதயா சொல்ல..

ம்ம்.. நானும் கண்டிப்பா என்று சிவா சொல்லி இருவரும் பேசிக்கொண்டிருக்கயிலையே,

எண்ணே.. இது உன்னோடதா என்று ஒரு சட்டையையும் பனியனையும் காட்டி சிறிது தூரம் தள்ளியிருந்த நிலா உதயாவிடம் கேட்க...?

அதை பார்த்தவன், மாப்ள உன்னோடதுதான என்று சிவாவிடம் கேட்ட உதயா, இங்க கொண்டுவா சிவாவோடதுதான் என நிலாவிடம் சொல்லவும்.

வேகமாய் சட்டையையும் பனியனையும் உதறி மடித்தபடி தங்கள் அருகில் வரும் நிலாவை கவனித்தான் சிவா. காலையில் கடலில் பார்த்தபோது இருந்த பாவாடை சட்டையை மாற்றி இப்போது கரு நீல நிறத்-

தில் அழகான பூக்கள் நிறைந்த சுடிதாரில் இருந்தாள். பெரிதாய் மேக்கப் ஏதும் இல்லாமல் பவுடர் மட்டும் பூசியிருக்க அமைதியான அழகியாய் இருந்தாள்.

வந்தவள் சிவாவிடம் அவன் ஆடைகளை நீட்ட அதை வாங்கி கொண்டவன் அவளிடம், அழுதுக்கிட்டே இருக்கியா நீயி என்று கேட்க? அவன் அப்படி கேட்கவும் என்ன சொல்வது என்று அவனை பார்த்தவள் இல்லை என்பதாய் தலையசைக்க..

உடனே, உங்கண்ணன் சொல்றான் நீ.. நினைச்சு நினைச்சு அழுதுக்கிட்டே இருக்கேன்னு!? என்ற சிவா, அந்த நாய்கள விடு சரியா என்று கேட்க? ம்ம், என மவுனமாய் தலையசைத்தாள் நிலா.

அப்போது,

நிலா இங்க வா.. அத்தை கூப்பிட்றாங்க பாரு என வானதி தன் மகளை அழைக்க, உடனே திரும்பி தன் அம்மாவை நிலா பார்க்க அங்கு சிவாவின் அம்மா லெட்சுமியும் தன் அம்மாவும் ஏதோ பேசியபடி இருக்க வேகமாய் அவர்களை நோக்கி போனாள்.

தங்கள் அருகில் வந்த நிலாவிடம், இந்தாம்மா தலையில வச்சிக்கோ என்று சொல்லி மல்லிகை பூவை அவளிடம் லெட்சுமி கொடுக்க ஏதும் சொல்லாமல் வாங்கி கொண்ட நிலா உடனே தனது கூந்தலில் சூடிக்கொள்ளவும் மலர்ந்த முகமாய் அவளை பார்த்த லெட்சுமி, என்ன பாக்யா கிட்ட போன்ல பேசுனியா என்ன சொன்னா என்று கேட்க?

ம்ம், பேசுனேன் என்பதாய் தலையசைத்தவள் என்ன விட்டுட்டு எல்லாரும் என்ஜாய் பன்றீங்கன்னா.. என்று பாக்யா சொன்னதாய் சொன்னவள், பாக்யாவையும் கூப்பிட்டு வந்திருக்கலாம் என்று சொல்ல..

குழந்தை சின்னப்பையனா இருக்கான்லம்மா இன்னும் முழுசா ரெண்டு மாசம் கூட ஆகலல என்று லெட்சுமி சொல்லவும்

ம்ம், என புரிந்தவளாய் தலையசைத்தவள், ம்ம் ரொம்ப அழுகுவான் போல சின்ன பையன் போன்லயே அவ்வளவு சத்தம் என நிலா சொல்ல,

ஆமா அத ஏன் கேக்குற என ஆரம்பித்து அடுத்து சிறிது நேரம் அவர்களுடன் பேசிக்கொண்டிருந்த லெட்சுமி தங்களது வேன் கிளம்ப தயாராகவும், சரி வானதி ஊருக்கு போய்ட்டு என்னன்னு சொல்லுங்க சரியா!? கிளம்புறேன் நிலா பாப்போம் என அவள் கன்னத்தை லேசாய் தட்டி சொல்லிவிட்டு மற்ற திருநெல்வேலி சொந்தங்களுடன் விடை-

பெற்றுக்கொண்டு தங்களது வேனிற்குள் வந்தவரின் கண்கள் வேக-மாய் கயலை தேடியது. பின் கயலையும் அவள் தலையில் இருந்த தான் கொடுத்த மல்லிகையையும் பார்த்தவர் மனம் நிறைந்தவராய் தனது இருக்கையில் போய் அமர்ந்தார்...

ஏய் எல்லாரும் வந்தாச்சாப்பா.. யாரும் வர வேண்டியது இருக்-கான்னு பார்த்துக்கோங்க வண்டி கிளம்ப போது என பெரியவர் ஒருவர் சொல்ல, ம்ம் எல்லாரும் வந்தாச்சு என்று பின்னால் இருந்து குரல் வரவும் வேன் மதுரை நோக்கி கிளம்பியது.

4

மதுரைக்கு வந்த சிவா அங்கு ஊருக்கு சென்று வந்ததில் தனக்குள் ஒரு அமைதியை உணர்ந்திருந்தான் அது கோவிலுக்கு சென்றதினாலோ இல்லை அங்கு உறவுகளுடன் சிறிதேனும் பேசி மகிழ்ந்ததாலோ தெரி-யவில்லை ஆனால் தனக்குள் ஒரு அமைதியை உணர்ந்திருந்தவன் வழக்கமானவனாய் தன்னை வேலையில் ஈடுபடுத்திக்கொண்டான். கட்-டிடத்தின் வளர்ச்சியை வேகப்படுத்த தன்னை வேகப்படுத்தியவனாய் வேலையில் மும்முரமானான்.

திருச்செந்தூரில் இருந்து மதுரை வந்த அன்று இரவு தங்களுடைய அறையில் சேகரன் படுத்திருக்க அவர் அருகில் படுக்கையில் அமர்ந்-திருந்த லெட்சுமி படுத்துறங்காமல் ஏதோ யோசனையாய் இருந்தார்....

அதை கவனித்தவராய், ஏய் லெட்சுமி என்ன தூங்காம உட்கார்ந்து என்னத்த யோசிச்சுக்கிட்டு இருக்க என்று சேகரன் கேட்க..?

அவரை ஏறிட்ட லெட்சுமி எனக்கென்ன யோசனை இருக்க போது என் பிள்ளைகள தவிர என்றவர், எல்லாம் சிவா விஷயமாத்தான் என்று சொல்ல..

எழுந்து அமர்ந்தவராய், இங்க பாரு எதும் யோசிக்காம படு, சிவா கல்யாணம் பன்னிப்பான் அவனுக்கு நல்லபடியா எல்லாம் நடக்கும்! நீ படும்மா.. என்று சேகரன் சொல்ல

உடனே, ஏங்க சிவா கல்யாணத்தை பத்திதான் உங்ககிட்ட சொல்-லனும் என்ற லெட்சுமி ஏதோ சொல்ல முனைய...

ம்ம்.. சொல்லும்மா என்று மென்மையான குரலில் சேகரன் சொல்ல-வும்,

நம்ம வானதி மக **வெண்ணிலாவ** நம்ம சிவாவுக்கு கட்டிவச்சு நம்ம வீட்டுக்கு மருமகளா கூட்டி வந்துடலாமாங்க..!? என ஆசையும் ஆர்-

வமுமாய் லெட்சுமி கேட்க?

சேகரன் முகம் மலர்ந்தவராய் நீ சொல்லி நான் எத தட்டியிருக்கேன் இத தட்றதுக்கு, நம்ம பிள்ளைக விஷயத்துல நீ எல்லாம் நல்ல முடி-வாதான் எடுப்ப எடுத்திருக்க. இதுல எனக்கு ரொம்ப சதோஷம்தான். சிவாவுக்கு அந்த பொண்ணு நிலா நல்ல பொருத்தமா இருக்கும் என்று அவர் கூறவும்.

மகிழ்ச்சியான லெட்சுமி, ஆமங்க நம்ம சிவாவுக்கு நல்ல பொருத்-தமா இருப்பா என்றவர் அதான் அங்க ஊர்லயே வானதிக்கிட்ட பேச-யில நிலாவைசிவாவுக்கு கட்டி கொடுங்கன்னு கேட்டேன்...

வானதிக்கு இதுல சம்மதம் சந்தோஷம்ன்னு அவ முகமே சொல்-லிருச்சு, ஆனா அவ வீட்ல உங்கண்ணன்கிட்ட கேக்கணும் மயினி, ஊருக்கு போய்ட்டு கலந்துக்கிட்டு என்னன்னு சொல்றோம்ன்னு சொல்-லிட்டா என லெட்சுமி சொல்ல,

இந்த புது தகவலில் தனது மனைவியை வியப்புடன் பார்த்தவர், பின் சரிடி சொல்லட்டும் அவுங்க வீட்ல சொந்தத்துக்குள்ள பேசிட்டு சொல்-லுவாங்க, நான் விநாயகத்துக்கிட்ட சும்மா பேசையில ரெண்டாவது டிகிரி முடிக்க போது இதுக்கு மேல என்னத்த படிக்க வைக்க.. நல்ல இடமா கேட்டு வந்தா கட்டி கொடுக்க வேண்டியதுதான் அப்டின்னு சொல்லிக்-கிட்டு இருந்தாப்ல பாப்போம் என்று சேகரன் சொல்ல

ம்ம்.. என ஆமோதித்தவளாய் தலையசைத்த லெட்சுமி, என் மனசு-தான் தவிக்குதுங்க என்று சொல்லவும்,

எல்லாம் நல்லபடியா நடக்கும். ரெண்டு நாள் பார்ப்போம் இல்ல நம்மளே போன் அடுச்சு என்னன்னு கேட்டுக்கிட்டு ஊருக்கு போயி முறைப்படி பேசிட்டு வருவோம் என்று சேகரன் சொன்னதும், லெட்சு-மிக்கு அது சரியெனப்பட அமைதியாய் படுக்கையில் சாய்ந்தார்.

அன்றிலிருந்து மூன்றாவது நாள் திருநெல்வேலியில் இருந்து அவர்-களுக்கு போன் வர எடுத்து பேசிய சேகரன்,

ரொம்ப சந்தோசம் மச்சான்.., நீங்க எப்ப போன் பன்னுவீங்கன்னு-தான் இருந்தோம், நீங்க சம்மதம் சொல்லவும் ஒரு நல்ல நாள் பார்த்து நேர்ல அங்க வரத்தான் என்று ஆனந்தமாய் பேசியவர் சரிங்க மச்-சான் தோது பண்ணிக்கிட்டு அங்க வர்றோம் என்று பேசி போனை வைத்தவர், சிவாவிற்கு நிலாவை கட்டி கொடுக்க சம்மதம் தெரிவித்த சந்தோஷ செய்தியை தன் மனைவியிடம் சேகரன் சொல்ல அத்தனை

ஆனந்தம் லட்சுமியின் முகத்தில், இதை பாக்கியாவிடம் சொன்னபோது அவளுக்கோ தனது உறவுக்காரி என்பதைத் தாண்டி தனக்கு சிறுவயதிலிருந்தே தோழியானவள் தனது அண்ணனுக்கு மனைவியாய் தனக்கு மதினியாய் வர போகிறாள் எனவும் பெரிதும் மகிழ்ந்துபோனாள்.

ரவிக்கும் இது பெரும் மகிழ்ச்சியையே தந்தது இவனுக்கும் நிலா சிறு வயது தோழியே என்பதால், ஆனால் இவனின் இவ்வளவு மகிழ்ச்சிக்கு கூடுதல் காரணம் சிவாவின் கல்யாணம் முடிய அடுத்து தனக்கும் கயலுக்கும்தான் என்று எண்ணியதாய் கூட இருக்கும்.

ஆனால் மகிழவேண்டிய சிவா மகிழ்வானா..?? அவன் தனக்கு திருமணம் செய்து வையுங்கள் எனக்கு சம்மதம் என்று எதுவும் சொல்லாதிருந்த நிலையில் இவர்களாய் பெண் பார்த்து அவனுக்கு முடிவு செய்து மகிழ்ந்து கொண்டிருக்கிறார்கள் மவுனமாய் இருக்கும் சிவா சம்மதிப்பான் என்ற நம்பிக்கையில். ஆனா.. அவன் சம்மதிப்பான்!?!?!?

வாவ்.. சூப்பர்!! நிலாவா.. அந்தப்பிள்ளை சிவாவுக்கு பொருத்தமா இருக்கும் என்று ஆனந்தமாய் சொன்ன ரவி, சரி சரி எல்லாம் ஓகே.. எனக்குலாம் ரொம்ப ஹாப்பி.. ஆனா சிவாக்கிட்ட பேசிட்டீங்களா அவன் என்ன சொல்றான்னு பாருங்க என தனது பெற்றோர்களிடம் ரவி சொல்ல..

இனிதான் ரவி, சிவாட்ட பேசனும் என்றார் சேகரன். சிவாவிடம் இது பற்றி பேச ஒரு நாளை எதிர்பார்த்து காத்திருந்தார்கள் சேகரனும் லெட்சுமியும்.

சைட்டில் நின்றிருந்த சிவா மேஸ்திரியிடம் கட்டிடத்தை காட்டி இனி எழும்ப வேண்டிய கட்டிடம் எப்படி எந்த அளவில் இருக்க வேண்டும் என்பதை விளக்கி சொல்லிக்கொண்டிருக்க அழைப்பு வருவதாய் அவனது போன் வைப்ரேட் ஆகியது. சிறு நொடி தாமதித்தவன் பின் தனது மொபைலை எடுத்து பார்க்க உதயா என்ற பெயர் டிஸ்பிளே ஆகவும் முதலில் அட்டெண்ட் செய்ய வேண்டாம் என்று நினைத்தவன் எடுக்கலைன்னா ஏதாவது சொல்லுவான் என்று எண்ணியவனாய் அட்டெண்ட் செய்தான்.

மாப்ள.. என உதயாவின் குரல் ஆனந்தமாய் ஒலிக்க அவனை பேசவிடாது இடைமறித்தவனாய், சாரி.. மச்சி கொஞ்சம் வேலையா இருக்கேன்டா கூப்பிட்றேன் என சிவா சொல்ல..

ஏதோ உற்சாகமாய் பேச வந்து சப்பென்று ஆகியவனாய் சரி மாப்ள நீ பாரு என்றுவிட்டு உதயா இணைப்பை துண்டித்துக்கொள்ளவும் தனது வேலையில் கவனமானான் சிவா.

அன்று முழுவதும் வேலையிலயே பரபரப்பாய் இருந்தான் சிவா, வேலை சம்பந்தமாய் பலருக்கும் கால் செய்து பேசினான் ஆனால் உதயாவிடம் பேச நேரம் ஒதுக்க முடியாமல் இருந்தான். சாதாரன விஷ-யமாகத்தானே பேசப்போகிறோம் என்று எண்ணியவனாய் முயலாமல் இருந்தான் ஆனால் உதயாவோ **சக்தி வாய்ந்த விஷயத்தை** சொல்ல அழைத்திருப்பதை உணராதவனாய்...

பின், மாலை தனது சைட்டில் இருந்து ரவி வந்து அழைக்கவும் சிவா ஹரி ரவி என மூவருமாய் கிளம்பி தங்கள் ஆபிஸ் வந்திருந்தார்-கள்.

டேய் மச்சி நாளைக்கு எனக்கு தாசில்தார் ஆபிஸ் வர போக வேண்டிய வேலை இருக்கு அதுனால சைட்டுக்கு வர கொஞ்சம் லேட் ஆகும் என்று ஹரி சொல்ல..

தனது மொபைலில் கவனமானவனாய் இருந்த சிவா தாசில்தார் ஆபிஸ்க்கா என்னடா..? என்றான் கேள்வியாய்.

இல்ல மச்சி இந்த ஸ்மார்ட் கார்ட்ல என்னோட பெயர், சுபா பெயர் போக யாரோ புஸ்பா-ன்னு ஒரு பெயர் வேற இருக்குடா கருமம் அது யாருன்னு தெரியல அத எடுக்கணும் என்று ஹரி சொல்ல..

உடனே, யோவ் மாம்ஸ் நல்லா யோசிச்சு பார்யா உன் ரெண்டாவது கனெக்சனா இருக்க போது என்று கேலியாய் ரவி சொல்ல..

அவனை பார்த்த ஹரி, டேய் எப்படிடா இப்படி...!! இத சொல்லித்-தாண்டா அவளும் சண்டை பிடிக்கிறா.... நெட்ல பார்த்தா புஸ்பா_ஹரி வயது 25-னு வேற இருக்கா இது போதாதா.. உங்கக்கா இத வச்சே ஒரு கூட்டு கூட்டிட்டா என பாவமாய் ஹரி சொல்ல...

சரி சரி.. நாளைக்கு தாசில்தார் ஆபிசுக்கு எதுக்கு போற ரெண்டு குடும்பம்ன்னு ரெண்டு ஸ்மார்ட் கார்ட் வாங்கதான என்று விடாமல் ரவி கேலி பேச...

மொபைலை நோண்டியபடி இவர்கள் பேச்சை ரசித்தபடி இருந்த சிவா, புஸ்பா புருஷன்... புஸ்பா புருஷன்... என ஒரு காமெடி ஆடி-யோவை தனது போனில் சத்தம் கூட்டி பிளே செய்ய.. அதை கேட்டு ரவி சத்தமாய் சிரித்தான்.

ரைட்டு இன்னைக்கு நம்மள பிடுச்சு டிராவல் பண்றாய்ங்க என ஹரி நினைத்தபடி சிவாவையும் ரவியையும் பார்க்க...

மாம்ஸ் நீதான் புஸ்பா புருசன்னாயா... என காமெடியாய் ரவி கேட்க..?

உடனே ஹரி, டேய் நடத்துங்கடா.. நடத்துங்க.. இன்னைக்கு என்னை ஓட்ட ஒரு விஷயம் சிக்கிருச்சு சும்மாவா விடுவீங்க நடத்துங்கடா எனவும்,

சரி விடு மாம்ஸ் இது உன் தனிப்பட்ட குடும்ப பிரச்சனை இத பத்தி நாங்க பேசல என்று ரவி சொல்ல,

டேய் இத விடுங்கடா, போகையில எங்கயாவது லைட்டா சாப்டுட்டு அப்பறம் பாருக்கு போவோம்டா என்னடா என்று ஹரியை பார்த்து சிவா கேட்க..?

உடனே ஹரியும், ஏய் ஆம மச்சி எனக்கும் பசிக்கிற மாதிரி இருக்கு போகையில பவர் கடையில கூட சாப்ட்டு போவோம், என்னடா ரவி என்றான்.

ம்ம்.. நீங்க போங்க எனக்கு ஒரு சின்ன வேலை இருக்கு அத முடிச்சுட்டு நான் அப்படியே வீட்டுக்கு போறேன் என்ற ரவி தன் அண்ணனை பார்த்து, சிவா இன்னைக்கி வீட்டுக்கு சீக்கிரமா வாயேன் அப்பா எதோ பேசனும்ன்னு சொன்னாரு உனக்கு எதும் போன் பண்ணாறா என்று கேட்க?

போன் எதுவும் வரவில்லை என்பதாய் தலையசைத்தான் சிவா. வீட்டில் தன்னை பற்றிய பேச்சைதான் பேசப்போகிறார்கள் அது திருமணத்தை பற்றியதாய் இருக்க போகிறது என சரியாய் யூகித்திருந்தான் சிவா. அதை நினைக்கையில் தலை வலிப்பதாய் உணர உடனே ஹரியுடன் பாருக்கு கிளம்பினான்.

பின், இரவு தனது வீட்டிற்கு வந்த சிவா குடித்திருந்தாலும் இன்று நிதானமாகவே இருந்தான். அங்கு ஹாலில் இவனை எதிர்பார்த்து அமர்ந்திருந்த அம்மா லெட்சுமியும் அப்பா சேகரனும் இவன் வரவும் அவனிடம் பேச ஆரம்பித்தனர்..

தம்பி, வெண்ணிலாவ உனக்கு பேசிருக்குப்பா என்ற விஷயத்தை அவனிடம் பக்குவமாய் பேச ஆரம்பித்து பெண் கேட்டு அவர்கள் சம்மதம் சொன்னதுவரை எல்லாம் சொல்லி சேகரனும் லெட்சுமியும் சிவாவிடம் விளக்க,

தான் தன் முடிவு இன்னது என்று சொல்லாமல் இருந்த நிலையில் தனது அம்மாவும் அப்பாவும் தங்கள் கடமையை முடிக்க தனக்கு பெண் பார்த்து பேசி இருப்பது அவனுக்குள் ஆத்திரத்தை ஏற்படுத்தியது. ஏனோ இதை அவன் மனம் ஏற்க மறுத்து முரண்ட பேசிக்கொண்டிருந்த தன் பெற்றோர்களை இடைமறித்தவனாய்...

எம்மா.. நான் உங்கக்கிட்ட எதுவும் சொல்லல நீங்களா முடிவு பண்ணி என்னமோ பண்ணி வச்சிருக்கீங்க? என்னை புரிஞ்சுக்கனும்ன்னே நீங்க யாரும் நினைக்கலைல என வெறுப்பாய் ஆரம்பித்தவன் விரக்தியாய் முடிக்க.

என்ன சிவா இப்படி சொல்ற!? உன்ன புரிஞ்சுக்கிட்டதாலதான்பா உனக்கு கல்யாணம் பண்ணி வைக்கனும்ன்னு நினைக்கிறோம். நீ நாங்க பெத்த பிள்ளைய்யா.. உனக்கு நல்லது நடக்கனும்ன்னு நினைக்கிறோம். புள்ளைங்களுக்கு என்ன பண்ணனுமா அதைத்தான் பெத்தவங்களா நாங்க பண்றோம். இது தப்பாயா..?? என்று உடைந்த குரலானாலும் உயர்த்தி பேசினார் லெட்சுமி.

எம்மா நான் சொல்றத புரிஞ்சுக்காம பேசாதீங்க என் மனசு மனநிலை எதுவும் இன்னும் கல்யாணத்துக்கு தயாராகல அத பத்தி யோசிக்கவே தோனலை எனக்கு என்று சிவா சொல்லயிலேயே..

என்னப்பா சிவா உனக்கு அன்னைக்கு அவ்வளவு சொல்லியும் இன்னைக்கு இப்படி பேசுற என்று சேகரன் வருத்தமாய் கேட்க...?

அப்பா அது.. எனக்கு தெரியுது ஆனா.. என் மைண்ட் என ஏதோ சொல்ல விளைந்தவன் அதை விடுத்து, உங்க கடமைய முடிக்க எனக்கு இப்ப கல்யாணம் பண்ணனும்ன்னு நினைக்கிறீங்க..!? கல்யாணம் பண்ணா அந்த கல்யாணமும் கடமைக்கு இருக்க போது..!! என்று சலிப்பானவனாய் சிவா பேச..

நீ யோசிக்கிறது தப்பு சிவா, எங்கப்பா முடியாம கிடக்கவும் அவர் இருக்கையிலேயே என் கல்யாணத்தை பார்க்கனும்ன்னு எங்காத்தா அவசரமா உங்கம்மாவ பார்த்து எனக்கு கட்டி வச்சாங்க, நாலு நாள்ல எல்லாம் முடிவாகி கல்யாணம் பண்ணிக்கிட்டோம். இன்னைக்கு நானும் உங்கம்மாவும் சந்தோசமா வாழலையா..?? ஒருத்தருக்கொருத்தர் அன்பா இல்லாமையா இருக்கோம்..?? இதுக்கு பேர்தான நீங்க சொல்ற காதல் என்றவர் எல்லாத்துக்கும் நம்ம மனசுதான் காரணம் சிவா என அவனது அப்பா சேகரன் சொல்ல..

தனது அப்பா பேசியதை அமைதியாய் கேட்டவன் தனது அம்மா அப்பா முகத்தை பார்க்க இருவர் முகத்திலும் வேதனையும் ஏக்கமும் நிறையவே நிறைந்திருந்தது. தனது அப்பா சொன்ன எல்லாத்துக்கும் மனசுதான் காரணம் என்பது உண்மை!! ஆனால் தன் மனது திருமணத்திற்கு தயாராகிவிட்டதா என்பதே தெரியாமல் இருந்தான் சிவா, ஆனால் சூழ்நிலை தயாராய் இருந்தது..

தன் மேல் சமுதாயத்தின் பார்வை..!! தன் தம்பியின் வாழ்க்கை..!! தன் தாய் தந்தையின் சந்தோசம்..!! என எல்லாவற்றையும் யோசித்தவன் இத்தனை பேரை திருப்திபடுத்த சந்தோசபடுத்ததானே இந்த **கல்யாணம்!!!**

இதுநாள் வரை தன் குடும்பத்தை யோசிச்சே எல்லா முடிவும் எடுத்திருக்கோம் அது மாதிரி இதுவும் நடக்கட்டும் என்று மனதிற்குள் சிந்தித்த சிவா,

தனது அம்மா அப்பா இருவரையும் பார்த்து, எப்படியோ முடிவு பன்னிட்டீங்க எனக்கு கல்யாணம் பண்ணி வைக்கணும்ன்னு இது நல்லதோ கெட்டதோ உங்களுக்காக உங்க சந்தோசத்துக்காக ஒத்துக்கிறேன். நீங்க நினைச்ச மாதிரியே ஏற்பாடு பண்ணுங்க என தன் விருப்பு வெறுப்புகளை விடுத்து தன் குடும்பத்திற்காக திருமணம் செய்து கொள்ள சிவா சம்மதிக்க..

அவன் சம்மதம் சொல்லவும் சேகரனும் லெட்சுமியும் மகிழ்ச்சியின் எல்லை வரை சென்று வந்தனர். உங்களுக்காக ஒத்துக்கிறேன் என்று சொன்னது லெட்சுமியை சிறிது பதற செய்யவும்...

எங்களுக்காகன்னு மட்டும் சொல்லாத சிவா.. இதுல நீயும் சந்தோசமா இருக்கனும்.. நீ வேணா பாரு வெண்ணிலா வந்ததுக்கு அப்பறம் நீ சந்தோசமா இருப்ப எனக்கு நம்பிக்கை இருக்கு அம்மா சும்மா பேசுறான்னு நினைக்காத இது நடக்கும் என்று அழுத்தமாய் சொன்ன லெட்சுமி சிவாவின் கரம் பற்றி அவனை பார்க்க..

தன் முகத்தை பார்த்தபடி இருந்த தன் அம்மாவிடம் இதுவும் நீங்க ஆசைப்பட்ட மாதிரியே நடக்கட்டும் என்றவன் தன் அம்மாவை விலக்கிவிட்டு தன் அறைக்கு செல்ல படிகளில் ஏறினான் வேகமாய்.

தன் அறைக்கு வந்த சிவாவின் மனதில் பல சிந்தனைகள் வந்து வந்து போக சோர்வு ஏற்பட்டவனாய் அப்படியே படுக்கையில் விழுந்தான். கீழே சம்மதம் சொல்லிவிட்டு வந்தாலும் மனது நெருடலாகவே

இருந்தது அவனுக்கு. படுக்கையில் கிடைந்தவனை சில நொடிகளில் அவனது மொபைல் அதிர்ந்து வாட்சப் மெசேஜ் வந்திருக்கிறது என உணர்த்த அதை எடுத்து பார்த்தவன் ஒரு புது நம்பரில் இருந்து மெசேஜ் வந்திருக்க அதில் அந்த நம்பர் தன்னை அறிமுகப்படித்தியிருக்க அதை கடமைக்கு பார்த்தவனாய் அசதியாய் இருக்கவும் மொபைலை படுக்கை-யில் போட்டுவிட்டு போதையின் தாக்கத்தில் கண்மூடினான்.

*

மறுநாள், நேற்று பேசமுடியாமல் போன சிவாவிடம் இன்று பேசிவிட முடிவெடுத்தவனாய் சிவாவிற்கு உதயா கால் செய்ய,

அதிர்ந்த தனது போனை பார்த்தவன் உதயா எனவும் அவனது அழைப்பிற்கான விஷயம் புரிய இன்றும் பேசாமல் போனால் நன்றாய் இருக்காது என்று எண்ணியவனாய் போனை அட்டெண்ட் செய்து பேசி-னான் சிவா.

சிவா தனது தங்கைக்கு கணவன் என முடிவாயிருக்கும் செய்தி உதயாவை பெரிதும் மகிழச்செய்தது அதை தனது மாப்பிள்ளை சிவாவி-டம் மகிழ்ச்சியாய் பேச ஆரம்பித்தான் உதயா. அவனது மகிழ்ச்சியையும் நினைத்து பார்த்த சிவா உதயாவை பேச அனுமதித்து சிறு வார்த்தைகள் பதில் சொல்லிக்கொண்டிருந்தான்..

பேசிக்கொண்டிருந்த உதயா, சட்டென மாப்ள.. நிலாட்ட கொடுக்கி-றேன் பேசுறியா.. என தனது அருகில் நின்று தான் போனில் சிவாவு-டன் பேசுவதை கவனித்துக்கொண்டிருந்த நிலாவை பார்த்தபடி போனில் கேட்க...?

உடனே வேணாம் என்பதாய் பயந்தவாறு தலையசைத்து மறுப்பவ-ளாய் நிலா உதயாவிடம் சைகயில் சொல்லயிலயே...

எதிர்முனையில் இருந்த சிவா, இல்ல மச்சி வேலைல இருக்கேன். இதுவே இன்னைக்கும் உன்கூட பேச முடியாம போயிருமோன்னுதான் இப்ப கால் அட்டன்ட் பண்ணேன் என சிவா மறுப்பாய் சொல்லவும் சரி மாப்ள நீ பாரு என்றுவிட்டு போனை வைத்தான் உதயா.

நிலாக்கிட்ட பேசுறியா என்று தனது அண்ணன் சிவாவிடம் கேட்-கும்போது மாட்டேன் வேணாம் என்பதாய் மறுத்த நிலா இப்போது அவன் பேசவில்லை எனவும் ஏனோ சிறிது ஏக்கத்துடன் வருந்தவும் செய்தாள்.

திருச்செந்தூரில் இருந்து வந்ததிலிருந்தே சிவாவின் நினைவுகளிலே திரிந்தாள் நிலா. சிவாவை தனது சிறு வயதிலிருந்தே அவளுக்கு தெரியும், விடுமுறை நாட்களில் அவன் இங்கு ஊருக்கு வரும்போது ஹீரோ போல் உடை அணிந்து ஹீரோமாதிரியே இருப்பவனை பார்த்து ரசித்திருக்கிறாள் சிறுபிள்ளையாகவே. அப்படி அவனை பார்த்து இருந்தவளுக்கு இப்போது அவனை மணக்க போகிறோம் என்றானவும் பழைய அவனது நினைவுகளை தேடித் தேடி ரசிக்க ஆரம்பித்தாள்.

சிவாவின் புது நிறம், அசாத்தியமான அவன் உயரம் அதற்கேற்ற பருமன், அகன்ற நெற்றி அடர்த்தியான தலை கிராப், சிறுத்த ஆனால் குறுகுறுத்த கண்கள், ஸ்டைலான மீசை தாடி, அவனின் நெஞ்சை நிமிர்த்திய நடை, தேர்வு செய்து அணியும் உடை என சிவாவின், தனது மாமாவின் எல்லாவற்றையும் தனது நினைவுகளில் தனித்தனியாய் ரசித்த நிலா, சமீபத்தில் திருச்செந்தூரில் அவன் அலட்சியமாய் தனது உதடுகளில் சிகரெட்டை கவ்வி புகை பிடித்ததை கூட பார்த்து இவ்வளவு ஸ்டைலா யாரு சிகெரெட் பிடிப்பா என்று அவனுக்கு செர்ட்டிப்பிக்கேட் கொடுத்து பாராட்டி உள்ளூர மகிழ்ந்து கிடந்தாள்.

அன்று கடலில் குளிக்கையில் ஒருவன் தப்பான எண்ணத்தில் தன் மேல் வந்து வந்து விழுந்ததற்கு அவனை புரட்டி எடுத்த அந்த சிவா அவளுக்குள் மாஸான ஸ்டைலிஸ்ஸான சினிமா ஹீரோ போல் தெரிய அனைத்தும் மறந்து அவன் ஒருவனின் நினைவிலேயே உலன்றால் நிலா.

*

எனக்கு வேலை இருக்கு, இதுக்கு நான் வந்தே ஆகனும்ன்னு எதும் இல்லைல நீங்க மட்டும் போய்ட்டுவாங்க என்று விருப்பற்றவனாய் நிச்சயத்திற்கு வர சிவா மறுத்திருக்க அதில் வருத்தம் என்றாலும் அதை காட்டாது, நிச்சயம் செய்ய குறித்த தேதியில் திருநெல்வேலிக்கு சிவாவை தவிர அவன் குடும்பத்தினர் சில நெருங்கிய சொந்தங்களுடன் வேனில் கிளம்பி சென்றனர்.

இவர்கள் அங்கு போய் இறங்கவும் இவர்களை அழைத்து வர தெரு முனையிலேயே நின்றிருந்தனர் விநாயகமும் அவர் மகன் உதயாவும், இவர்கள் வந்த வேனை ஓரமாய் நிறுத்த இடம் காட்டிவிட்டு வந்திருந்தவர்களை விநாயகம் வீட்டிற்கு அழைத்து வர அங்கு வீட்டின் வாசலில் நான்தான் மணப்பெண்ணின் அம்மா என்ற அலங்காரத்தில் நின்றிருந்த

வானதி,

வாங்கண்ணே.., வாங்க மயினி வாங்க வாங்க என வந்தவர்களை இன்முகத்துடன் வரவேற்று வீட்டினுள் அழைத்து சென்றார்...

அங்கு அவர்கள் வீட்டில் நிச்சயதார்த்தம் எளிமையாய் செய்ய ஏற்பாடு செய்யப்பட்டிருந்தது. வீட்டின் அந்த பெரிய ஹாலில் விரிப்புகள் விரிக்கப்பட்டிருக்க வந்தவர்கள் அப்படி அப்படியே அமர்ந்தனர்.

சிவாவை பார்க்க போகிறோம் என்று ஏனோ காலையில் இருந்தே புதுமாதிரி படபடப்பாய் இருந்த நிலாவிற்கு இப்போது அந்த பதட்டம் இல்லாமல் போகவும் அலங்காரம் செய்து கொண்டு தன் அம்மா அழைக்கவும் பதுமையாய் வந்து நின்றாள்.

கல்யாணம் எனவும் மெருகேறி கூடுதல் அழகாகி வந்து நின்ற நிலாவை பார்த்த லெட்சுமி, நிலா இப்படி வந்து உட்காரும்மா என அவளை அழைத்து தன்னருகே அமர்த்தி கொண்டவர், அவர் முன் தாம்பூலத்தில் இருந்த மல்லிகை சரத்தை எடுத்து நிலாவின் தலையில் வைத்தவர் அவளின் கண்ணம் தடவி முத்தம் கொஞ்சிவிட்டு அவள் கையை தன் கைக்குள் வைத்துக்கொண்டார் அன்பான மாமியாராய்.

அடுத்தடுத்து வந்திருந்த பெரியவர்கள் எல்லோரும் பேசி காலண்டர் உதவியுடன் வருகின்ற வைகாசி மாதம் கடைசி முகூர்த்தத்தில் திருமணம் செய்ய நல்ல நாள் எனவும், சேகரன் லெட்சுமி தம்பதியினரும் விநாயகம் வானதி தம்பதியினரும் நிச்சய தாம்பூலம் மாற்றிக்கொண்டனர். அடுத்து, டவுனில் உள்ள பெரிய ஹோட்டலில் இருந்து வரவழைக்கப்பட்ட உணவு அனைவருக்கும் பரிமாறப்பட்டது, இந்த அத்தனை நிகழ்வுகளையும் ரவி தனது அந்த விலையுயர்ந்த போனில் புகைப்படம் பிடித்துக்கொண்டான்.

பின், வந்திருந்த அனைவரும் கிளம்ப ஆயத்தமாக தன் நெஞ்சோடு சேர்த்தணைத்து சிரிப்பாய் அமுதனை கொஞ்சி கொண்டிருந்த நிலாவிடம் இருந்து அவனை வாங்கிக்கொண்டு அவளிடமும் சொல்லிவிட்டு மகிழ்ச்சியுடன் அங்கிருந்து விடைபெற்றனர்.

மதுரைக்கு வரவும் லெட்சுமியும் சேகரனும் வந்த கையேடு ரேவதி தம்பதியினரிடம் கயல்விழியை ரவிக்கு பெண் கேட்க அவ்வளவு நேரம் மூஞ்சியை தூக்கி வைத்துக்கொண்டிருந்த ரேவதி மகிழ்ந்தவராய் சம்மதம் சொன்னார். இங்குதான் தன் பெண்ணை கொடுக்க போகிறோம் என அவர் நினைத்திருக்க அதுவே நடந்ததில் பெரும் மகிழ்ச்சி!! ஆனாலும்

தன் மகள் மூத்த மருமகள் இல்லை என்பது ஏனோ மனதின் ஒரு சிறு ஓரத்தில் வருத்தம் தரத்தான் செய்தது ரேவதிக்கு.

பின், சிவாவுக்கு முடியவும் அங்கிட்டு ஒரு மூனு நாலு மாசம் தள்ளி கயல் ரவிக்கு திருமணம் செய்து கொள்ளலாம் என முடிவு செய்து தங்கள் மகிழ்ச்சியை மேலும் பெருக்கிக்கொண்டனர்.

சிவாவை சுற்றி அனைவருக்கும் மகிழ்ச்சி அவனது நண்பர்கள் எல்லோரும் அவன் திருமணத்தை எண்ணி பெரிதும் மகிழ்ந்து இருந்தனர், இந்த திருமணம் அவனை இயல்புக்கு மாற்றி வாழ்வின் மேல் ஒரு பிடிப்பை உண்டாக்கும் என்ற நம்பிக்கையில்.

வேலைக்காக சிங்கப்பூர் சென்றிருந்த பிரபு தனது நண்பன் திருமணத்தை கொண்டாட பத்து பதினைந்து நாள் முன்னதாகவே இங்கு வர ஆயத்தமானான். குடும்பத்தினர் அனைவரும் கல்யாண வேலைகளை ஆளுக்கு ஒருவராய் பிரித்து பார்த்துக்கொண்டிருந்தனர், ஹரியும் அதில் பங்கெடுத்து செய்ய சிவா பற்றில்லாமல் தனது தொழிற் வேலையிலயே இருந்தான். இருந்தும் ரவியிடம் பேசும்போது அவன் கல்யாண வேலைகளை பற்றி சொல்லையில் கேட்டுக்கொள்பவன் தானும் அந்த ஏற்பாடுகளில் ஈடுபடுவது போல ஒரு எண்ணத்தை தனக்குள் உண்டாக்கி கொண்டான்.

அன்று, மாலை சைட்டில் இருந்து தனது ஆபிஸிற்கு வந்த சிவா தனது டேபிள் மீது இருந்த அட்டை கலர் பேப்பர் சுற்றப்பட்டிருந்த பார்சலை பார்த்துவிட்டு, என்ன? என்று யோசித்தவனாய் தனது இருக்கையில் அமர்ந்தவன் அதை எடுத்து பிரித்து பார்க்க திருமண பத்திரிக்கைகள். உடனே, அதை கைகளில் எடுத்து பார்த்தான். இது தனக்கு கல்யாணம் உறுதியாகிவிட்டதை இன்னும் அழுத்தமாய் அவனுக்கு உணர்த்த பத்திரிக்கையில் பார்வை பதித்தான்.

அட்டை படத்தில் மதுரை மீனாட்சி திருக்கல்யாணம் அழகாய் பிரிண்ட் செய்யப்பட்டிருக்க உள்ளே திருப்பினான், அவர்கள் வீட்டு குலதெய்வம் அருள்மிகு ஸ்ரீ சாஸ்தா துணை என்று தொடங்கி சொந்த பந்தங்கள் அத்தனை பெயரும் நீண்ட வரிசையாய் பட்டியலிட்ட பெரிய திருமண பத்திரிக்கை...

மதுரை மாவட்டம் மறைந்த சண்முகவேல்-லெட்சுமியம்மாள் அவர்களின் மகன்வழி பேரனும், ஈஸ்வரன்-மீனாள் அவர்களின் மகள் வழி பேரனும்

திரு.சேகரன் லெட்சுமி இவர்களின் மகனுமாகிய திருவளர்செல்வன் **Er.,S.சிவகுமார் B.E -க்கும் (SRH Constructions)**

திருநெல்வேலி மாவட்டம் மறைந்த முனியாண்டி-பர்வதம்மாள் அவர்களின் மகன்வழி பேத்தியும் பொன்னுசாமி-சுடலைமாரி அவர்களின் மகள் வழி பேத்தியும் திரு.விநாயகம்-வானதி இவர்களின் மகளுமாகிய திருவளர் செல்வி

V.வெண்ணிலா M.A -வுக்கும்

திருமணம் பெரியோர்களால் உறுதி செய்யப்பட்டு மகிழ் அலுவல் யாவும் மதுரை திருப்பரங்குன்றம் எம்.கே.வி திருமண மண்டபத்தில் நடைபெற இருப்பதால் தாங்கள் தங்கள் உற்றார் உறவினர் சூழ வருகை தந்து மணமக்களை ஆசீர்வதிக்கும்படி அன்புடன் அழைக்கின்றோம்!!!

என்பதில் ஆரம்பித்து தனது சொந்தம் பந்தம் பெயர்கள் அத்தனையும் ஒரு வரி விடாமல் முழுதும் வாசித்து முடித்தான் சிவா.

ரவிதான் இங்கு வைத்திருக்க வேண்டும் தான் தன் சார்பில் கொடுக்க கேட்டிருந்ததால். யார் யாருக்கு கொடுக்க வேண்டும் என யோசனையானவன் நாளையில இருந்து கொடுக்கிற வேலைய ஆரம்பிக்கலாம் என்று எண்ணியவனாய் தனது திருமண பத்திரிக்கைகளை தனது பேக்கில் எடுத்து வைத்துக்கொண்டான்.

அடுத்த நாளில் இருந்து சிவா வேலையின் ஊடே தனது நண்பர்களுக்கும் பழக்கமான முக்கியமானவர்களுக்கும் நேரில் சென்று பத்திரிகை கொடுக்க ஆரம்பித்தான்.

சேகரனும் லெட்சுமியும் ஊர் ஊராய் தங்கள் அத்தனை சொந்தங்களின் வீட்டிற்கும் சென்று பத்திரிக்கை கொடுத்து திருமணத்திற்கு அழைத்தனர்..

அங்கு வானதியும் விநாயகமும் பத்திரிக்கை வைக்க சென்ற சொந்தங்கள் அனைவரிடத்திலும் எல்லோரும் குடும்பத்தோட வந்திரனும் இங்க இருந்து மதுரைக்கு பஸ் ஏற்பாடு பண்ணிருக்கு என கல்யாணத்திற்கு வர சவுகர்யம் செய்ததிருப்பதை சொல்லி அழைக்க, உதயா தனது தங்கைக்கு சீர் சாமான்கள் சிலவற்றை மதுரைக்கு வந்து ஆர்டர் செய்ய ஆரம்பித்தான் அத்தனையும் தனது தங்கையின் விருப்பம் போல்.

நிலவோ கல்யாணம் என்றவுடன் அழகு கூடி போயி மனதில் ஆயிரம் வண்ண கனவுகளுடன் சிவவுடனான திருமணத்தை எண்ணி எதிர்பார்த்திருந்தாள்.

திருமணநாளும் நெருங்கியது, திருமணத்திற்கு முதல் நாளே நிலா மதுரைக்கு அழைத்துவரப்பட்டு கயல்விழி வீட்டில் தங்கவைக்கப்பட்டாள்.

ஏண்டி இத்தனை நாள்ல மாமாக்கிட்ட ஒருதடவை கூடவா பேசலை..!?? என்று தனது அறையில் தன்னருகில் அமர்ந்திருந்த நிலா-விடம் கயல் வியப்பாய் கேட்க? பேசவில்லை என்பதாய் உதடு பிதுக்கி குழந்தையாய் தலையசைத்தாள் நிலா.

என்னடி இப்படி இருந்திருக்கீங்க? அய்யோ! அய்யோ!! என்று சலிப்பான கயல் அவர் நம்பராவது உன்கிட்ட இருக்கா என்றாள்?

உடனே, இருக்கு மொபைல்ல சேவ் பண்ணிருக்கேன் என்று நிலா சொல்ல,

பரவாயில்லை நம்பர் ஆவது வச்சிருக்கியே என்ற கயல், நம்பர்தான் இருந்துருக்கு அப்பறம் என்ன மாமாகிட்ட பேசியிருக்கலாம்ல என்றாள்?

ஏட்டி நான் எப்படிடி பேசுறது என்று அப்பாவியாய் நிலா கேட்க? கட்டில் மீது கிடந்த நிலாவின் மொபைலை எடுத்து அதில் சிவா மாமா என்றிருந்த நம்பரை அழுத்தி கால் செய்த கயல், ரிங் போகவும் லவுட் ஸ்பிக்கரில் போட்டு எப்படி பேசுறதா இப்படித்தான் என்று சொல்லி நிலாவின் மடியில் வைக்க..

மொபைலை பார்த்த நிலா, கால் சிவா மாமாவிற்கு எனவும், அய்-யய்யோ என பதறியவளாய், கைகளில் மருதாணி போட்டிருக்க காலை கட் செய்ய முடியாமல் ஏய் கட் பண்ணுடி என கயலிடம் கெஞ்சிக்-கொண்டிருக்கையிலேயே எதிர்முனையில் கால் அட்டெண்ட் செய்யப்-பட்டு ஹாலோ என்று சொல்ல குழந்தை போல கையை உதறி பதறிய நிலா கயலிடம் நீ பேசுடி என சைகயில் சொன்னாள்....

கயலோ.. பேசுடி பேசு என்று அவளிடம் சொல்ல கால் செய்து விட்டு பேசாமல் இருக்க எரிச்சல் ஆனவனாய், ஹலோ.. யார் அது கால் பண்ணிட்டு பேசாம இருக்குறது என்று தனது கனீர் குரலில் சிறிது கடுமையை சேர்த்து சிவா கேட்கவும்...?

ஏனோ அதில் உள்ளுக்குள் உதறல் எடுக்க நாக்கெல்லாம் வறண்டு போனவளாய் இருந்த நிலா, எச்சிலைக் கூட்டி விழுங்கி வறண்ட தொண்டையை சரி செய்துக்கொண்டு மடியில் கிடந்த போனை நோக்கி குனிந்து பேச போகையில்,

எதிர்முனையில் மீண்டும் ஹலோ.. என கடுமையான குரல் கேட்-கவும் பட்டென வாய்திறந்தவளாய் மா..மாமா.. நான் நிலா பேசுறேன்

என்று பயந்தவளாய் அவள் சொல்லவும்,

சட்டென அமைதியாகினான் சிவா. நிலாவா என்று இவன் யோசிக்கயிலேயே இவன் பதில் ஏதும் பேசாமல் இருக்கவும் இருக்கிறானா என சந்தேகமாய் ஹலோ.. என்றாள் நிலா.

உடனே, ம்ம் சொல்லு நிலா... என முன்பிருந்த கடுமை குரலில் இல்லாது சிவா பேச..

அவனது குரலில் ஒலித்த தன் பெயர் தனக்கு அழகாய் தெரிய, மாமா.. அது.. அ..து.. என்று தடுமாற்றமாய் நிலா இழுக்கவும் அருகில் இருந்த கயல் பேசு பேசு என ஊக்கம் கொடுக்க அவளிடம் என்ன பேச என நிலா சைகயில் கேட்கையிலேயே,

சொல்லு நிலா என்ன கூப்பிட்ருக்க..? என சிவா மீண்டும் கேட்க?

இல்லை மாமா அது உங்க நம்பருக்கு தெரியாம கால் ஆயிடுச்சு மாமா என்றாள் நிலா.

ஓ... அப்படியா என்ற சிவா, சரி நிலா என்றுவிட்டு உடனே இணைப்பை துண்டித்துக்கொண்டான்.

கால் கட்டாகவும் நிலா கயலை பார்க்க தலையில் கை வைத்தபடி அமர்ந்திருந்த கயல், போடி இவளே... பேசுன்னா தெரியாம கால் ஆயிருச்சாம்... என்று சலித்துக்கொண்டு சொல்லவும்,

பேசுனா? என்னட்டி பேச... என்ற நிலா உன்னால பார்ரு எனக்கு பயமே வந்திருச்சு என்று அவளை கடிய,

ஏண்டி உன் மாமாக்கூட பேச சொன்னதுக்கு உனக்கு பயமா என்ற கயல், நாளைக்கெல்லாம் ரெண்டு பேரும் ரொம்ப நல்லா ரொமான்ஸ் பண்ணுவீங்கன்னு தெரியுதுடி, ஹீம்ம்.. கட்டிக்க போறவ போன் போடுறாளே அவ பேசலை சரி நாமளாவது பேசுவோம்ன்னு இல்லாம அவர் வச்சிட்டாரு! நல்லாருக்கு ரொம்ப நல்லாருக்கு என சத்தமாய் சலித்துக்கொண்டு படுக்கையில் சாய்ந்தாள் கயல்.

நிலாவுடன் பேசிவிட்டு இணைப்பை துண்டித்த சிவா தனது மொபைலயே பார்த்தபடி யோசனையாய் இருந்தான்.

நிலா சொன்ன மாதிரி தெரியாமலா நமக்கு கால் ஆயிருக்கும்!? இல்லை எதுவும் பேச, சொல்ல வந்து கால் பண்ணிருக்குமோ!?? டேய் சிவா நீ யார்ன்னு அதட்டலா பேசுன மாதிரி இருந்துச்சேடா அதுல அது தெரியாம கால் பண்ணிட்டேன்னு சொல்லிருக்குமோ..? அது வாய்ஸ்ஸும் பயந்த மாதிரி இருந்துச்சேடா!? நீயும் எதுவும் பேசாம நிலா

தெரியாமன்னு சொல்லவும் கால்ல கட் பண்ணிட்ட என தனக்குள் யோசனையாய் விவாதித்து கொண்டிருந்தவனுக்குள் என்ன தோன்றியதோ உடனே தற்போது வந்த நிலாவின் நம்பருக்கு கால் செய்தான்.

கட்டிலில் சாய்ந்து அமர்ந்திருந்த நிலா தனது போனுக்கு சிவாவின் நம்பரில் இருந்து அழைப்பு வரவும் சட்டென பதறியவளாய்,

ஏட்டி கயல் மாமதாண்டி கூப்பிட்றாரு என்று சொல்ல வேகமாய் அவளது போனை அட்டெண்ட் செய்து லவுட் ஸ்பீக்கெரில் போட்டுவிட்டு பேசுடி என்றாள் கயல்.

உடனே, போனின் அருகே நெருங்கி ஏனோ சிறு உதறலுடன் ஹலோ என்றாள் நிலா மெலிதாய்.

நிலா... நான் சிவாதான் பேசுறேன் என்றவன் எங்க ரேவதி அத்தை வீட்ல இருக்கியா என்று கேட்க..?

ம்ம், ஆம மாமா அங்கதான் கயல் கூட அவ ரூம்ல இருக்கேன் என்றாள் நிலா.

ஓ.. சரி சரி என்று இவன் சொல்ல, அவள் என்ன மாமா என்றாள்? அவன் அழைப்பின் காரணம் அறிய.

இல்லை மொத எங்கிட்ட பேசுறதுக்கு எதுவும் கால் பன்னியா!? இல்ல தெரியாமதான் கால் ஆயிருச்சா!? ஏன் கேக்குறனா போன் பண்ணிட்டு பேசாம இருக்கவும் யாருன்னு நான் கொஞ்சம் அதட்டலா கேட்டுட்டேன் அதுனால நீ எதுவும் பேச வந்து பேசாம போயிட்டியோன்னு என தப்பு செய்தவனை போல் சங்கட்டப்பட்டு சிவா கேட்க?

அவன் அப்படி கேட்கவும் என்ன சொல்ல என்று தெரியாமல் சிறு நொடி முழித்தவள், இல்லை மாமா தெரியாமத்தான் கால் ஆயிருச்சு என்று சொல்ல..,

உடனே, சரி நிலா அதான் என்னன்னு கேட்டேன் வேற ஒன்னும் இல்ல நீ பாரு... என்றான் சிவா.

ம்ம், சரிங்க மாமா என்றவள் அவன் ம்ம் என்றுவிட்டு போனை வைக்க போவதற்கு முன் ஹலோ மாமா.. மாமா.. என்று அழைக்க, இணைப்பை துண்டிக்க போனதை நிறுத்தியவனாய் ம்ம்.. சொல்லு நிலா என்றான் அவள் அழைத்த குரல் கேட்டு.

அவன் லைனில் இருக்கவும், ம்ம்.. அது நீங்க சாப்டீங்களா மாமா என்று நிலா தன் தேன்குரலில் கேட்க? அவள் ஏதோ சொல்லப்போகிறாள் என காதை கூர்மையாக்கியவனுக்கு அவள் சாப்டீங்களா என

கேட்டது பெரிய விஷயமாய் இல்லை என்றாலும் கேட்ட குரலில் ஏதோ விசேஷம் இருந்தது போல உடனே, ம்ம் சாப்பிட்டேன் நிலா நீ சாப்ட்டியா என்றான்?

ம்ம்.. இப்பத்தான் மாமா மூனு இட்லி சாப்பிட்டேன் என்று அவள் எண்ணிக்கையுடன் சொல்ல, அவள் இப்படி குழந்தையாய் சொன்னதை கேட்டு யோசனையானவன் முகத்தில் சிறு புன்முறுவல் வர உடனே, அவன் மனம் மூனு போதுமா என்று கேட்கச்சொல்லி தன்னை உந்த அதற்கு அவள் வெகுளியாய் என்ன சொல்வாளோ என்று யோசித்தவன் அதை கேட்காமல் விடுத்து, ம்ம்.. சரி சரி என்று மட்டும் சொன்னான்.

அடுத்து நிலா ஏதோ பேச வரையிலேயே அவள் அறைக்குள் வந்த அவள் அம்மா வானதி,

ஏட்டி ரெண்டுபேரும் என்ன உறங்காம இன்னும் கதையடிச்சுக்கிட்டு கிடக்கீங்க தூங்குங்கட்டி, காத்தால சீக்கிரம் எழும்பனும் என்று நிலாவையும் கயலையும் பார்த்து சொல்ல..

இந்தா தூங்க போறோம் என இருவரும் சொல்ல.... ம்ம்ம் தூங்குங்க என்றுவிட்டு வானதி நகரவும்,

போனில், மாமா நான் வச்சிரட்டுமா அம்மா தூங்க சொல்றாங்க என்று சங்கட்டமானவளாய் நிலா சொல்ல.

ம்ம் வச்சிடு நிலா.. அத்தை சொன்ன மாதிரி காலையில சீக்கிரமா எந்திரிக்கணும் நீ தூங்கு என்று சொல்லிவிட்டு அவள் சரிங்க மாமா என்று சொல்லவும் இணைப்பை துண்டித்து தனது மொபைலை மாடி சுவர் மீது வைத்தான் சிவா. கண்களை இறுக மூடி பெருமூச்சு விட்டவனுக்குள் நிலாவின் முகமும் குரலும் தவிர வேறு எதுவும் தோன்றவில்லை. சிறிது நாட்கள் முன்பு வரை தன்னை அண்ணன் என்று அழைத்தவள் இன்று ஒவ்வொரு பேச்சுக்கும் தன்னை மாமா மாமா என்று அழைத்ததை நினைத்தவன் முகத்தில் இப்போதும் புன்னகையின் ரேகைகள், ஒரு வேளை அவளின் மாமா என்ற அழைப்பை வெகுவாய் ரசிக்கிறானோ என்னவோ...!? ஆனால் இதை ரசிக்கும் இவனேதான் இதோ இந்த நொடி கூட இந்த திருமணம் நின்று போனால் நடக்காமல் போனாள் பெரிதும் மகிழ்பவனாய் இருப்பான்!!!

காரணம் கேட்டால் தன் மனது திருமணத்திற்கு இன்னும் தயாராகவில்லை! இல்லை அதற்க்கு தைரியமில்லை!! என்று ஏதாவது சொல்லுவான். எல்லோரையும் மகிழ்விக்க கல்யாணத்திற்கு ஒத்துக்கொண்ட சிவா

மகிழ்கிறானா என்றால்? அது அவனுக்கே தெரிந்த ரகசியமாய் உள்ளது. விடிந்தால் கல்யாணம் ஆனால் இப்போதுவரை பலவற்றை யோசித்து குழம்பி தவித்து கொண்டிருந்தான் சிவா.

பின் எப்போது தன் அறைக்கு சென்று தூங்கினானோ தெரியவில்லை இல்லை தூங்கினானா என்றே தெரியவில்லை, மறுநாள் காலை ஐந்து மணி போல் அவனது அறைக்கதவு தட்டப்படவும் வந்து திறந்தவன் வெளியே நின்றிருந்த அவன் அம்மா லெட்சுமியையும் தங்கை பாக்யாவையும் அசதியானவனாய் பார்த்தபடி என்னம்மா என்றான்?

சிவா.. அப்படியே மெதுவா கிளம்பி ரெடியாகுப்பா, எட்டு மணிக்கு மேல முகூர்த்தம் நம்ம கொஞ்சம் முன்னமே கிளம்பி அங்க போனாத்தான் சரியா இருக்கும், என்னப்பா என்று கூறி அவனது உடைகள் அடங்கிய பை ஒன்றை அவனிடம் கொடுக்க

வாங்கி கொண்டவன், சரிம்மா நான் ரெடியாகுறேன் என்றுவிட்டு தனது அறைக்குள் சென்றவன் தயாராகி கிளம்ப ஆயத்தமானான்.

சிவாவின் வீட்டில் லெட்சுமி, சேகரன், ரவி, பாக்யா, அவள் கணவன் ராஜ்குமார், அவர்கள் புதல்வன் அமுதன், ஹரி, சுபா, சிவாவின் சித்தி சித்தப்பா, பெரியம்மா பெரியப்பா, பாட்டி தாத்தா என இன்னும் சில சொந்தங்கள் திருமணத்திற்காக தங்களை அலங்கரித்து கிளம்பி சிவாவிற்காக காத்துக்கொண்டிருந்தனர்..

ரவி.. அண்ணன்ன என்னன்னு பாரு? மணி ஆகுது என்று சேகரன் அங்கு அவர் அருகில் நின்றிருந்த ரவியிடம் சொல்ல,

ம்ம் இந்தா பார்க்கிறேன்ப்பா என்றுவிட்டு அவன் வேகமாய் மாடிப்படியை நோக்கி நகர போகையிலேயே..

தன் அறையில் இருந்து பட்டுவேட்டி பட்டு சட்டையில் ராஜ குமாரனை போல் படி இறங்கி வந்தான் சிவா. வந்தவனை அனைவரும் வியப்பில் பார்க்க தன் அருகில் நின்றிருந்த ரவியிடம், டேய்.. என்னடா மாப்ள பயங்கரமா கிளம்பி வர்றான் என்று ஹரி சொல்ல, அவனுக்கு தலையசைத்தவனாய் தன் அண்ணனை பார்த்தவாறு ம்ம் இன்னும் கொஞ்சம் சிரிச்சான்னா தோரனையா இருக்கும் என்றான் ரவி. தனது மகனின் கம்பீரத்தை ரசித்த சேகரனும் லெட்சுமியும் சிவா வரவும் பூஜையறைக்கு கூட்டிச்சென்று சாமி படங்களுக்கு சூடம் பத்தி காட்டி கும்பிட்டு வணங்கிவிட்டு ஏற்பாடு செய்திருந்த காரிலும் வேனிலும் திருப்பரங்குன்றம் நோக்கி புறப்பட்டனர்.

கோவிலுக்கு வந்தவர்கள் ஆளாளுக்கு ஒரு வேலையை பார்க்க முகூர்த்த நேரம் நெருங்கியது. அன்று நல்ல முகூர்த்த நாள் என்பதால் கோவில் பிரகாரம் முழுவதும் ஏகப்பட்ட திருமண ஜோடிகளும் அவர்களின் சொந்த பந்தங்களுமாய் நிரம்பி இருந்தனர்.

ஹரி, ரவி, பூபதி, பிரபு, தினேஷ், ஜீவன், முத்து என இன்னும் சில தனது நண்பர்கள் புடை சூழ தன் உறவுகளின் மத்தியில் கோவில் பிரகாரத்தில் நின்றிருந்தான் சிவா. அப்போது அங்கு **வெண்ணிலா** அழைத்து வரப்பட அவளின் வசீகர அழகை கண்டு சொந்தங்கள் மலைத்து போயினர்.. அதில் எழுந்த பரபரப்பை கேட்டு சிவா கூட்டத்தில் கவனிக்க..

அங்கு,

அடர் சிவப்பு நிற பட்டில் பொன்னிற ஜரிகை நிறைந்திருக்க, கூந்தலை நீண்ட பின்னலாய் ஜடையிட்டு அதன் முழு நீளத்திற்கும் வெள்ளை கற்கள் பதக்கங்கள் பதித்து முடிவில் ஜடை குஞ்சம் வைத்திருக்க... கண்களில் மையிட்டு அந்த வில் போன்ற இரு புருவங்களின் மத்தியில் விபூதி, பொட்டிட்டு கல் வைத்த மூக்குத்தி மின்னி மிளிர!! காதுகளில் மீனாள் தேராய் ஜிமிக்கிகள் அவள் அசைவிற்கு ஏற்ப ஆடிக்கொண்டிருக்க!! வெண்சங்கு கழுத்தில் அட்டிகை அதன் கீழ் அடுக்கடுக்காய் ஜொலிக்கும் நகைகள்!! சிற்றிடை இருப்பதை சொல்ல வளைவுகளை காட்டும் இடுப்பு சங்கிலி!! இரு கைகளிலும் நக நுனியில் இருந்து மருதாணி வைத்து சிவப்பாக்கி அவளின் இயற்கை அழகை இன்னும் எடுப்பாக்கி அழகு செய்து அவ்வழகிற்கு திருஷ்டியாய் ஒரு கண்ணத்தில் கருப்பு புள்ளியிட்டிருக்க!!

கவிஞர்கள் புகழும் அந்த வான் நிலாவை தோற்கடித்தவளாய் நம் வெண்ணிலா, சிவா இருக்கும் இடம் நோக்கி தன் பார்வையை தரையில் பதித்து பதுமையாய் வந்துக்கொண்டிருந்தாள்..

தன்னை நோக்கி வரும் நிலாவை கண்ட சிவா சில நொடிகள் இமைக்க மறந்தவனாய் நின்றான். நிலாவா.. இது!? சின்னபிள்ளைல இருந்து பார்த்த நிலவா இது!!? இத்தனை அழகியானவளா நிலா!? என்றவனாய் சிவா அவளை பார்த்தபடி இருக்க...

அங்கு சிவாவின் அருகே அழைத்துவந்து நிறுத்தப்பட்ட நிலா மெதுவாய் அவனை நிமிர்ந்து பார்க்க அவனும் அவளைத்தானே பார்த்தபடி இருந்தான். அதை உணர்ந்தவளுக்கு உடனே வெட்கம் வர குறுந-

கையை வாயின் ஓரம் ஒதுக்கியவளாய் தலை குனிந்து கொண்டாள்.

அதுவரை எதை பற்றியும் நினைக்காமல் சிந்திக்காமல் இருந்த-வனுக்கு நிலாவின் அழகும், அவள் முகத்தில் இருக்கும் வெட்கசிரிப்-பும் தன்னை ஏதோ செய்வதாய் இருக்க அதை உணர்ந்தவனுக்குள் புது நடுக்கம் பரவ ஆரம்பித்தது.

மீண்டும் இந்த கல்யாணம் சரியா..!? தனது உண்மைகள் எதும் முழுமையாய் தெரியாத தன் மனநிலை என்ன என்பது அறியாத இந்த சிறு பெண்ணை திருமணம் செய்து கொள்வது சரிதானா..!? அவளின் சந்தோஷங்கள் நாளை நம்மால் சிதைந்தால்..!? அவளின் எதிர்பார்ப்-புகள் தன்னால் உடைந்தால்..?? என ஏதேதோ எண்ணி குழம்பினான் சிவா. ஏனோ மனம் ஒரு விடை தெரியாமல் தவிக்க முகத்தில் குழப்-பத்தின் ரேகை தெரிய நின்றுக்கொண்டிருந்தான்.

அவனை அய்யர் முன் அழைத்து வந்து நிறுத்திய ரவி அவன் காதில் மட்டும் கேட்கும்படி, சிவா கொஞ்சம் சிரி, யாராவது எதும் நினைக்க போறாங்க, சிரி என்று சொல்லவும் சிரிப்பை முகத்தில் நிறுத்த முயன்றான் சிவா.

அப்போது, மந்திரங்கள் சொல்லப்பட்டு சிவாவின் முன்னாள் வெள்ளி தாம்பூலத்தில் மஞ்சள் பூசப்பட்டிருந்த தேங்காய் மீது மஞ்சள் சரடுடன் தாலி நீட்டப்பட்டது,

தன் முன் நீட்டிய தாம்பூலத்தை பார்த்த சிவா தன்னருகில் தனது தாலிக்காக தலை குனித்திருந்த நிலாவை பார்த்துவிட்டு என்ன நினைத்-தானோ..

ஸ்வாமிய வேண்டிண்டு உங்க முன்னோர்கள நினைச்சின்டு மாங்-கல்யத்தை கட்டுங்கோ.. என அய்யர் சொல்லவும் தாலியை கையில் எடுத்தான்..

அந்த நொடி அவன் மனதில் எதுவும் இல்லாமல் இருக்க அனைத்-தையும் ஓரம் தள்ளியவனாய் பெரும் மூச்சொன்றை வெளியே விட்-டுவிட்டு நிலாவின் கழுத்தில் மாங்கல்யத்தை சூட்டினான். அடுத்த நொடி அவர்கள் மீது அட்சதை வாரியிறைக்கப்பட்டது. முதல் இரண்டு முடிச்சை சிவா போட மூன்றாவது முடிச்சை நாத்தனார் முறையாய் பாக்யா போட்டாள்...

பின் அய்யர் நீட்டிய குங்குமத்தை தன் மோதிர விரலில் தொட்டு நிலாவை நன்றாய் நெருங்கி அவள் தலை சுற்றி பின்பக்கம் எடுத்து

சென்று சிவா அவள் நெற்றியில் பொட்டிட, நிலாவின் கண்களில் நீர் துளிர்த்தது ஆனந்தத்தின் வெளிப்பாடாய். இவளை போலவே வானதிக்கும் லெட்சுமிக்கும்.

அடுத்து அய்யர், மாலையை ஒருத்தர் ஒருத்தர் மாற்றி போடுங்கோ என்று சொல்ல இருவரும் எதிர் எதிரில் நின்று மாலையை மாற்றி கொண்டனர்...

ஏனோ சிவாவை தனது மாமாவை இதோ தன் க்ணவனை நிமிர்ந்து பார்க்க கொள்ளை ஆசை நிலாவுக்குள், ஆனால் புதுவெட்கம் அவளை நிமிர விடாமல் செய்தது. அவள் கழுத்தில் மாலையிட்ட பின்பு குழப்பமே முகத்தில் இல்லாதவனாய் தெளிவாய் இருந்தான் சிவா. ஆனாலும் அவனிடத்தில் சிறு இறுக்கம் இருந்தது.

அடுத்தடுத்து அய்யர் சொல்லிய சம்பிரதாயங்கள் அனைத்தையும் சிவாவும் நிலாவும் செய்தனர். அடுத்து தங்கள் இரு பெற்றோர்களின் பாதம் தொட்டு ஆசிர்வாதம் வாங்கிக்கொண்டனர், சேகரனும் லெட்சுமியும் கண்கலங்க இருவரையும் மகிழ்ச்சியாய் ஆசிர்வதித்தனர் அது போலவே விநாயகமும் வானதியும்.

பின் அங்கேயே வைத்து உதயா மச்சான் முறை தங்க மோதிரமும் ஜெயினும் போட்டபின் மணமக்கள் இருவரும் சுவாமி தரிசனம் செய்ய அழைத்து செல்லப்பட்டனர்.

கோவிலுக்கு வெளியே இருந்த மண்டபங்களில் அந்த பெரிய மண்டபத்தில் கல்யாண விருந்து ஏற்பாடு செய்யப்பட்டிருக்க விசேஷ வீட்டார்கள் தங்கள் உறவுகளை அங்கு அழைத்து சென்றனர்..

சுவாமி தரிசனம் செய்ய மணமக்களை அழைத்துக்கொண்டு பாக்யாவும் அவள் கணவன் ராஜ்குமாரும் உடன் ஹரியும் அவன் மனைவி சுபாவும் போயிருந்தனர்.

கூட்ட நெரிசலில் சிவாவின் கையை நிலா பற்றிக்கொள்ள சிவாவும் அவள் கையை இறுக பிடித்துக்கொண்டு அழைத்து சென்றவன், அவளுடன் நெருங்கி நின்று ஸ்வாமி முருகனை மணமக்களாய் தரிசித்தனர், பின் மணமக்கள் மண்டபத்திற்கு அழைத்து செல்லப்பட்டு அங்கிருந்த அலங்கரிக்கப்பட்ட மேடையில் நிறுத்தப்பட்டனர்.

மண்டபத்தில் இருந்த ஸ்பீக்ர்களில்...

♬♩♪♩ ♩♪♩♬ கடவுள் அமைத்து வைத்த மேடை இணைக்கும் கல்யாண மாலை ♬♩♪♩ ♩♪♩♬

♬♩♪♩ ♩♪♩♬ நூறு வருஷம் இந்த மாப்பிள்ளையும் பொண்ணுதான் பேரு விளங்க இங்கு வாழணும் ♬♩♪♩ ♩♪♩♬

♬♩♪♩ ♩♪♩♬ கல்யாண மாலை கொண்டாடும் பெண்ணே ♬♩♪♩ ♩♪♩♬

♬♩♪♩ ♩♪♩♬ இதுதானா இதுதானா எதிர்பார்த்த மன நாளும் இதுதானா ♬♩♪♩ ♩♪♩♬

என கல்யாணத்திற்கான பாடல்கள் வரிசையாய் ஒலித்துக்கொண்டிருக்க, இருவரது உறவுகளும் மேடை ஏறிவந்து மணமக்களுக்கு விபூதி பூசி ஆசிர்வதித்து போட்டோ எடுத்துக்கொள்ள சிவாவும் நிலாவும் சிரித்த முகமாய் போஸ் கொடுத்தனர். அடுத்தடுத்து நண்பர்களும் உறவுகளும் என வந்து அன்புப்பரிசு கொடுத்து போட்டோ பிடித்து கொண்டார்கள்.

மேடையில் நின்றிருந்த சிவா நிலா ஜோடியை பார்த்து.. பார்த்து.. மகிழ்ந்த லெட்சுமி பத்து வயது குறைந்தவளாய் பரபரப்பானார், வந்திருந்த தனது சொந்தங்கள் அனைவரிடத்திலும் தனது மகனையும் மருமகளையும் காட்டி பெருமை பேசினார்..

சிவாவின் கல்லூரி நண்பர்கள் பள்ளி நண்பர்கள் தொழிற் முறை நண்பர்கள் என அனைவரும் தங்கள் மனைவிகளுடன் வந்து அவனை வாழ்த்தி கிண்டல் செய்து சிரித்து மகிழ்ந்தனர், டேய் சிவா வெயிட் பண்ணி பண்ணாலும் வெய்ட்டா பண்ணிருக்கடா.. என நிலாவின் அழகை காட்டி அவன் நண்பன் ஒருவன் அவனிடம் சொல்ல.. இன்னொருவன், டேய் மச்சி நீ எப்படி மேரேஜ்க்கு ஓகே சொன்னேன்னு இப்பத்தான் தெரியுது இப்படி அழகிய மாட்டேன்னா சொல்லுவ என்றான், இதுபோல் அவன் நண்பர்கள் மேடைக்கு வரும்போதெல்லாம் அவனது காதில் மாப்ள சிஸ்டர் சூப்பர்டா என்று சொல்லிவிட்டு சென்றனர். அவர்கள் சொல்லுக்கு எதும் பேசாமல் லேசாய் நெளிந்தபடி சிரித்தாலும் தன் அருகில் நிற்கும் நிலாவை லேசாய் பார்த்து தன் நண்பர்கள் சொல்வது உண்மை என்று தனக்குள் ஆமோதித்துக்கொண்டான்.

ரவியும் கயலும் மண்டபத்தில் ஜோடியாகவே சுற்றித்திரிந்தனர், பச்சை பட்டுச்சேலையில் சிறிது அலங்காரத்துடன் பெரும் அழகியாய்

கயல் இருக்க அவர்களை கண்டவர்கள் அவர்களின் பொருத்தத்தையும் பார்த்து வியந்து அடுத்த ஜோடிகள் இவர்கள்தான் என யார் எதுவும் சொல்லாத நிலையில் பார்த்தவர்கள் தாங்களாகவே சரியாய் நினைத்தி-ருந்தனர்.

அங்கு, இவர்கள் கட்டி கொண்டிருக்கும் அப்பார்ட்மெண்டின் முதன்மை உரிமையாளர் வர, அவரை வாங்க சார் என இன்முகமாய் அழைத்து மணமக்கள் நிற்கும் மேடைக்கு அழைத்து சென்றான் ரவி. அவரை பார்க்கவும் ஹரியும் அங்கு வந்து சேர வந்தவர் சிவாவிடம் வாழ்த்து சொல்லி புகைப்படம் எடுத்துக்கொண்டு கிளம்ப, அவரை தொடர்ந்து ரவி கட்டும் அந்த வீட்டின் உரிமையாளரும் வந்தார். அவருடன் அவர் மகள் கயலின் தோழியும் வருவாள் என்று நினைத்-திருக்க அவர் மட்டுமே வர அவரை வாங்க சார் என வரவேற்ற ரவி, என்ன சார் உங்க பொண்ண காணாம் வரலையா என்று கேட்க? அதற்கு அவர் தன் மகளுக்கு உடம்பு சரியில்லை என்று சமாளிப்பாய் சொல்ல, ஓ.. என்று மட்டும் சொல்லி கேட்டுக்கொண்டவன் அவரை மேடைக்கு அழைத்து சென்று மணமக்களுடன் புகைப்படம் எடுத்துக்-கொள்ள வைத்து பந்தி நடக்கும் இடத்திற்கு அழைத்து சென்றான்.

ஏய்.. கயல் என்னடி உன் ப்ரெண்ட் வரல அவுங்க அப்பா மட்டும் வந்திருக்காரு அதுக்கு முடியலைன்னு சொல்றாரு என்னவாம் என்று ரவி கேட்க....?

அதற்கு கயல் பதில் சொல்லும் முன்னே முந்திக்கொண்டு, டேய் அதுக்கு உடம்பெல்லாம் முடியாம இருக்காது.. இங்க வர மேக்கப் போட்டு ரெடியாக லேட் ஆயிருக்கும் அவுங்கப்பா பொறுத்து பொறுத்து பார்த்துட்டு நீ இரும்மா நான் போய்ட்டு வந்திட்றேன்னு சொல்லி இவரு வந்திருக்காரு என ஹரி கேலியாய் சொல்லவும் அதற்கு பதிலாய் ரவி சிறு சிரிப்பை உதிர்த்தான்.

அண்ணே.. சும்மாயிருங்கண்ணே அவள கிண்டல் பண்ணாதீங்க என்ற கயல், அவள் வராததிற்கான காரணம் சொல்ல மூவருமாய் பேசிக்கொண்டிருக்கயிலேயே ரவியை சேகரன் எதற்காகவோ அழைக்க வேகமாய் ஓடினான் ஹரியையும் தன்னோடு இழுத்து கொண்டு.

மேடையில் நின்றிருந்த சிவாவையும் நிலாவையும் போட்டோகிராப்பர் தன் இஷ்டத்திற்கு ஆட்டுவித்தான், அது ஏனோ சிவாவிற்கு எரிச்சலை ஏற்படுத்தினாலும் அதை காட்டாது தன்னருகில் சிரிக்கும் முகமாய் நின்-

றிருக்கும் நிலாவிற்காகவோ அல்லது தனது அப்பா அம்மாவிற்காகவோ சிரித்த முகமாய் தன்னை காட்டி கொண்டான். பின்ன மாப்பிள்ளை உம்மென்று இருந்தால் வந்தவர்கள் ஏதாவது பேசி அது தன்னை பெற்றவர்களுக்கு சங்கடத்தை உண்டாக்கும் அல்லவா..

நிலாவின் தோளில் கைபோட்டு அணைத்தபடி, அவள் சேரில் அமர்ந்திருக்க அவள் தோளில் கையூன்றி குனிந்தபடி சிவா நின்றவாறு, ஒருவர் மீது ஒருவர் சாய்ந்து நின்றவாறு, இருவரும் கை கோர்த்தபடி என பலவாறு சிவாவையும் நிலாவையும் ஜோடியாக புகைப்படம் எடுத்து முடிக்க மணமக்கள் இருவரும் சாப்பிட அழைத்து செல்லப்பட்டனர்.

பின், மணமக்கள் சிவாவின் வீடு வந்து சேர மதியத்திற்கு மேல் ஆகியிருந்தது. மணமக்களை ஆரத்தி சுற்றி வீட்டினுள் அழைத்து செல்ல, மனதில் கல்யாண வாழ்க்கையின் ஒருவித எதிர்பார்ப்புடன் புகுந்த வீட்டில் தனது வலது கால் எடுத்து வைத்தாள் நிலா.

தனது மகன் மருமகள் இருவரையும் பூஜையறைக்கு அழைத்து சென்ற லெட்சுமி நிலாவிடம் விளக்கை ஏற்றச் சொல்ல, நிலா விளக்கு ஏற்றிவிட்டு சிவாவுடன் தரையில் விழுந்து தெய்வங்களை வணங்கி எழுந்தாள். பின், சிவா நிலா இருவருக்கும் சில சம்பிரதாயங்கள் முடிய நிலாவை கீழ் இருந்த தன் அறைக்கு அழைத்து சென்றாள் பாக்யா.

வா.. மச்சி நம்ம உன் ரூமுக்கு போவோம் என சிவாவை ஹரி அழைத்துக்கொண்டு மாடிக்கு ஏற அவர்களுடன் பிரபு தினேஷ் ஜீவனும் சென்றனர்.

5

மணி இரவாகியிருந்தது சிவாவை சுற்றி அவன் அறையில் அவனது நண்பர்கள் இருக்க அவர்கள் தங்களுக்குள் தங்களது கல்யாணத்தில் நடந்த சில வேடிக்கைகள், சேட்டைகள் என அனைத்தையும் கேலி கிண்டலாய் பேசியபடி இருந்தனர்..

டேய், மச்சி காலையில இருந்து நம்ம பெருசுங்ககிட்ட கால்ல விழுந்து ஆசிர்வாதம் வாங்கி வாங்கி உடம்புலாம் பயங்கரமா வலிக்கும் ஆனா இத போயி நைட்டு சொல்லிக்கிட்டு இருக்காத வலிக்குது அப்படி இப்படின்னு என்று பூடகமாய் தினேஷ் சிவாவிடம் சொல்ல மற்ற நண்பர்கள் லேசாய் சிரித்தனர்..

உடனே பிரபு, டேய் மச்சி நல்லா சுடுத்தண்ணில குளிச்சுட்டு போடா பாடி ப்ரெஸ்ஸா ஆகிரும் அப்பறம் நீ நினைக்கிற மாதிரி என்று கண்ணடித்து ஏதோ சைகயில் சொல்ல..

டேய் டேய் தயவுசெஞ்சு அந்த தப்ப மட்டும் பண்ணிராத பச்சத்தண்ணியிலேயே குளி.. சுடுத்தண்ணில குளிச்ச நைட்டு தூக்கம்தான் வரும் அப்பறம் ஒன்னும் என்று நடக்காது என்பதாய் கையை ஆட்டி ஜீவன் சொல்ல, டேய் மச்சி இவன்க பேச்செல்லாம் கேட்காத.. இது பிளான் பண்ணாலாம் நடக்காது.. தானா நடக்கும் என்று ஹரி சொல்லவும்,

போங்கடா வெண்ணெய்ங்களா.. என்றுவிட்டு தனது அறையில் இருந்த சிகெரெட் பாக்கெட்டை எடுத்து கொண்டு கடுப்பானவனாய் சிவா வெளிவர சில நெருங்கிய சொந்தங்கள் கீழே தன் வீட்டை நிறைத்திருந்தனர்..

வேகமாய், மொட்டை மாடிக்கு சென்றவன், மாடி ஏறி திரும்பும் இடத்தில் சுவற்றில் சாய்ந்து மறைவாய் நின்றுகொண்டு தனது வாய்க்கு சிகெரெட்டை கொடுத்து லைட்டரை அடித்து அதன் முனையில்

நெருப்பு வைத்தான்.

இன்றைய இரவை பற்றி தன் நண்பர்கள் பேசியது சிவாவிற்குள் சிறு பயத்தை ஏற்படுத்தியது. சிகெரெட் புகையை உள்ளிழுத்து வெளியே விட்டு அந்த புகையை பார்த்தவாறு யோசனையாய் சிவா இருக்க...

அப்போது சரியாய், நிலாவும் பாக்யாவும் மாடிக்கு வந்தனர். புகை விலகி ஒரு உருவம் அந்த இருட்டில் தெரிய சுய நினைவுக்கு வந்தவன் கூர்ந்து பார்க்க நிலா நின்றிருக்க அவளுக்கு பின் தன் தங்கையும் நிற்க அவர்களை பார்த்து பதறியவனாய் சிகெரெட்டை கீழே போட்டு அனைத்த சிவா, என்ன இங்க என்றான்? பாக்யாவை பார்த்து.

அவனை அங்கு எதிர்ப்பார்க்காத நிலாவும் பாக்யாவும் சிறிது பயந்தவர்களாய் நிற்க, அவன் குரலில் தெரிந்த அதட்டலில், இல்லண்ணே நிலாக்கு நம்ம வீட்டை சுத்தி காட்டிக்கிட்டு இருந்தேன் என்று பாக்யா சொல்ல...

ம்ம்.. சுத்திக்காட்ட இதுதான் நேரம் பாரு என்று காட்டமாய் சொன்னவன் அடுத்த நொடி வேகமாய் கீழிறங்கி போனான்.

*

ரவி, அண்ணன எங்க? அவன் ரூமுக்கு மேல போய்ட்டானா.. என்று லெட்சுமி கேட்க..?

தெரியலம்மா.. ஆனா சிவா மேல இல்லை என்று ரவி சொல்லவும், சரி அண்ணன் வெளிய எங்கேயும் இருக்கானான்னு பார்த்து அவன் ரூமுக்கு போக சொல்லு என்று லெட்சுமி சொல்ல..

ம்ம் சரிம்மா என்ற ரவி, ஹரியிடம் வந்து சிவாவை எங்க என்று கேட்க? அதற்கு ஹரியின் அருகே இருந்த பாக்யா தெரியல.. ஆனா அண்ணன் கொஞ்ச நேரத்துக்கு முன்னாடி மாடில சிகெரெட் பிடிச்சுக்கிட்டு இருந்துச்சு போல, அண்ணன் அங்க இருக்கிறது தெரியாம நிலாவும் நானும் மேல போயிட்டோம் எங்களை பாத்து வஞ்சிட்டு கீழ வந்துச்சு இப்ப காணோம் என பாக்யா சொல்லவும்,

ரவியிடம், சரி சரி வெளியத்தான் தம் அடிக்க போயிருப்பான். நான் பார்த்து கூட்டிட்டு வரேன் என்றுவிட்டு சிவாவை தேடி வெளியே வந்தான் ஹரி.

“ஒளியிலே தெரிவது தேவதையா தேவதையா” என்ற பாடலை உல்டாவாய், புகையிலே தெரிந்தது தேவதையா.. தேவதையா.. என மாற்றி சிவா சிகெரெட் பிடிக்கும் போது நிலா அவன் முன் வந்ததை வைத்து

சிவாவை கிண்டல் செய்பவனாய் பாடிக்கொண்டே தெருவில் சிவாவின் வீட்டை தாண்டி சிறிது தூரம் ஹரி சென்றிருக்க,

அங்கு போஸ்ட் லைட் வெளிச்சம் விழாத அந்த இருட்டில் நின்றுகொண்டிருந்தான் சிவா.

அங்கு அவன் தனக்கு முதுகு காட்டி யாருடனோ பேசுவது போல் தெரிய, யார்கூடயோ பேசுற மாதிரி இருக்கு.. அங்க நின்னு யார்கூட பேசிக்கிட்டு இருக்கான்!? என்று யோசனையாய் அவனை நோக்கி ஹரி நடக்கையிலேயே சிவாவே திரும்பி இவனை நோக்கி நடந்து வந்தான்.

வீடு நோக்கி வந்தவன் ஹரியை பார்த்துவிட்டு, என்னடா மச்சி என்றவாறு சிகெரெட்டை வாயில் வைத்து புகையை இழுத்து விட,

உன்ன தேடித்தான் வந்தேன் என்றவன் ஆமா அங்க பர்ஸ்ட் நைட்டுக்கு போகாம இங்க என்னடா யார் கூடவோ பேசிக்கிட்டு இருக்க என்று ஹரி கேட்க?

அது.. என சிவா ஏதோ சொல்ல வரையிலேயே கையில் வைத்திருந்த அவனது போன் வைப்ரேட் ஆக அவனது அப்பாதான் அழைப்பது.. உடனே தனது வீட்டை பார்க்க அங்கு வீட்டின் வாசலில் நின்று சேகரன் சிவாவை வரச்சொல்லி கையசைக்க.. உடனே, இந்தா மச்சி என்று அவன் கையில் சிகெரட்டை கொடுத்துவிட்டு வேகமாய் எட்டு வைத்து சிவா போக..

அவனுக்கு பின்னால் மெதுவாய் ஏதோ யோசனையில் அவன் கொடுத்த சிகெரெட்டை வாயில் வைத்து பிடிக்காமல் கையில் வைத்தபடியே ஹரி நடந்து வந்தான்.

அங்கு சிவாவின் வீட்டு வாசலில் சுபா இவனை முறைத்தபடி நின்றாள். அவளை பார்த்த ஹரி ஏன் முறைச்சுக்கிட்டு நிக்கிறா.. என்று யோசித்தவனுக்கு அடுத்த நொடி ஏதோ புரிய கையில் இருந்த அந்த சிகெரெட்டை வீசி எரிந்தவன், ஏய் சுபா.. நான் சிகெரெட் பிடிக்கலைடி அது சிவாவோடது என்று சொல்ல நம்பாதவளாய் முறைப்பாகவே நின்றாள் சுபா.

*

நிலா வேறு புடவை மாற்றியிருக்க அவளுக்கு சிறிது அலங்காரமும் சில அறிவுரைகளும் செய்த வானதியும் சுபாவும் அவளிடம் ஒரு பால் சொம்பை கொடுக்க, பாக்யா சிவாவின் அறை வரை அவளை அழைத்து சென்றாள்..

இரண்டு நாட்களாய் சிவாவின் வீட்டிலேயே இருந்து வேலைகளை எடுத்து செய்த ஹரியும் சுபாவும் இப்போது தங்களது வீட்டிற்கு கிளம்ப, இருந்த சொந்தங்கள் கீழ் இருந்த அறைகளில் சென்று படுத்து கொண்டனர்.

பாக்யா, சிவாவின் அறைக்கதவை திறந்து நிலாவை உள்ளே அனுப்பிவிட்டு போக, அறைக்குள் சென்ற நிலா கதவின் அருகிலேயே தலைகுனிந்து அமைதியாய் நின்றாள்.

கட்டிலில் படுத்து விட்டத்தில் இருந்த சுழலும் ஃபேனையே வெறித்தபடி இருந்த சிவா, யாரோ வந்ததை உணர்ந்தவனாய் தலையை திருப்பி பார்க்க அங்கு அழகு பதுமையாய் நிற்கும் நிலாவை பார்த்தவன் சில நொடி யாவும் மறந்து போயி இருந்தான். பின் தன் தலையை சிலுப்பிவிட்டு எழுந்தவன்,

அவள் கதவின் அருகிலேயே நிற்பதை உணர்ந்தவனாய் வா.. நிலா ஏன் அங்கேயே நிக்கிற எனவும்,

வா.. நிலா என்ற அவனின் அழைப்பில் இனிமையை உணர்ந்தவளாய் மகிழ்ந்த நிலா மென்நடையாய் கட்டிலை நெருங்கினாள்.

கொண்டுவந்த பால் சொம்பை அவனிடம் நீட்ட அதை வாங்கி அருகில் இருந்த மேஜை மீது வைத்தவன் உட்காரு என்று கட்டிலை காட்டி அவளிடம் சொல்ல..

நின்றிருந்தவள் சிவாவின் காலில் விழப்போக உடனே அவளை பதறியவனாய் தடுத்து பிடித்தவன் இதெல்லாம் வேணாம் நீ உட்காரு என அவளை கட்டிலில் அமர வைத்துவிட்டு எழுந்து நின்றான் சிவா.

கட்டிலை விட்டு சிறிது தூரம் தள்ளி சுவரை பார்த்தபடி சிவா நின்றிருக்க, அவன் முதுகை பார்த்தபடி அமைதியாய் அமர்ந்திருந்தாள் நிலா.

அங்கு சிறிது நேரம் **சக்தி வாய்ந்த மவுனம்** ஆக்கிரமித்து இருந்தது. அதை கலைக்கும் விதமாய் சிவா ஒரு பெருமூச்சை உள்ளிழுத்து வெளிவிட்டவன் பேசுவோம் என எண்ணி, திரும்பி நிலவாய் பார்க்க, அதுவரை அவன் முதுகை பார்த்தபடி இருந்தவள் அவன் தன்னை பார்க்கவும் தலையை குனிந்து கொண்டாள்.

நிலா உன்கிட்ட கொஞ்சம் பேசணும் ஏனோ சிறு தடுமாற்றமாய் சிவா சொல்ல, அவனை நிமிர்ந்து பார்த்தாள் நிலா. இவ்வளவு நேரம் அவன் அமைதியாய் நிற்கும் போதே இப்படி எதிர்பார்த்ததுதான் அவன் என்ன பேச போகிறான் என்பதையும் தானாய் யூகித்தவளாய், அவனின்

முகத்தை நேராய் பார்த்து சொல்லுங்க மாமா.. என்பதாய் தலையசைத்தாள் நிலா.

அவளின் அந்த தலையசைப்பே அழகாய் தெரிய சிறு நொடிகள் அவளையே பார்த்தவன் பின் தன் பார்வையை விலக்கி கொண்டு ஜன்னலை வெறித்தான்...

தனக்குள் இருக்கும் பதட்டத்தை வெளிக்காட்டாமல் இருக்க முயன்றவனாய், அது.. நான் அது என்னன்னா என தடுமாற்றமாய் சிவா பேச ஆரம்பிக்க...

அவனது தடுமாற்றத்தை கண்ட நிலா, மாமா நம்மக்கிட்ட அத பத்தி பேச சங்கடப்படுறார் போல.. நமக்குத்தான் மாமா என்ன பேசப்போறாருன்னு தெரியுமே.. நாமளே பேச்ச ஆரம்பிப்போம் என்று தனக்குள் எண்ணியவள், கட்டிலை விட்டு எழுந்து நின்று

மாமா.. என்று மெலிதாய் அவனை அழைக்க அவளை ஏறிட்ட சிவா என்ன என்பதாய் பார்த்தான்.

மாமா.. நீங்க என்ன பேசப்போறீங்கன்னு எனக்கு தெரியும் என்று நிலா ஆரம்பிக்க, உடனே மென் பதட்டம் வேகமாய் பரவ யோசனையானவனாய் அவளை கூர்ந்து பார்த்தான் சிவா.

ஆம மாமா... நீங்க என்ன சொல்ல இப்படி தயங்கிறீங்கன்னு எனக்கு தெரியுது.. அந்த அக்காவை பத்திதான என்று சிவாவின் முகத்தை பார்த்து நிலா கேட்க...?

அக்.... அக்காவா.. !?!? என்றான் சிறு அதிர்வுடன்..

நீங்க லவ் பண்ணீங்கள அந்த அக்கா. அவுங்கள இன்னும் மறக்கமுடியாம இருக்கீங்க.. அவுங்கள நினைச்சு உள்ளுக்குள்ள கஷ்ட்டப்பட்டுக்கிட்டு இருக்கீங்க அத நெனச்சுக்கிட்டுதான என் கூட பேச தயங்குறீங்க!? பாக்யா என்கிட்ட எல்லாம் சொல்லுச்சு மாமா, நீங்க இத்தனை நாள் கல்யாணம் வேணாம்ன்னு சொன்னதுலாம் லவ் பெயிலியர்னாலதான்னு!! அத விடுங்க மாமா.., நீங்க எப்ப பழசு எல்லாத்தையும் மறந்து நான் வேணும்ன்னு, நாம சேர்ந்து வாழனும்ன்னு நினைக்கிறீங்களோ அப்ப நாம சேர்ந்து வாழலாம் என்ற நிலா..

இதுதானா உங்க பிரெச்சனை, இத சொல்லத்தான தயங்குறீங்க.. உங்க மனசு மாறுறவரைக்கும் நான் பொறுமையா இருக்கேன் அதுக்கப்பறம் எல்லா ஹஸ்பண்ட் ஒய்ப் மாதிரி நாம சேர்ந்து வாழுவோம், என்ன மாமா என முகத்தில் தெளிவான சிரிப்புடன் ஏதோ எல்லாம் தெரிந்தவ-

ளாய் நிலா கூறவும்,

அவளது பேச்சை கேட்ட சிவாவுக்குள் எத்தனையோ சிந்தனைகள்... குழந்தையாய் தெரிந்த நிலாவுக்குள் இந்த தெளிவான பேச்சை கண்டு ஆச்சரியமாகி போயிருந்தான் சிவா. இல்லை தன்னை முந்திக்கொண்டு இதைத்தானே சொல்ல போறீங்க என அவளாய் யூகித்ததை பேசியதில் வெகுளித்தனமும் சிறு குழந்தைத்தனமும் இருக்கிறேதே என்றும் யோசித்தவனுக்கு, கடைசியில் தான் இதைத்தான் சொல்ல விளைந்தோமா.. இல்லை வேறு எதாவதா என்று குழப்பமே வந்து போனது. வேறு ஏதோ என்றாகினும் இதோ சிரிப்பின் ரேகை முகத்தில் தெரிய நிற்பவளை குழப்ப மனமில்லாதவனாய் அவள் கேட்டதற்கு ஆம் என்பதாய் தலையசைத்தவன்.

ஆனா.. நிலா, பாக்யா சொன்னான்னு நீ சொல்ற அந்தக்காவ நெனச்சுக்கிட்டு நான் இல்லை சரியா... வேற எதை பத்தியும் புதுசா இப்ப பேசி குழம்ப வேணாம் நாம. நீ சொன்ன மாதிரி எனக்கு கொஞ்சம் டைம் வேணும் நிலா... என்னோட குழப்பம் பிரச்சனை எல்லாம் தீர்ந்து என் மனசு உன்னை ஏத்துக்க கொஞ்சம் டைம் வேணும், அது மாசமா வருசமான்னு எனக்கு தெரியலை.. ஆனா அது எப்பவோ அதுவரைக்கும் நீ வெயிட் பண்ணனும் என்று சிவா மனதில் தோன்றியதை பேச...

நொடி தாமதிக்காமல் உடனே, சரிங்க மாமா என்பதாய் வேகமாய் தலையசைத்தாள் நிலா.

பின்ன அவளுக்கும் இதுதானே வேண்டும் இதைத்தானே அவளும் எதிர்பார்ப்பது. இதற்கு முன் எப்படியோ தன் மாமாவுடன் தான் வாழ ஆரம்பிக்கும் நொடி அவர் மனதில் தான் மட்டுமே இருக்க வேண்டும். தன்னைத்தவிர வேறொருத்தியின் நினைவோ அவள் தந்த வலியோ என எதுவுமே அவர் மனதில், தன் புருஷன் மனதில் இருக்க கூடாது என தீர்க்கமாய் எண்ணியிருந்தாள் நிலா.

நேற்றுவரை தோற்ற காதலை எண்ணி கவலையாய் இருந்து கல்யாணமே வேண்டாம் என்றிருந்த மாமா இதோ இன்று தனக்கு தாலி கட்டி தன்னை கல்யாணம் செய்து கொண்டார். அடுத்து தன்னை காதல் மனைவியாய் ஏற்றுக்கொள்ள வேண்டியதுதானே பாக்கி, அதற்கு இன்னும் வெகு நாட்கள் இல்லை என்று எண்ணியவளாய்த்தான் அவன் மனம் மாற டைம் ஆகும் என சொல்லவும் சரியென்பதாய் வேகமாய்

தலையசைத்தாள் வரப்போவது ஏதும் அறியாதவளாய்.

உலகில் யார்தான் அறிந்தார்கள் வரப்போவதை முன்பே!? மங்கை இவள் அறிய...!

பின், மீண்டும் சில நொடிகள் மவுனம் நிரம்ப இருவரும் பேசாமல் இருந்தனர்.

காலையில் வேகமே எழுந்தது, அன்றைய நாட்களின் நிகழ்வுகள் என யாவும் அசதியை கொடுக்க, மாமா நான் இங்க கீழ படுத்துக்கட்டுமா!? மேளூ அசதியா வருது என களைத்தவளாய் நிலா சொல்லவும்,

அய்யோ, இந்த விசயத்தை பத்தி நாம யோசிக்கவே இல்லையே.. என குழப்பமான சிவா, பின் ஏதோ முடிவெடுத்தவனாய், இல்லை நிலா நீ மேல கட்டில்ல படுத்துக்கோ தூங்கி ரெஸ்ட் எடு என்று சொல்ல...

அதற்கு, வேண்டாம் மாமா நான் கீழயே படுத்துக்கிறேன் என்று அவள் சொல்ல..

ஏன் கீழ படுக்குறேன்ற மேல படுத்துக்கோ என சிறு அதட்டல் போல் சொன்னான் சிவா.

உடனே, சங்கட்டமாய் நெளிந்து அவனை நிலா பார்க்க அவளை பார்த்தவன் என்ன நிலா என்றான்...?

அது.. நான் கட்டில்ல படுத்தா உருண்டு கீழ விழுந்திடுவேன் நெறைய தடவ அப்படி விழுந்திருக்கேன் அதான் மாமா என்று அவள் சொல்ல...

அவளையே பார்த்திருந்தவன் முகத்தில் லேசாய் புன்முறுவல் பூக்க.. சரி அந்த பெட்ஷீட்டை எடுத்து விரிச்சு படு என்றான். உடனே, அவனுக்கு தலையசைத்தவள் கட்டிலில் இருந்த பெட்ஷீட் ஒன்றை எடுத்து தரையில் விரித்தவள் ஒரு தலையனையையும் எடுத்து போட்டுக்கொண்டு படுக்கையில் படுத்துக்கொண்டாள்.

சிவாவும் கட்டிலில் தன்னிடத்தில் படுத்தவன் உறங்காமல் யோசனையாய் இருந்தான். தான் பயந்தது போல், நிலா ஏமாத்திட்டீங்க என்று ஏதும் அழுது ஆர்ப்பாட்டம் செய்யாமல் அவளாய் தெரிந்ததை வைத்து தன்னை புரிந்துகொண்டு மாற்றம் வரும் வரை காத்திருக்கிறேன் என்று சொன்னது மனதிற்குள் உண்மையிலேயே பெரும் நிம்மதியை தந்தது பல குழப்பங்களுக்கிடையே...

பின்ன தாலி கட்டிய கணவனுக்கு காதலி ஒருத்தி இருந்தது, வந்த மனைவியிடம் தாம்பத்தியம் வைத்துக்கொள்ளமல் தவிர்ப்பது என்பது

கல்யாணம் ஆன அந்த புதுப்பெண்ணின் கனவுகளை எதிர்பார்ப்புகளை கொல்லக்கூடிய விஷயம் அல்லவா ஆனால் இதை பெரிது படுத்தாது தனக்காய் தன் மனதில் மாற்றம் வரும் வரை நிலா காத்திருக்கிறேன் என்று சொன்னது அவனை பெரிதும் ஈர்க்க அந்த மாற்றம் வருமா.!? என்று தனக்குள்ளே யோசனையாய் இருந்தவனை, மாமா.. என்றழைத்து கலைத்தாள் நிலா.

உடனே,கட்டிலின் ஓரம் புரண்டு கீழிருந்தவளை பார்த்து என்ன நிலா என்று சிவா கேட்க?

அது.. அதுவந்து என்னை.. என அடுத்து பேச முடியாமல் நிலா தயங்க,

ம்ம்.. சொல்லு நிலா.. என்ன என சிவா தூண்டவும்,

இல்லை, மாமா.. அது .. என்னை உங்களுக்கு பிடிச்சிருக்கா என்றாள் பட்டென...?

இந்த கேள்வியை இப்படி ஒரு கேள்வியை இப்போது அவள் கேட்பாள் என சிவா சிறிதும் எதிர்பார்க்கவில்லை. இதற்கு என்ன சொல்ல என தனது மனதுடன் அவன் ஆலோசிக்கையிலேயே...

அது நான் ஏன் கேட்டேனா...!? இத்தனை நாள் கல்யாணம் வேணாம்னு இருந்தீங்க இப்ப என்ன கல்யாணம் பண்ணிருக்கீங்களா, அந்தக்கா வேற மனசுல இல்லைன்னு சொல்லிட்டிங்களா.. அதான் கேக்குறேன் என தயக்கமாய் சொன்னாள் நிலா. அவளுக்கு அவள் அத்தை லெட்சுமி, இத்தனை நாள் கல்யாணம் வேணாம்னு சொன்னவன் உன்ன சொல்லவும் ஒத்துகிட்டான் என்று சொல்லியிருக்க அதை சிவா வாயில் சொல்லி கேட்க ஆசைப்பட்டாள் நிலா.

அதற்கு, கல்யாணம் வேணாம்னு இருந்தேன் ஆமா.. எனக்கு யார் மேலயும் எந்த பொண்ணு மேலயும் நம்பிக்கை இல்லை!! ஒருத்தனை லவ் பண்ணி அவனை விட்டுட்டு இன்னொருத்தன கல்யாணம் பண்ணி ரெண்டு பேரையும் ஏமாத்துறத நினைச்சு பொண்ணுக மேல வெறுப்பு!! அதான் என் வாழ்க்கைக்கு பொண்ணுங்களே வேண்டாம்னு இருந்தேன் இப்ப எல்லாம் மாறிடுச்சு என்று சிவா சொல்லவும்,

எழுந்து அமர்ந்த நிலா எல்லா பொண்ணுங்களையுமா அப்படி நினைக்கிறீங்க என்று கேட்க...?

அது சரியோ தப்போ நான் அப்படிதான் நினைச்சிக்கிட்டு இருந்தேன், அப்படி பொண்ணுக யாரா இருந்தாலும் அவுங்க மேல வெறுப்-

புதான் எனக்கு.. இதுல யாரு என்னன்னு எதுவும் கிடையாது என்று சிவா எரிச்சலான மனதுடன் சொல்ல...

என்னை கூட அப்படித்தான் நினைக்கிறீங்களா மாமா? என பட்-டென கேட்டாள் நிலா.

ஏனோ அவள் அப்படி கேட்கவும் மனதில் சிறு வேதனை பரவ, அப்படி இருக்க கூடாதுன்னு நினைக்கிறேன் என்றான் சிவா. இதை சொல்லயிலேயே அவனுக்குள் ஒரு சிந்தனை பரவ, இந்த நொடியை வெறுத்து தனது மனதை கல்லாக்கியவனாய் அப்படி எதும் இல்லைல நிலா? யாரையும் லவ் என முழுதும் கேட்காமல் நிறுத்த,

அவன் கேட்பது புரியவும் விதிர்த்தவளாய் சிறு நொடி மவுனித்திருந்-தவள் இல்லை என்பதாய் தலையசைத்து மறுத்தாள் நிலா.

அந்த கேள்வியை கேட்ட போது தன்னையே நொந்து கொண்ட சிவா அவள் இல்லை என மறுக்கவும் உடலும் மனமும் ஒரு சேர லேசாகியது போல் உணர்ந்தான். உடனே நிலாவிடம், நீ உன்னை எனக்கு பிடிச்சிருக்கான்னுதான கேட்ட!? உன்னை யாருக்கு பிடிக்காம இருக்கும் என்று சொல்ல,

ஏனோ அதில் இயல்பானவளாய், உங்களுக்கு பிடிச்சிருக்கா மாமா என்றாள் நிலா?

ம்ம்.. ரொம்ப பிடிச்சிருக்கு இப்ப இல்ல உன்ன எனக்கு தெரிஞ்ச நாள்ல இருந்தே பிடிச்சிருக்கு என்று சிவா சொல்லவும்..

அதை கேட்டவளுக்குள் இனம் புரியாத உணர்வு பரவி முகம் மிளிர ஒரு மோன நிலைக்கு போனாள் நிலா.

அந்த நைட் லாம்ப் வெளிச்சத்திலேயே, அவள் முகத்தில் வந்த அந்த திடீர் மலர்ச்சியை கண்ட சிவா அதை உள்ளூர ரசித்தவனாய், நிலா உனக்கு என்ன பிடிச்சிருக்கா என்றான்...?

அவன் அப்படி கேட்கவும் முகத்தில் இப்போது வெட்கம் பரவ அவனை நிமிர்ந்து பார்க்க கூசி, ம்ம் என்றாள் நிலா மெலிதாய்.

அவளின் அந்த அழகு வெட்கம் அவனை இயல்பாய் ஆக்கி அவளுடன் இன்னும் பேச தூண்ட, ம்ம்ன்னா.. என்ன? வாயத்திறந்து சொல்லு என்றான் சிவா.

உடனே, ம்ம் பிடிச்சிருக்கு என்று அவன் முகத்தை பார்த்து சொன்-னவளுக்கு அதற்கு மேல் முடியவில்லை, வெட்கம் பரவ வேகமாய் தன் சேலை தலைப்பை எடுத்து முகத்தை மூடிக்கொண்டாள்.

அவளின் முகமும் அதில் சற்றுமுன் தெரிந்த குங்கும நிறமும், குரலும் அவ்வெட்க சிரிப்பும் சிவாவிற்குள் இருந்த ஏதோ ஒன்றில் விரிசலை ஏற்படுத்த, நிதானித்தவன் அருகில் மேஜையில் இருந்த தண்ணீரை எடுத்து குடித்துவிட்டு நிலாவிடமும் வேணுமா என்று கேட்க எழுந்து வாங்கி குடித்தவள் தன் இடத்தில் படுத்துக் கொண்டாள். சிவாவிற்கு தூக்கம் வர வெகு நேரம் பிடித்தது மதுவின் துணையோடு உறங்கி பழகியவனுக்கு இன்று அது இல்லாமல் தூக்கம் வர மறுத்தது. பின் எப்போது தூங்கினானோ எப்படியோ தூங்கி போனான்....

*

காலையில் படபடவென கதவு தட்டும் சத்தம் கேட்டு தூக்கம் கலைந்து மெதுவாய் கண்விழித்தான் சிவா. விழித்தவன் கீழே தரையில் படுத்திருந்த நிலாவை பார்க்க அப்போதுதான் அவளும் சத்தம் கேட்டு விழித்திருந்தாள்.

கண்விழித்த நிலாவின் பார்வையும் முதலில் கட்டிலில் இருந்த சிவாவை பார்க்க அவன் முழித்து இருந்தான். தூக்கம் கலைந்து எழுந்து அமர்ந்தவள், அமர்ந்தவாக்கிலேயே கைகளை உயர்த்தி சோம்பல் முறிக்க அவளது சேலை முந்தானை கீழே கிடக்க, சோம்பல் முறித்த அவளை பார்த்தவன் மூச்சடைத்து கிடந்தான். தன்னவளின் பேரழகை காண கண்டவனாய் சொக்கிப்போனவன் சட்டென பதறி தன் கண்களை இறுக மூடிக்கொண்டான்.

பின், தன்னை சரி செய்துக்கொண்டு எழுந்த நிலா கட்டிலை பார்க்க கண்களை மூடி சிவா படுத்திருந்தான். அவனை கண்டவள் இப்பத்தான முழிச்சிருந்தாரு என்று யோசனையானவள் மாமா என்றாள் கட்டிலை நெருங்கி..

அவளது இரண்டாவது அழைப்பில் கண்திறந்தவனாய் சிவா அவளை பார்க்கவும், மாமா கதவை தட்டுதாக போயி தொறக்கவா...? என்று நிலா கேட்க, ம்ம் போயி தொற என்றான் சிவா.

உடனே, அவள் இப்படியே போயி தொறக்கவா மாமா என்றவள் எதையோ நினைத்தவளாய் அவனை பார்க்க..

என்ன? கதவை தொறக்க ஏன் இப்படி கேக்குறா என்று யோசித்தவனுக்கு அப்போதுதான் அவள் கேட்கும் அர்த்தம் விளங்கியது. உடனே வேற எப்படி போயி தொறக்க போற என்றான் சிவா...?

சங்கட்டமாய் நெளிந்தவள், தலையில் வைத்திருந்த பூவை உதிர்த்து கூந்தலை கலைத்து விட்டு, சேலையை அவிழ்த்து அவசரமாய் உடுத்தியது போல் அமைப்பு படுத்தி அடுத்து ஏதோ செய்ய போகையில் அவளை தடுத்தவன்..

நிலா.. நிலா.. இதெல்லாம் வேண்டாம் நீ சும்மா போயி கதவை தொற என்று சிவா சொல்ல..

இல்லை மாமா அது... என்று அவள் இழுக்க, எதுவும் இல்லை நீ சும்மா போ என்றவன் நல்லா சினிமா சீரியல்ன்னு பார்த்து கெட்டுபோயிருக்க என்று சொல்லியவாறு கீழிருந்த அவள் படுத்திருந்த பெட்ஷீட்டை எடுத்து கட்டில் மீது போட்டுவிட்டு பாத்ரூம் நோக்கி சென்றான்.

நிலா கதவை திறந்து வெளியே பார்க்க அங்கு அவள் அம்மா வானதியும் பாக்யாவும் நின்றிருந்தனர். அவர்கள் நிலாவிடம் அவளுக்கு பிரெஸ்ஸையும், சோப்பையும் கொடுத்து குளிச்சிட்டு கீழ வர சொல்லி மாற்றுடையும் கொடுத்துவிட்டு கீழ் செல்ல, அவர்கள் போகவும் அறை கதவை அடைத்துவிட்டு கட்டிலில் வந்து அமர்ந்தவள் பாத்ரூமிற்கு சென்றிருந்த சிவா வர தாமதமாகவே அப்படியே சாய்ந்து கண் அயர்ந்தாள்.

பாத்ரூமில் இருந்து குளித்து முடித்து வெளியே வந்த சிவா கட்டிலில் சாய்ந்து உறங்கும் நிலாவை பார்த்தான் அவள் முகத்தில் நிரந்தரமாய் இருக்கும் அந்த புன்னகையை தாண்டி சிறு அசதி இருந்தது. பின் மாற்றுடை அணிந்துகொண்டு அவள் அருகில் கட்டிலை நோக்கி சென்றவன், நிலா என்றழைத்து அவளை உசுப்ப..

முதல் சத்தத்திலேயே பதறி விழித்தாள் நிலா. உடனே, நான்தான் நான்தான் என்ற சிவா, பாத்ரூம் அந்தாருக்கு யூஸ் பண்ணிக்கோ என்று சொல்லிவிட்டு கட்டிலில் கிடந்த தனது மொபைலை எடுத்து பார்க்க ஆரம்பித்தான். பின் அவள் பாத்ரூம் போகவும் கீழிறங்கி வந்த சிவா அங்கு ஹாலில் ரவியும் ஹரியும் அமர்ந்து பேசிக்கொண்டிருக்க அவர்கள் அருகில் போய் அமர்ந்தான்.

குளித்து ப்ரெஸ்ஸாய் வந்த அவனை கவனித்த ஹரி, அவனிடம் என்ன மாப்ள காலையில கதவை ஓடச்சு எழுப்பினாங்க போல என்று கேலியாய் கேட்க...?

லேசான முறைப்புடன், கதவு உடைச்சது மட்டும்தான் உனக்கு தெரியுமா என்று சிவா கேட்க? ஏண்டா கட்டிலை எதும் உடைச்சு வச்-

சிட்டியா என்று அதே கேலியில் அவனை பார்த்து ஹரி கேட்க? சிவா இல்லை என்று சொல்லவும் வேற எதுடா உடஞ்சிருக்கு என்று ஆவலாய் கேட்டான்?

உடனே வேகமாய்,வேற எதுவா!? உன் எழும்புதான் என்று ஹரியை நெருங்கி அவனை தன் கரம் கொண்டு சுற்றி வளைத்து இறுக்கி நெருக்கியவனாய் சிவா சொல்ல..

வலித்தாலும், டேய் டேய் என்னடா இன்னும் நேத்து நைட்டு ஞாபகத்துல இருந்து வெளி வரலையா..!? என்ன போட்டு இப்படி கட்டிக்கிட்டு கிடக்க!! விடுடா டேய் முரட்டு பயலே என்று கிண்டலாய் சொல்ல அவனை மேலும் நெரித்தான் சிவா. இவர்களை பார்த்தபடி அருகில் அமர்ந்திருந்த ரவி வரும் சிரிப்பை அடக்க முயன்றவனாய் அமர்ந்திருந்தான், சிவா தன் அண்ணனாச்சே.

பின், அன்று அங்கு மாப்பிள்ளை சிவா வீட்டில் விருந்து ஏற்பாடாயிருக்க அங்கு பெண் வீட்டார்களுக்கும் சொந்தங்களுக்கும் கறி விருந்து படைக்க மறுநாள் திருநெல்வேலியில் விருந்து ஏற்பாடாயிருந்தது. அங்கே சிவாவும் நிலாவும் அன்றே பாக்யா ராஜூடன் திருநெல்வேலி கிளம்ப மறுநாள் தன் சில சொந்தங்களுடன் லெட்சுமி சேகரன் ரவி கிளம்பினர் மறுவிருந்திற்கு.

அங்கு நிலாவின் வீட்டில் அவர்களை சிறப்பாய் கவனிக்க, மணமக்கள் சிவா நிலாவையும், துணையாய் பாக்யா ராஜையும் அமுதனுடன் அங்கு விட்டுவிட்டு மற்றவர்கள் மதுரைக்கு கிளம்பினர். பின் அங்கிருந்த அடுத்த மூன்று நாட்களும் அங்கு உள்ள உறவினர் வீடுகளுக்கு சிவாவும் நிலாவும் விருந்திற்கும் அருகில் உள்ள கோவில்களுக்கும் ஜோடியாய் போய் வந்தனர் உடன் பாக்யா ராஜூடன்.

நிலா தன் தோழிகளிடத்தில் தன்னை அறிமுகம் செய்து வைத்து அவர்களுடன் பேசி சிரிப்பதை பார்த்து உண்மையிலேயே ரசித்தான் சிவா. இருந்தும் அந்த சூழ்நிலை அவனுக்கு சங்கடமாய் இருக்கவே நெளிந்தவாறு இருந்தான்.

அவர்களின் தோட்டம், அவள் படித்த ஸ்கூல், என எல்லாம் சிவாவிடம் காட்டிய நிலா அங்கு நடந்த சில நிகழ்வுகள் சிலவற்றை விழிவிரித்து சொல்லி பேசயில் எல்லாம் அதை கேட்டு ரசிக்காமல் இருக்க முடியவில்லை அவனுக்கு.

பின் ஐந்தாம் நாள், அங்கு மதுரையில் வேலை அதிகம் இருக்கிறது என்று சிவா சொல்ல, மறுவிருந்து முடித்த மருமகனாய் கிளம்பிய சிவா-விடம் விநாயகம் வானதி உதயா என மூவரும் மாறி மாறி வெண்ணிலா சின்னபிள்ளை மாதிரிய்யா, விளையாட்டா ஏதும் பன்னா கோபப்பட்டு பேசிப்புடாதிக எடுத்து சொன்னா புரிஞ்சுக்குவா அடுத்து அது படி நடந்-துக்குவா என தங்கள் மாப்பிள்ளையிடம் சொன்னவர்கள்...

மகள் நிலாவிடமும் அவள் அம்மா, இங்கேருட்டி விளையாட்டுத்-தனம் எல்லாத்தையும் குறைச்சிக்கோ என்ன புரியுதா.. அங்க அத்தை மாமா என்ன சொல்றாங்களோ அதுப்படி நடந்துக்க என சிறிது கண்-கலங்கியவளாய் வானதி சொல்ல, தன் மகள் கையை தன் கைக்குள் வைத்தபடி மட்டும் மவுணமாய் இருந்தார் விநாயகம். உதயாவும் தன் தங்கையின் தலையை வாஞ்சையாய் தடவிவிட்டு அன்பாய் ஏதோ பேசினான். பின் ஏற்பாடு செய்திருந்த காரில் மதுரைக்கு பயணமானர்-கள்..

மதுரைக்கு வந்த சிவா அடுத்த நாளில் இருந்தே தன்னை எப்போ-தும்போல் தனது அன்றாட வேலைகளுக்கு பொருத்திக் கொண்டான். வழக்கமாய் எழும் நேரத்தில் எழுந்து குளித்து கிளம்பி யாரிடத்திலும் சொல்லாமல் எப்போதும் போல தனது ஆபீஸுக்கு கிளம்பி சென்றான், பின் சைட்டிற்கு செல்பவன் அங்கு வேலையில் மூழ்கி மாலைக்கு மேல் மதுவை தேடி நிதானம் குறைந்தவனாகவே வீட்டிற்கு வரும் ஒருவாரத்-திற்கு முந்தைய சிவாவாகவே மீண்டும் மாறிப்போனான்.

நிலாவுக்கும் புது இடம் என்பதால் இரவு தூக்கம் வர வெகு நேரம் பிடிக்க, காலை சிவா கிளம்பி வெளியே போகும் வரை அசந்திருந்-தாள். பின் பதறி எழுபவள் அறையினுள் சிவாவை காணாது தவித்து குழம்புவாள். அடுத்து தன் வேலைகளை முடித்து கொண்டு கீழே வரும் அவளை, டிவி சீரியலில் காட்டும் மாமியாராய் இவ்வளவு நேரமா தூங்-குறது என எதுவும் கடியாமல் வாஞ்சையாய் அவள் கண்ணம் தடவி காலை டீ கொடுக்கும் தன் அத்தை லெட்சுமியுடன் மலர்ந்தவளாய் பேசுவாள்.

பின் அவருக்கு உதவும் நோக்கில் வந்து நிற்பவளை லெட்சுமி நீ போம்மா அத்தை பார்த்துக்கிறேன் என்றாலும் கேட்காது சிறு சிறு உதவி செய்துவிட்டு, தன் வீட்டிலிருந்து தன் அம்மா வீட்டிற்கு அவள் கணவன் ராஜ் வேலைக்கு போகவும் இங்கு வரும் பாக்யாவுடனும் அவள் மகன்

அமுதனுடனும் சிரித்து பேசி பொழுதை போக்கினாள் நிலா.

சில நேரம் அடுத்த தெருவில் இருக்கும் பாக்யா வீட்டிற்கு அவளுடன் சென்று அங்கு பாக்யா அவள் வீட்டு வேலைகளை கவனிக்க அமுதனை வைத்து கொஞ்சி விளையாடி மகிழ்வாள் நிலா. பின் இரவு சிவாவை எதிர்பார்த்து அவனுடன் பேச ஏக்கமாய் இருப்பவளுக்கு ஏமாற்றம் தருவதாய் நல்ல போதையில் வருபவன் ஒரு வார்த்தை பேசாது உடை மாற்றிவிட்டு கட்டிலில் விழுந்து உறங்கி விடுவான். முதல் இரண்டு நாட்களில் நிதானம் குறைந்து வந்த சிவாவை கண்டு மிரண்டே போயிருந்தாள் நிலா, பின் அவனை நினைத்தபடியே கிடப்பவள் அப்படியே உறங்கி விடுவாள், இப்படியே பழகியும் விட்டாள்.

*

தனக்கு கல்யாணம் ஆயிருச்சு தன்னை எதிர்பார்த்து வீட்டில் ஒரு பொண்ணு இருக்கும் என்று எதையும் யோசிக்காதவனாய் அவன் பழையபடி யாரிடமும் எதுவும் சொல்லாமல் காலை வெளியே கிளம்பி போயி பின் இரவு குடித்துவிட்டு வீடு திரும்பும் தன் மகன் சிவாவை கண்ட சேகரனுக்கும் லெட்சுமிக்கும் வேதனை வாட்டியது. சில நாட்களாய் திரும்பி இருந்த சந்தோசமும் மகிழ்ச்சியும் திரும்பி தொலைவது போல் அவர்களுக்கு இருக்க இதை பற்றி சிவாவிடம் எடுத்து சொல்லி பேச வேண்டும் என நினைத்திருந்தனர் பெற்றோர்களாய் இருவரும்.

அடுக்குமாடி குடியிருப்பின் கட்டிட வேலை பாதிக்கும் மேல் தாண்டியிருந்தது, கட்டிடத்திற்கு வெளியே சற்று தள்ளி நின்று சிவாவும் ஹரியும் தங்கள் பைக்குகளில் சாய்ந்து நின்று புகைத்தபடி வேலை விஷயமாய் ஏதோ பேசிக்கொண்டிருக்க, அப்போது சிவா ஏதோ சொல்ல வரையில் அவனை ஹரி இடைமறித்தவனாய் டேய் மச்சி அப்பாடா.. என்று சொல்லி சிகெரெட்டை கீழே போட்டு மிதிக்க, அவன் காட்டிய திசையில் திரும்பி பார்த்த சிவா அங்கு தனது அப்பா சேகரன் வருவதை பார்த்தவன் இவனும் வேகமாய் சிகெரெட்டை வீசி எறிந்துவிட்டு அவர் நோக்கி போனான்..

கட்டிடத்தின் அருகில் வந்தவரை வாங்கப்பா.. என்ற சிவா என்னப்பா இங்க என்று கேட்க...?

மார்க்கெட்ல லோடு எல்லாம் அனுப்பிவிட்டுட்டு இங்கிட்டு ஒரு வேலையா வந்தேன், சரி அப்படியே இங்க உன்ன பார்த்துட்டு போலாம்ன்னு.. என்ற சேகரன், கட்டிடத்தின் மேல் தன் பார்வையை

படரவிட்டவாறு வேலை நெருக்கி போதா என்ன என்று கேட்க...?

ம்ம்.. ஆமப்பா வெளிய முடிய போது அடுத்து இன்னும் உள்ள இன்டீரியர் பெரிய வேலை இருக்கு என்று சொன்னவன், தன் அப்பா தன்னிடம் ஏதோ பேச வந்திருக்கிறார் என்பதை புரிந்தவனாய் சொல்லுங்கப்பா எதும் என்று சிவா இழுக்க...

அது வந்துப்பா.. என்று சேகரன் ஆரம்பிக்கையிலேயே பேசிக்கிட்டு இருங்க இந்தா வந்துட்றேன் என்றுவிட்டு நாகரீகமாய் நகர்ந்து கொண்டான் ஹரி.

ஹரி போகவும், அது ஒன்னுமில்லை சும்மா உன்கிட்ட பேசலாம்ன்னுதான், இப்ப வீட்ல உன்ன பார்க்க முடியிறது இல்லையே திரும்பவும், காலைல வெளிய போயிட்டு நைட்டு லேட்டா வர, மொத சரிப்பா.. அதுவும் தப்புதான் இருந்தாலும் இப்ப உன்ன நம்பி ஒரு பொண்ணு இருக்கு உன்ன எதிர்பார்த்து கெடக்கும்.. உன்கூட இருக்கனும்ன்னு நினைக்கும், பாவம் அதுக்கும் சில விருப்பம் ஆசை இருக்கும்,வீட்டுக்கு நேரமா வந்து அது கூட பேசி சிரிச்சு எல்லாரோடையும் உட்கார்ந்து சாப்டு, உங்களுக்குள்ள எப்படியோ தப்பா எதும் தெரியாம சொல்ல கூடாது, இருந்தாலும் வீட்டுக்கு சீக்கிரம் வர பாரு.. கண்டதை செஞ்சு உடம்ப புண்ணாக்காத... அப்பா சொல்றது புரியுதா என சேகரன் அழுத்தமாய் பேசி கேட்க..!?

தனது அப்பா பேசுவதை அமைதியாய் கேட்டவனுக்கு அவர் சொல்வதில் உள்ள உண்மை புரிந்தாலும் இவர்கள் தன்னை கட்டாயப்படுத்தி தள்ளுவதுபோல் உணர எரிச்சல் ஆனான், இருந்தும் எதுவும் சொல்லாமல் தன் அப்பா சொன்னதற்கு தலையசைத்து கொண்டவன் அமைதியாய் இருந்தான்.

சேகரனும் பிள்ளைக்கு அப்பாவாய் தான் சொல்ல வேண்டிய கடமையாக சொல்லியவர் அவனது அமைதியே அவன் தன்னை திருத்தி கொள்வான் என்பதாய் தோற்றுவிக்க, மீண்டும் ஒருமுறை வேலை முடிஞ்சா வீட்டுக்கு வா.. இது உனக்கு நல்லபடியா சந்தோசமா வாழ்ற வயசு வீனடிக்காத என்றுவிட்டு அங்கிருந்து கிளம்பினார்.

தனது அப்பா போனாரே தவிர அவர் பேசியது அனைத்தும் சிவாவின் மூளைக்குள் கிடந்து அவனை குடைய எரிச்சல் ஏறிப்போய் இருந்தான்.

பின், மாலை வேலை முடியவும் ஹரியை வாடா மச்சி பாருக்கு போவோம் என்று அழைக்க, அவன் வரமறுத்தவனாய் டேய் எதுக்கு பாருக்கு.. வீட்டுக்கு போவோம்டா என சொல்லவும், அவனிடம் எரிந்துவிழுந்த சிவா தனியாய் பாருக்கு சென்றவன் தன் பாரம் இறக்கி வைக்கிறேன் என குடித்தான், அப்பா சொன்னதற்காக அன்று ஒருநாள் மட்டும் கூட நேரமே வீட்டிற்கு செல்லாமல் எப்போதையும் விட அதிகமாய் குடித்து தாமதமாய் சென்றான். அடுத்த இரண்டு நாட்களும் இதே கூத்தே நடந்தது.

ஆனால் அடுத்த மூன்றாம் நாள் அனைவரும் ஆச்சரியப்பட ஹாலில் அமர்ந்து சேகரன் லெட்சுமி நிலா மூவரும் ஒன்பது மணி நாடகம் பார்க்கையிலேயே வீட்டிற்கு வந்தான் சிவா. ஆனால் நார்மலாய் இல்லை சிறு போதையாகவே. அவன் முகத்தை பார்த்ததுமே தெரிந்தது குடித்திருக்கிறான் என்று இருந்தும் அவன் சீக்கிரம் வந்ததே சிறு மகிழ்ச்சியை தந்தது அந்த மூவருக்கும்.

தனது அறைக்கு சென்று உடைமாற்றிக்கொண்டு கீழே வந்தவன் தனது அப்பா அம்மாவிடம்..

புதுசா இன்னொரு ப்ராஜெக்ட் வருது நம்ம வாடிப்பட்டிக்கிட்ட என்று சிவா சொல்லவும், நல்லது சிவா என்று சேகரன் சொல்ல லெட்சுமி வழக்கம் போல் தெய்வங்களை மனதில் நினைத்து பூஜையறையை பார்த்து கும்பிட்டு கொண்டார். இருவரும் தங்கள் மகனின் வளர்ச்சியை நினைத்து மகிழ்ந்திருக்க..

ம்ம்.. அந்த வேலை ஆரம்பிக்கவும் நான் வீட்டுக்கு வர மாட்டேன், அங்க சைட் கிட்டயே ஸ்டே பண்ணி வொர்க்க பார்க்குற மாதிரி இருக்கும் என்று சொல்லி சிறு அதிர்வை ஏற்படுத்த..

உடனே, ஏன்ம்பா அப்படி?? நைட்டு வேலை நடக்க போறது இல்லைல, சாயங்காலம் வேலை முடிய கிளம்பி வீட்டுக்கு வந்துட்டு மறுநாள் போய்க்கிற வேண்டிதானப்பா என்று சேகரன் கேட்க?

அதுலாம் எல்லா வொர்க்கும் முடிச்சிட்டு வர நைட் லேட்டாயிடும்பா.. லேட்டா வந்தாதான் அது இதுன்றீங்க என்று எரிச்சல் தொணியில் சொன்னான் சிவா.

உடனே, ஏய் சிவா உன்ன என்ன அது இதுன்னு சொல்றாங்க என்ற லெட்சுமி, ஏன்ம்பா கல்யாணம் முடிச்சிட்டு இந்த பிள்ளைய இங்க விட்டுட்டு நீ அங்க போயி தனியா இருக்கனும் வீட்டுக்கு வரமாட்டேன்னு

சொல்ற என்னப்பா இது என்று கேட்டு கேள்வியாய் சிவாவை பார்க்க?

அங்க தூரத்துல வேலைன்னா அப்படித்தான்ம்மா என்றவன் நான் நிலாவையும் எங்கூட கூட்டி போயி அங்க தனியா வீடு எடுத்து இருந்-துக்கிறேன்.. இதுல எதும் உங்களுக்கு பிரச்சனை இருக்காதுல என்று கேட்டு தன் பெற்றோர் இருவரையும் பார்த்தான் சிவா.

அவனை புரியாமல் பார்த்த லெட்சுமியும் சேகரனும் என்ன இந்தப்-பையன் இப்படி பேசுறான் என்று யோசித்தப்படி,

சிவா என்னப்பா இது தனியா எங்கயோ போயி இருக்கேன்னு சொல்ற?? இந்தப்பிள்ளைக்கு இன்னும் ஊர் தெரியாது... தனிக்குடித்-தனம்ன்னா சும்மா இல்லை சமைக்கனும், துவைக்கணும், வீடு வாச கூட்டி பெருக்கனும், கடை கண்ணிகளுக்கு போயிட்டு வரனும்.. நீ வேலை முடிஞ்சு வர வரை அவ வீட்ல ஒத்தையில தனியா கிடக்கனும், இதெல்லாம் நல்லாருக்காது சிவா என்று நெடிய விளக்கம் அழுத்தமாய் லெட்சுமி கொடுக்க...

இவ்வளவு இருக்குன்னா அப்பறம் எதுக்கு எதுவும் தெரியாத அந்த பிள்ளைய புடிச்சு எனக்கு கல்யாணம் பண்ணி வச்சீங்க..?? என வந்த எரிச்சலில் சிவா கேட்டுவிட...

அவ்வளவு நேரம் மூவரின் உரையாடலை பார்த்தபடி ஓரமாய் நின்-றிருந்த நிலாவுக்கு சிவா அப்படி சொல்லவும் ஏனோ கண்ணில் நீர் முனுக்கென்று பூத்துக்கொண்டது. அவன் சொன்னதில் ஏனோ ஒருவித சோகம் நெஞ்சம் முழுதும் பரவி தொண்டையில் புது வலி முகாமிட கண் கலங்கினாள்..

தன் அம்மாவிடம் அப்படி கேட்டுவிட்டு வெறுப்பில் எதேச்சையாய் திரும்பிய சிவாவின் கண்ணில் கலங்கிய விழியாய் நின்றிருந்த நிலா தெரிய அவளை பார்த்தவாறு ஏதோ நினைக்கயிலேயே அவன் மனம் பதபதைத்துப்போக அப்படியே நின்றான்.

சிவா இப்படி பேசுவது, தான் அவனிடம் அன்று சைட்டிற்கு சென்று பேசியிருந்ததால்தான் என புரிந்துக் கொண்டவராய் தன் மகனை பார்த்து, டேய் தம்பி அப்பா சொல்றத இங்க கேளு.. தெரியாத பழக்க-மில்லாத ஊருக்குள்ள உன் கூட தனியா போயி குடும்பம் நடத்த அந்த பொண்ணுக்கு பக்குவம் இல்லை.. பாவம் அது சின்னப் பொண்ணு. நம்ம பாக்யா மாதிரி பக்கத்துல நம்ம இருக்கோம்ன்னா சரி.. அதுனால இத பத்தி இனி பேசாத என்றவர், அந்த வேலைய முடிச்சிட்டு எவ்-

வளவு நேரம் ஆனாலும் சரி நைட்டு வீட்டுக்கு வந்துடு, இல்ல அங்க ரவிய அனுப்பிட்டு நீ இங்க பாரு என்று சொல்லி சேகரன் பேச்சை முடிக்க.

ஏற்கனவே நிலாவின் கலங்கிய கண்கள் சிவாவை ஊமையாக்கியிருக்க சேகரன் பேசியதற்கு என்ன சொல்ல என்று தெரியாமல் நின்றவன் ஏதும் பேசாது நிலாவை மட்டும் ஒரு பார்வை பார்த்துவிட்டு வேகமாய் படியேறினான்..

தன் அறைக்கு வந்தவனுக்கு நிலாவின் கலங்கிய முகமே நினைவில் நின்றது. தன்னை தன் போக்கில் விடாமல் தன் பெற்றோர்கள் எல்லாவற்றிற்க்கும் கட்டாயப்படுத்துவதாய் உணர்ந்திருந்தவன் அவர்களிடம் இருந்து விலகி இருக்க முடிவு செய்தே கீழே அப்படி தனியாய் போயி இருந்துக்கிறேன் என்று பேசியது.. ஆனால் அது வேறு திசையில் போயி நிலாவை காய படுத்தி விட்டதோ என்று எண்ணியவனுக்குள் வருத்தம் வாட்ட ஏனோ இப்போது அறைக்குள் வரும் நிலாவை பார்க்க தைரியம் இல்லாதவனாய் கண்ணை மூடி படுத்துக்கொண்டான்.

அறைக்குள் வந்த நிலா, சாப்பிடுகிறானா என்று கேட்பதற்காக, மாமா மாமா என்று குரலில் சுருதி இல்லாதவளாய் அழைத்துப் பார்க்க, அவன் அசையாமல் படுத்துக்கிடக்கவும் கீழே போயி தன் அத்தையிடம் சொல்லிவிட்டு வந்து தனது இடத்தில் போர்வையை விரித்து அமைதியாய் படுத்துக்கொண்டாள்.

காலையில் தன் வழக்கமான நேரத்தில் தூக்கம் கலைந்து விழித்த சிவாவின் கண்களில் முதலில் பட்டது நிலாவின் கால் கொலுசுதான், படுத்தவாக்கிலே கண்திறந்தவனின் பார்வை சற்று தள்ளி நின்று கொண்டிருந்த நிலாவின் கால்களில் விழுந்திருந்தது.

உடனே கண்களை நன்கு விழித்து பார்க்க, அங்கு குளித்து முடித்து வந்திருந்த நிலா நெஞ்சு வரை ஏற்றி கட்டியிருந்த பாவாடையின் முடிச்சை லூசாக்கி பல்லில் கவ்விக்கொண்டபடி ஜாக்கெட் அணிந்து கொக்கி மாட்டியவள் பின் இடுப்பிற்கு இறக்கி நாடாவை முடிச்சிட்டு கொண்டிருந்தாள்.. இதை பார்த்தவன் சட்டென எழுந்து அமர்ந்தான். தனக்கு பின்னால் ஏதோ அரவம் தெரியவும் பாவாடையை முடிச்சிட்டவாறே நிலா திரும்பி பார்க்க, அங்கு கட்டிலில் அவளை பார்த்தபடி இருந்தான் சிவா.

பார்வைகள் சந்தித்து கொண்ட நொடி இருவரும் அதிர்ந்தாலும்.. பார்வை மட்டும் விலகவில்லை இருவரின் பார்வைகளும் சில நிமிடங்கள் பின்னிக்கொண்டன..

சிவப்பு ரவிக்கை சிவப்பு பாவடையுடன் அந்த காலையிலேயே கண்ட தன் அழகு மனைவியிடம் இருந்து பார்வையை விலக்க சிரமப்பட்டவனாய் சிவா இருக்க, அவன் தன்னை பார்த்தபடி இருக்கவும் ஏனோ நானியவள் தலையை குனிந்துக்கொண்டவளாய் சாரி மாமா நீங்க உறங்குறீங்கன்னுதான் எப்பவும் போல குளிச்சிட்டு ட்ரெஸ் மாத்துனேன் என்று மெதுவாய் சிறு சிறு வார்த்தையாய் நிலா சொல்ல..

இல்லை இல்ல.. நீ மாத்து என்று சிறு சங்கடமாய் நெளிந்து சிவா சொல்லவும், அருகில் இருந்த தனது சேலையை எடுத்து தன் நெஞ்சின் மேல் போட்டுக்கொள்ள, சிவா வேகமாய் பாத்ரூமுக்குள் நுழைந்துக் கொண்டான். ஏனோ அந்தக்காலையில் புரியாத புது உணர்வு ஏற்பட்டவனாய் இருந்தான். நிலாவும் அவன் குளிக்க போகவும் உடை அணிந்து கொண்டு கீழே சென்றுவிட்டாள்.

பின், குளித்து முடித்து வந்த சிவா அறையினுள் நிலா இல்லாமல் இருப்பதை கண்டவன் சிறு யோசனையுடன் தனது உடைகளை எடுத்து உடுத்திக்கொண்டு இருக்க, அவர்களது அறைக்கதவை திறந்து கொண்டு உள்ளே வந்த நிலா, மாமா.. என்று அழைக்க திரும்பி அவளை பார்த்தான் சிவா.

ஈரம் தூறும் கூந்தலை நுனிக்கொண்டையிட்டு.. மஞ்சள் பூசிய முகத்தில் பொழிவு பவுடரை அப்பி.. நெற்றி வகுட்டிலும் புருவ மத்தியிலும் குங்கும பொட்டிட்டு அதற்கு மேல் திருநீர் கீற்றிட்டு மஞ்சள் தாலி மிளிர பொழிவாய் வந்தவளை கண்டு அப்படியே நின்றான் சிவா.

மீண்டும் மாமா என அவனை அழைத்த நிலா, காபி என்றபடி கையில் வைத்திருந்த டம்ளரை அவனிடம் நீட்ட ஏனோ தவிர்க்க முடியாமல் வாங்கிக்கொண்டான்.

காபி வேண்டாம் என்று மறுப்பானோ என்று நினைத்து வந்த நிலாவுக்கு அவன் மறுக்காது வாங்கிக்கொள்ளவும் உள்ளுக்குள் புது மகிழ்ச்சி எழ உற்சாகமானாள்.. காபி குடிக்கும் தன் கணவன் சிவாவிடம், மாமா காபி நல்லாருக்கா என்று கேட்டு அவனை பார்க்க..

அவள் முகத்தில் ஒரு எதிர்பார்ப்பு தெரிய அதை கவனித்தவன் காபியை ஒரு மிடரு குடித்தவனாய் ம்ம்.. காபி சூப்பர் என சிறு புன்-

முறுவலுடன் சொல்ல மேலும் உற்சாகமானவளாய், சரி மாமா நீங்க கிளம்பி கீழ வாங்க என்றுவிட்டு வேகமாய் அறையை விட்டு வெளியேறினாள் நிலா.

பின், வேலைக்கு தயாராகி கிளம்பி கீழே வந்த சிவா பூஜையறைக்கு சென்று வேண்டிமுடித்து வெளியே வந்தவனை மாமா என்று அழைத்து நிறுத்தியவள், சாப்பிட்டு போங்க மாமா தோசை ரெடியாயிருச்சு என்று சொல்ல..

இல்ல நிலா நீ சாப்பிடு.. எனக்கு டைம் ஆயிருச்சு, நான் கிளம்பிட்டேன் என்றவனை, என்ன மாமா தோசை சாப்பிட எவ்வளவு நேரம் ஆயிர போது.. சாப்ட்டு போங்க மாமா என்று நிலா சொல்ல..

நிலா.. நான் காலையில சாப்பிடமாட்டேன், காபி கூட நீ குடுத்தியேன்னு வேண்டாம்ன்னு சொல்ல கூடாதுன்னு வாங்கி குடுச்சேன் என்று சிவா சொல்லயிலேயே,

மாமா.. அப்படியே எனக்காக ரெண்டு தோசையும் சாப்பிட்டு போங்க மாமா ப்ளீஸ் மாமா என்று கெஞ்சலாய் அவள் கேட்க அதில் மறுக்க முடியாமல் போனவனாய் அமைதியாய் அவளை பார்த்தபடி நின்றான் சிவா.

உடனே அருகில் இருந்த சேரை அவன் பக்கம் நகர்த்தி போட்டவள், உட்காருங்க மாமா நான் எடுத்துட்டு வரேன் என்றுவிட்டு வேகமாய் சமையல் அறைக்கு ஓடினாள்..

அங்கு லெட்சுமி ரெடியாய் தோசையை தட்டில் எடுத்து வைத்திருக்க அதையும் சட்னியையும் எடுத்துக்கொண்டு சிவாவின் அருகில் வந்து தோசை தட்டை அவனிடம் கொடுத்து சட்னியை ஊற்ற, தோசையை பிய்த்து சாப்பிட ஆரம்பித்தான்.

பின், நிலா மீண்டும் சமையலறை சென்று தண்ணீர் செம்பை எடுத்து வந்து வைத்துவிட்டு அவன் அருகில் நிற்க, நிற்பவளை கவனித்தவன் உட்காரும்படி சொல்ல அருகில் இருந்த மற்றொரு சேரை இழுத்துப்போட்டு அமர்ந்தாள் நிலா.

மாமா.. என்று சாப்பிடும் சிவாவை மெல்லமாய் அழைத்தவள் அவன் பார்க்கவும், மாமா புதுசா ஒரு ப்ராஜெக்ட்ன்னு சொன்னீங்கள அங்க எங்கயோ வாடிப்பட்டில, அங்க கூட நாம தனியா போவோம்ன்னா போவோம் மாமா.. நான் வீட்டை பார்த்துப்பேன் என்று நிலா சொல்ல..

ஏனோ அதில் ஒரு வேதனை தொண்டையை அடைக்க அய்யோ என்று இருந்தது சிவாவுக்கு. ச்சே நாம தேவையில்லாம பேசியிருக்க கூடாது என்று நேற்றைய நாளை எண்ணி யோசித்தவன் வேதனையாகி தன் அருகில் இருந்த நிலாவை பார்த்து அந்த ப்ராஜெக்ட் இன்னும் ஓகே ஆகல நிலா.. அப்படியே ஓகே ஆனாலும் ஹரி இல்ல ரவி பார்த்துப்பாங்க என்று சிவா சொல்லவும்,

இல்லை மாமா என்று ஏதோ நிலா சொல்ல வர அவளை பேசவிடாமல் நிறுத்தியவனாய், ஒன்னுமில்லை.. இனி நீ அத பத்தி யோசிக்க வேணாம் சரியா.. என்றவன், நீ எதுக்காகவும் யாருக்காகவும் உன்ன மாத்திக்க வேண்டாம். நீ இவ்வளவு நாளா.. எப்படி இருந்தியோ அப்படியே இரு. காலையில எப்பவும் போல எந்திரிச்சு உன் வேலைய பாரு, எனக்குன்னு இப்படி எந்திரிச்சு இதுலாம் பன்னனும்ன்னு முக்கியம் இல்லை சரியா என்று கேட்டான் சிவா. அவனுக்கு நேற்று தான் அப்படி பேசியதில்தான் காலையில் அவள் எழுந்து இப்படி செய்வது எல்லாம் என யோசித்தவனாய்.

அவன் சொல்வது புரிந்தவளாய், இல்ல மாமா இது நான் எப்பவும் போலத்தான் இருக்கேன்.. புது எடம்னால இத்தனை நாள் நைட்டு உறங்க லேட் ஆகும் அதுனால காலையில எழும்பவும் லேட்டாயிடும், இப்ப நம்ம வீடு பழகிருச்சு மாமா என்று சொல்ல அவள் முகத்தை அழுத்தமாய் பார்த்தவன் சரி என்பதாய் கேட்டுக்கொண்டு சாப்பாட்டில் கவனமானான்.

அந்தநேரம் கிளம்பி கீழே வந்த ரவி, சாப்பிடும் சிவாவையும் அருகில் இருந்த நிலாவையும் கவனித்தவன் மனம் மகிழ பூஜையறைக்கு சென்றான்.

சாப்பிட்டு முடிக்கவும் தட்டுலையே கை கழுவிவிட்டு எழுந்த சிவா வீட்டின் வெளியே சென்று தனது பல்ஸரை நகர்த்தி ஏறி அமர, வாசலில் வந்து நின்றிருந்தாள் நிலா.

பைக்கை ஸ்டார்ட் செய்து தன்னை வழியனுப்ப வாசல் வந்து நிற்பவளை பார்த்தவனுக்கு ஏதோ தோன்ற, போய்ட்டு வரேன் என்று லேசாய் தலையசைத்து சிவா சொல்லவும்..

புன்னகையில் முகம் மலர குழந்தையாய் கையசைத்தாள் நிலா. அவளது சிரித்த முகம் தன்னையும் சிரிக்க தூண்டுவது போல் இருக்க பல்ஸரை கிளப்பி சென்றான் சிவா.

அன்றைய நாள் முழுவதும் மகிழ்ச்சியும் துள்ளலுமாய் இருந்தாள் நிலா. தனது அத்தை சொன்ன சின்ன சின்ன வேலைகளை உற்சாகமாய் செய்தவள், பின் பாக்யாவுடன் வந்த அமுதனுடன் கொஞ்சி விளையாடி பொழுதை கழித்தவள் இரவு சிவாவுக்காக காத்திருந்தாள்...

ஆனால் சிவா வழக்கம்போல்தான் வந்திருந்தான். வந்திருந்தவன் கட்டிலில் படுத்து கொள்ள அமைதியாய் நிலாவும் தனது இடத்தில் கீழே படுத்துக்கொண்டாள். பின், காலை அவனுக்கு முன் எழுந்து குளித்து உடைமாற்றி அவனுக்கு காபி எடுத்து வந்து கொடுப்பவள் காலை உணவையும் அவனுக்கு கொடுத்து அதை தினமும் பழக்கமாக்கி கொண்டாள்.

சிவாவுக்கும் காலையிலேயே புதுப் பூவாய் இருக்கும் நிலாவை பார்ப்பதும், அவள் கொடுக்கும் காபியும், தன்னை சாப்பிட அமர்த்தி வேண்டியதை பார்த்து கவனிப்பதும், வாசல் வரை வந்து சிரித்து குழந்தையாய் கையசைப்பதும் பிடித்து போனது.. சொல்லப்போனாள் நீண்ட நாட்களுக்கு பிறகு அவனது ரசிக்கும் உணர்வை இவைகள் தூண்டியிருக்க எதையும் மறுக்காமல் அனுமதித்திருந்தான். இப்படியே நாட்கள் நகர...

அன்று ஞாயிற்றுக் கிழமை காலை நிலா தந்த காபியை மட்டும் குடித்துவிட்டு நண்பர்களுடன் கிரிக்கெட் விளையாட சென்றிருந்த சிவா மதியம் வீட்டிற்கு வரையில், தனக்கு வெகுநேரம் முன்பே விளையாடிவிட்டு வந்திருந்த ரவியும் அவனது அம்மா லெட்சுமியும் ஏதோ பேசியபடி இருக்க, ஹாலை ஒட்டியபடி இருந்த தன் அறைக்கு போகும் மாடி படிகளில் ஏறியவனின் காதுகளில்...

டேய் இந்த மகாலெட்ச்சுமி வரத்தான் இத்தனை நாளா உங்கண்ணனுக்கு கல்யாணம் தட்டி போயிருக்கு போலடா என்று லெட்சுமி பெருமையும் மகிழ்ச்சியுமாய் தன் இளைய மகன் ரவியிடம் சொல்ல..

ம்ம்.. என்று தலையசைத்த ரவி, உண்மையிலேயே சிவாவும் நிலாவும் என்றவன் சாரி சாரி.. சிவாவும் மதிணியும் செம்ம ஜோடிம்மா.. பார்க்க சூப்பரா இருக்கு என்றுவிட்டு, சரி போட்டோவை பாக்யா பார்த்திருச்சா என்று கேட்க?

ம்ம்.. அதுலாம் போட்டோ வரவுமே உங்கப்பா போன் அடிச்சு வர சொல்லி அவ வந்து பார்த்துட்டு போயிட்டா என்று லெட்சுமி பேச, இந்த இருவர் பேசியதும் படியேறிய சிவாவின் காதில் தெளிவாய் கேட்டது.

இவர்கள் பேச்சில் என்ன என்று யோசனையாய் படியேறி தன் அறைக்குள் அவன் நுழைய, அங்கு கட்டிலில் அமர்ந்தபடி தனது கல்யாண ஆல்பத்தை திருப்பி பார்த்து ரசித்து கொண்டிருந்தாள் நிலா. போட்டோவில் நிரம்பி இருந்த உறவுகளையும் நட்புகளையும் அவள் கண்கள் பார்த்தாலும் அனைத்து படங்களிலும் இருக்கும் சிவாவையும் அவளையும் மட்டுமே அவள் கண்கள் ரசித்தது, அதில் இதயம் இனித்ததோ.. அவள் முகம் சிரித்தது..

அறைக்குள் சிவா வரவும் வேகமாய் எழுந்துக்கொண்ட நிலாவை பார்த்துவிட்டு பாத்ரூமிற்குள் சென்றவன் தன்னை சுத்தப்படுத்திக் கொண்டு வெளியே வரவும், மாமா கல்யாண ஆல்பம் வந்திருக்கு என்றாள் நிலா ஆர்வமாய் ஆல்பத்தை காட்டி.

ம்ம்.. என தலையசைத்தவாறு அவள் அருகில் சென்றவன் கட்டிலில் அமர்ந்து ஆல்பத்தை எடுத்து தன் மடியில் வைத்து முதல் பக்கத்தை பார்க்க..

அதில் அவன் வீட்டு சாமிப்படங்கள் அலங்காரத்துடன் அழகாய் புகைப்படம் பிடித்து இருக்க, அடுத்த பக்கத்தில் சிவாவும் நிலாவும் கழுத்தில் மலர் மாலையுடன் கல்யாண கோலத்தில் இருக்க அதை பார்த்த சிவா, கட்டிலை ஒட்டி நின்றிருந்த நிலாவை ஏன் நிக்கிற உட்காரு நிலா என்றவன் அவள் அமரவும் ஆல்பத்தை இருவருக்கும் நடுவாய் நகர்த்தி வசதி செய்தவன் பார்க்க ஆரம்பித்தான்.

அவர்கள் அத்தனை சொந்தங்களையும் கவர் செய்திருந்த அழகிய திருமண போட்டோக்கள். சிவாவுக்கும் போட்டோவில் உள்ள தனது சொந்தங்களை கண்பார்த்தாலும் கடைசியாய் வந்து நிற்பது அவளும் நிலாவும் ஜோடியாய் இருக்கும் இடத்திலேயேதான்.

போட்டோவில் தனது அருகே மஞ்சள் தாலி கழுத்தில் மின்ன நின்ற நிலாவை பார்த்தவனுக்குள் இனம்புரியா ஒரு ஈர்ப்பு.. அழகும் அமைதியும் கொஞ்சமும் குறையாமல் முகமெல்லாம் புன்னகையோடு நின்றிருந்தவளை பார்க்க கீழே தனது அம்மா ரவியிடம் நிலாவை மகாலெட்சுமி என்று சொல்லி பேசியது நினைவு வர அவனது மனம் அதை உடனடியாய் வழிமுனைந்தது. அடுத்தடுத்து போட்டோக்களை திரும்பி பார்த்து ரசித்தபடி இருந்தவனை அவன் அருகில் கிடந்த போன் அதிர்ந்து கலைத்தது.

வைப்ரேட் ஆகிய தனது போனை எடுத்து பார்த்தவன் ஆல்பத்தை நிலாவின் கையில் கொடுத்துவிட்டு வேகமாய் கட்டிலை விட்டு எழுந்து தூரம் போனவன், காலை அட்டெண்ட் செய்து ஹாலோ.. இந்தா வந்துட்றேன், வெயிட் பன்னு நீ.. என்று பேசி முடித்துவிட்டு தனது பர்ஸையும் பைக் சாவியையும் எடுத்துக்கொண்டு கலைந்த தனது தலைமுடியை சரிசெய்தவன் வேகமாய் அறையை விட்டு வெளியேறினான்..

சிவாவுடன் அமர்ந்து தங்கள் கல்யாண ஆல்பத்தை ரசித்து பார்த்துக்கொண்டிருந்த நிலாவுக்கு, போன் வரவும் கிளம்பிய அவனை கண்டு சிறு வருத்தமும் கோபமும் ஒரு சேர வந்தது.

ச்சே.. இப்ப போயி யார் போன் பன்னது என்று சலித்துக்கொண்டவள், இவரும் உடனே கிளம்பி போறார்ரு, இப்பத்தான வந்தாரு.. என்று வாய் விட்டு முனங்கியவள், போட்டோவில் இருந்த சிவாவை பார்த்து கொஞ்ச நேரம் கழிச்சு வர்றேன்னு சொல்லலாம்ல என்று கேட்க?? நேரில் அவன் காட்டும் அமைதியையே அவன் போட்டாவும் காட்டியது. பின் ஆல்பத்தை மூடிவைத்துவிட்டு அவளும் கீழே சென்றாள்.

*

♬♩♪♩ ♩♪♩♬

கரு கரு கண்களால்
கயல்விழி கொல்கிறாள்
வலித்தாலும் ஏதோ சுகம்
ஏதோ சுகம்..
குழி விழும்
கன்னத்தில் குடி இரு
என்கிறாள் விலையில்லா
ஆயுள் வரம் ஓஹோ..

♬♩♪♩ ♩♪♩♬

என்ற பாடலை முனுமுனுத்தபடி ஆபிஸ்ற்குள் நுழைந்த ரவி அங்கிருந்த ஹரியை பார்த்து என்ன மாம்ஸ்? ஜாலியா இருக்க போல என்று கேட்டவாறு அவனை பார்க்க,

ஆமாமா... ஜாலிதான ரொம்ப ஜாலியா இருக்கேன் என இன்ஸ்டன்டாய் சிரிப்பை காட்டி ஹரி சொல்ல..

உடனே, என்ன மாம்ஸ் ஃபீலிங்ல இருக்கியா!? இப்பத்தான் கவனிக்கிறேன், அடிகிடிலாம் வாங்கியிருக்க மாதிரி தெரியுது.. யாரு சுபாக்காவா என்று கேலியாய் ரவி கேட்க?

ஆனா, அவ என்ன அடிக்கனும்ன்னு ரொம்ப எதிர்பார்க்கிற போலடா நீ.. அதுவும் ஒருநாள் நடக்கும் போல.. போன் பன்றேன் வந்து பாரு என்று ஹரி சொல்லவும்,

சிரித்தவன், நீ எதுவும் பண்ணாமலா சுபாக்கா உன்ன அடிக்க போகுது? பொண்டாட்டி சொல்றத கேக்குறது இல்ல அப்பறம் எப்படி வீட்ல சண்டை வராம இருக்கும் என்றான் ரவி.

டேய் வேணாண்டா.. இப்ப நான் சொன்னாலும் உனக்கு புரியாது. நாளைக்கு நீ கல்யாணம் பன்னுவல அப்பத்தாண்டா உனக்கு தெரியும் என்னோட வேதனை கஷ்டம் எல்லாம் என்று ஹரி சொல்ல..

உடனே, சரி சரி அழாத மாம்ஸ், ஆம்பள பய அழக்கூடாது, இப்ப என்ன பிரச்சனை என்றான் ரவி?

அத ஏன்டா கேக்குற...!!!!?????

சுபா இருக்கால.. அவளோட சித்தப்பாவோட ஒன்னுவிட்ட தாய் மாமாவோட மூணாவது சித்தியோட மக பிள்ளை பேத்திக்கு கல்யாணமாம், கல்யாணத்துக்கு கூப்ட்டா.. நான் வரலடி நீ போய்ட்டு வா உங்கம்மாவோட. எனக்கு வேலை இருக்குன்னு சொன்னதுக்கு தேவையே இல்லாம மூஞ்சிய தூக்கிக்கிட்டா, இதுல இவ்வளவு சுத்து முறைக்கு மோதிரம் வேற வாங்கி போடனும்ன்னு சொன்னாளா.. நான் தெரியாத்தனமா எதுக்குடின்னு கேட்டுப்புட்டேன், அதுல முனச்சிக்கிட்டு சண்டை, பேசல.. என்றவன்,

பின்ன அதோட விட்டாளா.. நைட்டு நல்லா தூங்கிக்கிட்டு இருந்தேன் மணி ரெண்டு ரெண்டரை இருக்கும்ன்னு நினைக்கிறன்... வேகமா என்னை எழுப்புனா நானும் பதறி என்னமோ ஏதோன்னு நினைச்சு என்னம்மான்னு கேட்டா...? நம்ம கல்யாணத்துக்கு வந்த எங்க மணி பெரியப்பா சகளையோட மூத்த பொண்ணு கோதையக்கா வீட்டுக்காரர ஏன் வாங்கன்னு கேக்கலைன்னா பாரு... த்தா, எங்கிட்டாவது ஓடலாம்ன்னு தோணுச்சுடா என்று நொந்தவனாய் ஹரி சொல்ல,

சிரிப்புடனே கேட்ட ரவி, ஏன் மாம்ஸ் நீ அவர வாங்கன்னு கேட்கல என்று அவனிடம் கேட்க?

உடனே, டேய் எனக்கு அவ சொல்ற பெரியப்பனே யார்ன்னு தெரியலடா என்று அழுவதை போல் ஹரி சொல்லவும் சத்தமாய் சிரித்தான் ரவி.

நல்லா சிரிடா.. என் சோகம் உனக்கு சிரிப்பா இருக்கு என்ன? என்று ஹரி சொல்ல,

யோவ் மாம்ஸ் என்றவன்

♬♩♪♩ ♩♪♩♬

மனதில் நின்ற காதலியே
மனைவியாக வரும்போது
சோகம் கூட சுகமாகும்
வாழ்க்கை இன்ப வரமாகும்...

♬♩♪♩ ♩♪♩♬

என்ற பாடலை பாட, ம்க்கும்.. நல்லா இருக்குடா சொகமா.. என்றான் ஹரி கொனட்டலாய்...

அப்போது கண்ணாடி கதவை திறந்துக்கொண்டு உள்ளே வந்த டெலிவரி பாய், சிவக்குமார்க்கு பார்சல் சார் என்றவன், ஹரி என்று கேட்டு அவனது போனை ஹரியிடம் நீட்ட லைனில் இருந்த சிவா..

மச்சி அத வாங்கி வையுடா என சொல்ல சரி என்றவன் டெலிவரி பாயிடம் இருந்து பார்சலை வாங்கி கொள்ள, அவன் கிளம்பினான்.

என்ன பார்சல் சிவாவுக்கு என்று ரவி கேட்க? பார்சல் மேல் இருந்த லேபிளை பார்த்த ஹரி சரியா தெரியலை ஆனா ஏதோ லேடீஸ் ட்ரெஸ்ன்னு நினைக்கிறன் என்று சொல்ல, இத எதுக்கு இவன் ஆர்டர் பன்னியிருக்கான் என்றான் ரவி?

உடனே, டேய் இது என்னடா கேள்வி அவன் வொய்ப்புக்கு வாங்கி கொடுப்பான்டா என்று ஹரி சொல்லவும், விளங்கியவனாய் ஓ.. சரி சரி என்ற ரவி உள்ளுக்குள் மகிழ்ந்தான்.

மகிழ்ந்தவன் இந்தச்செய்தியை தன் அம்மாவிடம் சொல்ல முடிவெடுத்து அன்று மாலையே வீட்டிற்கு சென்று தன் அம்மாவிடம் பேச ஆரம்பித்தான்..

எம்மா.. நீ சும்மா எதையும் நினைச்சிக்கிட்டு இருக்காத சிவா இப்படி இருக்கானேன்னு, அதுலாம் அவன் நல்லாத்தான் இருக்கான். அவனும் மதினியும் அவுங்களுக்குள்ள சந்தோசமாத்தான் இருக்காங்க என்று ரவி

சொல்ல என்னடா என்பதாய் லெட்சுமி அவனை பார்த்தார்..

ஆமம்மா, சிவாவும் மதினியும் ஹஸ்பண்ட் அன்ட் வொய்ப்பா சந்தோசமாத்தான் இருக்காங்க. இன்னைக்கு கூட மதினிக்கு சிவா ட்ரெஸ் ஆர்டெர் பன்னி வாங்கிருக்கான் என்று ரவி சொல்லவும்,

மகிழ்ந்தவராய் லெட்சுமி, ரெண்டு பேரும் சந்தோசமா இருந்தா சரிதாண்டா.. எனக்கு என்ன வருத்தம் குடிச்சிட்டு அந்த பிள்ளைய கண்டுக்காம இருக்கானோன்னு தாண்டா, இப்ப நீ சொல்ற அவுங்க ரெண்டு பேரும் சந்தோசமா இருக்காங்கன்னு கேக்க சந்தோசமா இருக்கு என்றவர், அம்மா மீனாட்சி என்று மனத்திற்குள்ளே மேலே பார்த்து வேண்டி கொண்டார்.

*

6

நீண்ட நாட்களுக்கு பிறகு அன்று சனிக்கிழமை நண்பர்கள் அனைவரும் ஒன்றாய் சந்தித்து மதுவுடன் மகிழ தினேஷ் வீட்டு மாடியில் கூடியிருந்தனர்.

சரக்கும் சைடிஸ்ஸும் வாங்க சென்றிருந்த ஹரியும் முத்துவும் இன்னும் வராமல் இருக்க, டேய் மச்சான் என்னடா இவிங்கள காணோம் என மொட்டை மாடிச் சுவற்றில் சாய்ந்து கால்நீட்டி அமர்ந்திருந்த தினேஷ் தனக்கு சற்று தள்ளி அமர்ந்திருந்த சிவாவிடம் கேட்க?

எங்க போயிருக்கானுங்க காளவசல்தான, அங்கயிருந்து வாங்கிட்டு வர இவ்வளவு நேரமா என்று அலுத்து கொண்டவனாய் சொன்ன சிவா, போன் அடி அவிங்களுக்கு என்றான்.

அப்போது ரவியின் ஃபோன் அடிக்க.. அவன் அட்டெண்ட் செய்ய போகையில் யார்டா அவிங்களா என்று கேட்ட தினேஷிடம் இல்லை என்பதாய் தலையசைத்து மறுத்தவன், கால் அட்டெண்ட் செய்து ம்ம்..சொல்லு கயல் என்றவாறு எழுந்து மாடியின் ஓரம் தூரம் சென்றான்.

உடனே, இரு நானே அடிக்கிறேன் என்று தனது போனை எடுத்து ஹரிக்கு சிவா கால் செய்ய அவனது போன் ரிங்டோன் சத்தம் அருகிலே கேட்க மாடியேறி வந்திருந்தனர் ஹரியும் முத்துவும்.

அவர்களிடம், என்னடா இங்க இருக்குற காளவாசலுக்கு போயிட்டு வர இவ்வளவு நேரமா என சலிப்பாய் தினேஷ் கேட்க?

அடே எப்பா.. இங்க இருக்குற காளவாசலுக்கு நீ போயிருக்க வேண்டிதான என்ற முத்து, அங்க பாலம் வேலை நடந்துக்கிட்டு ஒரே ரஸ்ஸா இருக்கு.. இவரு ஈஸியா சொல்றாரு இதுல அந்த அஜக்கு வேற என்று ஏரிச்சலாய் சொல்ல..

உடனே, வேகமாய் என்னடா என்றான் சிவா??

ம்ம் ஆமா மாப்ள.. சரக்கு வாங்கிட்டு பைக்க ஸ்டார்ட் பண்றேன் ரெண்டு அஜக்குக வந்துட்டு காச கொடுன்னு கேட்டு நின்றுச்சுக, நேர மயிருக்கு காசு இல்ல ரெண்டு பேர்ட்டையும் கார்ட் தான் இருக்கு, அதுக காச வாங்காம போக மாட்டேன்னு பைக் சாவியை புடிங்கிருச்சுக எனக்கெல்லாம் கடுப்பு என்று முத்து சொல்ல..

காசு கொடுத்தீங்களா இல்லையா என்றான் சிவா!?

கொடுத்தோம் போயி ஏ.டி.எம்ல எடுத்து சில்லரை மாத்தி.. ச்சை என்று முத்து சலிக்க, சரிடா சரிடா விட்றா.. என்றான் சிவா.

வாங்கி வந்தவற்றை தினேஷ் பரப்ப, அந்த உயர் ரக மதுவை உடைத்து ஆறு கிளாஸில் அளவாய் ஹரி ஊற்ற, என்னடா இது புதுசா இருக்கு என்கிட்ட இன்னைக்கி ரெட் லேபிள்ன்னு சொன்னீங்க என்று ஜீவன் கேட்க?

ரெட் லேபிள் கிடைக்கல.. இதுவும் நல்லாத்தான் இருக்கும். சும்மா ஐஸ் கியூப் மட்டும் போட்டு இழுத்தோம்ன்னு வச்சிக்கோ.. சும்மா மெதக்கிற மாதிரி இருக்கும் என்ற ஹரி சிவாட்ட கேட்டு பாரு என்று சொல்ல..

இவர்கள் பேச்சினை கவனித்த சிவா, அதுலாம் நல்லாருக்கும்டா என்றவன், டேய் நீ பேச்சை குறைச்சிட்டு மிக்ஸிங்க போடுடா என்று ஹரியிடம் சொல்லிக்கொண்டிருக்கும் போதே அவன் மடி மீது இருந்த அவனது போன் வைப்ரேட் ஆக எடுத்து பார்த்தான்.

நிலாதான் போன் செய்தாள். கல்யாணம் முடிந்து இத்தனை நாளில் முதல் தடவை கால் செய்கிறாள். என்ன? நிலா கால் பன்னுது என்று யோசனையான சிவா சுற்றியிருந்த தன் நண்பர்களை அமைதியாய் இருக்கும்படி சிக்னல் செய்துவிட்டு கால் அட்டெண்ட் செய்து சொல்லு நிலா என்றான்.

எதிர்முனையில், ஹலோ.. மாமா எங்க மாமா இருக்கீங்க என்று கேட்ட நிலாவிடம், என்ன நிலா சொல்லு என்றான் சிவா.

இல்ல மாமா.. ஊர்ல இருந்து அப்பா அம்மா உதயாண்ணே எல்லாரும் வந்திருக்காங்க அதான் இப்ப நீங்க வீட்டுக்கு வரீங்களான்னு கேட்கத்தான் என்று நிலா தயங்கியவளாய் பேச..

ஓ.. அப்படியா எப்ப வந்தாங்க என்று இவன் கேட்க? இப்பத்தான் மாமா வந்தாங்க என்ற நிலா, நீங்க வரீங்களா மாமா என்றாள்?

நானா..? என சிவா யோசனையாய் இருக்க, வேலை இருந்துச்சுன்னா பாருங்க மாமா.., ஆனா என்று அவள் இழுக்க, ம்ம் சொல்லு நிலா என்றான் சிவா அவள் தயக்கம் புரிய.

உடனே, அது.. சொல்றேன்னு தப்பா நினைக்காதீங்க மாமா.. இன்னைக்கு நீங்க வீட்டுக்கு எப்ப வந்தாலும் குடிக்காம மட்டும் வாங்க மாமா ப்ளீஸ்.. எனக்காக, என்று தயங்கியபடி சொன்னவளின் குரலில் ஒரு பயம் இருந்தது. தன் கணவன் குடித்துவிட்டு இரவு தாமதமாய் வர அதை தன் பெற்றோர்கள் கவனிக்க நேர்ந்தாள் அவரை என்ன நினைப்பார்கள் என்று.

அவளின் தயங்கிய குரலே அவளின் எண்ணத்தை இவனுக்கு சொல்லியது. என்னை அவர்கள் வீட்டில் தவறாய் நினைத்துவிடுவார்களாம் அதற்கு பயந்து இப்படி குடிக்காமல் வர சொல்கிறாள் என்பதை சரியாய் புரிந்து கொண்டவனுக்கு குடிக்காம வாங்க மாமா என்ற அவள் குறள் மூளையெங்கும் ஒலிக்க இவ்வளவு நேரம் குடிக்க ஆர்வமாய் இருந்தவனுக்கு ஏனோ ஆர்வம் இல்லாமல் போக ஏதோ முடிவெடுத்தவனாய் சிறு நொடி யோசித்தவன்..

அவளிடம், ம்ம் நான் இந்தா இப்ப வரேன் நிலா என்று சொல்ல, உற்சாகமானவள் ம்ம்.. பார்த்து வாங்க மாமா என்று சொன்ன பிறகு போன் இணைப்பை துண்டித்தவன் வேகமாய் எழுந்தான்.

ஆறு கிளாஸில் சமமாய் மதுவை நிரப்பி ஐஸ் கட்டிகளை மிதக்க விட்டிருந்த ஹரி, என்னடா எங்க போற என்று எழுந்து நின்ற சிவாவை பார்த்து கேட்க?

வீட்டுக்கு போறேன் மச்சி.. நிலா வீட்ல இருந்து ஆள் வந்திருக்காங்கடா என்று சொல்லிவிட்டு நகர போன சிவாவின் கண்களில் அந்த உணவு பார்சல் பட, நின்று அதை காட்டி என்னடா இது என்று கேட்டான்...?

உடனே, நமக்குத்தான் சாப்பிட புரோட்டாவும் சிக்கனும் வாங்கிட்டு வந்தேன் என்று முத்து சொல்ல, அந்த பார்சலை அப்படியே மொத்தமாய் எடுத்து கொண்ட சிவா ஒரு நொடி யோசித்து விட்டு கால் பாதியே காலியாயிருந்த அந்த மதுபாட்டிலையும் கையில் எடுத்துக்கொள்ள..

டேய் டேய் என்னடா.. இருக்கிறதலாம் தூக்கிட்டு கிளம்புற என்று புரியாதவனாய் கேட்டான் தினேஷ்.

உடனே, தனது ஏ.டி.எம் கார்டை ஹரியிடம் நீட்டிய சிவா, மச்சி நீங்க வேற வாங்கிக்கோங்கடா நான் இத எடுத்துட்டு போறேன் என்று சொல்லிவிட்டு சிவா நகர..

டேய்.. சாப்பாடு சரி சரக்கை ஏன்டா தூக்கிட்டு போற என்று போகும் அவன் முதுகை பார்த்தவாறு ஜீவன் கேட்க..? திரும்பாமலேயே மச்சான் வந்துருக்கான் என்றுவிட்டு படிகளில் கீழ் இறங்கினான் சிவா.

மாடியில் ஒரு மூலையில் நின்றபடி நடந்தவைகள் எதையும் கவனிக்-காமால் கயலுடன் பிசியாய் குஷியாய் பேசிக்கொண்டிருந்த ரவி, சிவா கீழே இறங்கி போவதை மட்டும் பார்த்தவனாய் வேகமாய் தனது நண்-பர்கள் அருகில் வந்து, என்ன சிவா போறான் என்று கேட்க...?

அவனை முறைப்பாய் பார்த்த தினேஷ், சரக்கு பத்தலைன்னு வாங்க போறான் என்று நக்கல் போல் சொல்ல..

அவனது கேலியை உணர்ந்தவனாய் என்ன என்று ரவி திரும்ப கேட்கவும்? ஹரி விஷயத்தை சொல்ல.. ஏய் அப்ப நானும் கிளம்புறேன் என்றுவிட்டு லயனில் இருந்த கயலிடம் ஏதோ சொல்லிவிட்டு வேகமாய் ஓடினான்.

தனது பல்ஸரை வீட்டு வாசல் முன் வந்து சிவா நிறுத்த, வீட்டிற்குள் அவனது மாமனார் விநாயகம் பேசும் குரல் வாசலை தாண்டி சத்தமாய் கேட்டது..

எங்களுக்கு என்ன மச்சான் கவலை எங்க மவளை நெனச்சு.. வேற எங்கையுமா தெரியாத இடத்துல இருக்கா.. இங்க நம்ம வீட்ல இருக்கா.. அதுவும் எம்மவ போன்ல பேசயில எப்பா நான் இங்க நல்லாருக்கேன் நீங்க எதும் நினைக்காம இருங்கன்னு வேற சொல்லிருக்கா என்றுவிட்டு விநாயகம் சிரிக்கும் குரல் தெளிவாய் கேட்டது வாசலில் நின்ற சிவா-வுக்கு.

கவனமாய், கொண்டுவந்த பாட்டிலை மறைவாய் வைத்துவிட்டு, புரோட்டா பார்சலை மட்டும் எடுத்துக்கொண்டு வீட்டிற்குள் நுழைந்தான் சிவா.

தன் மாமா வர்றேன்னாரே.. வருவாறா... இல்லை வரமாட்டாறா... வரேன்னு சொன்னாரே ஆனா இன்னைக்கு சனி கிழமை வேறயே.. இன்னைக்கு நார்மலாவே ரொம்ப லேட்டா வருவாறே என்று சிவாவை நினைத்து அவனை எதிர்பார்த்தபடி இருந்த நிலா, வீட்டிற்குள் நுழைந்த அவனை காணவும் மகிழ்ந்தவளாய், இந்தா மாமா வந்துட்டாரு என்று

சொல்லி அமர்ந்திருந்தவள் எழ, வீட்டிற்குள் வந்த சிவா அங்கு தனது பார்வையை சுழற்றினான்.

ஹாலில் இருந்த சோபாவில் அப்பா சேகரனும், விநாயகமும் அமர்ந்திருக்க, அவர்களுக்கு அருகில் இருந்த சேரில் உதயா அமர்ந்திருந்தான். சோபாவை ஒட்டி தரையில் விரிந்திருந்த விரிப்பில் அவன் அம்மா லெட்சுமியும் வானதியும் அமர்ந்திருந்தனர், அவர்கள் அருகில் அமர்ந்திருந்த நிலா எழுந்து சிவாவை பார்த்தவாறு நின்றிருக்க.

அவர்களை நோக்கி, வாங்க மாமா வாங்கத்தை.. என்று கேட்டவாறே வந்த சிவாவை கண்டதும் வாங்க மாப்ளை என்று விநாயகம் மலர்ந்தவராய் இருக்க, மருமகனை கண்டதும் பணிவாய் வாங்க மாப்பிள்ளை என்றவாறு வானதி எழுந்து கொள்ள, சங்கட்டமானவனாய் நெளிந்த சிவா உட்காருங்கத்தை என்றான் அவசரமாய்.

அவனது அருகில் வந்த உதயா, மாப்பிள்ளை என மகிழ்ந்தவனாய் சிவாவை தோளோடு அணைத்துக் கொள்ள சிரித்த முகமானவன், நின்றிருந்த நிலாவிடம் சாப்பாட்டு பார்சலை கொடுத்துவிட்டு உதயாவுடன் இன்னொரு சேரில் அமர்ந்தான் சிவா.

அடுத்து சம்பிரதாயமாக வந்தவர்களிடம் சிவா பேச, அவர்களும் எப்படி என்ன என்றவர்கள் ஊரின் நிலவரம் உறவுகள் என பேச முடிந்தளவு சிவாவும் பேசினான்.

அடுத்தடுத்து பேசியபடி இருக்கையிலேயே, லெட்சுமி சாப்பாடு என்னன்னு பார்த்து செஞ்சு எடுத்து வையி, மணி ஆகுதுல என்று சேகரன் சொல்ல.. இந்தா என்று எழுந்த தன் அம்மா லெட்சுமியிடம்,

அம்மா.. சாப்பாட நிலாட்ட கொடுத்திருக்கேன் பாரு என்ற சிவா நிலாவிடம், நிலா பார்சல் கொடுத்தேன்ல என்று சொல்லவும்..

ஆம மாமா.. என்றவள் தன் அத்தையுடன் இணைந்து பரிமாற பரபரப்பானாள்.

லெட்சுமியும் சேகரனும் சிறிது பயந்தே இருந்தார்கள். குடித்துவிட்டு இரவு தாமதமாய் வரும் மருமகனை பார்த்தால் வந்தவர்கள் என்ன நினைப்பார்கள் என்று எண்ணியிருந்தவர்களுக்கு, நிலா அழைத்து, வர சொல்லவும் குடிக்காது உடனே வந்து நின்ற மகனை கண்டு ஆச்சரியமாய் இருந்தவர்களுக்கு.. அவன் அவர்களுடன் இயல்பாய் அமர்ந்து பேசி நடந்துகொள்வது மகிழ்ச்சியை கொடுத்திருக்க.. அவர்களுக்காக சாப்பாடுடன் வந்தது ஏனோ அவனை நினைத்து பெருமை பட வைத்-

தது அவர்களுக்கு.

விநாயகம் வானதி உதயாவுடன் சேகரனும் சாப்பிட அமர்ந்திருக்க, அவர்களுடன் அமராமல் தன் அறை நோக்கி போக தயராய் இருந்த சிவாவை கண்ட விநாயகம், மாப்ள.. நீங்க எங்க போறீங்க? சாப்பிட உட்காருங்க என்று சொல்ல..

இல்ல மாமா நீங்க சாப்பிடுங்க நான் குளிச்சுட்டுதான் சாப்பிடணும் என்றவன் தன் அறைக்கு சென்றுவிட்டான்.

பின், அவன் குளித்து முடித்து வேறுடைக்கு மாறி தன் அறையிலிருந்து கீழே வரையில் அவர்கள் சாப்பிட்டு முடித்து அமர்ந்திருந்தனர். அவர்களுடன் ரவியும் அமர்ந்து பேசிக்கொண்டிருந்தான். ரவி தங்கள் வேலையை பற்றி இதுவரை கட்டிய வீடுகள் பற்றி தற்போது கட்டும் அப்பார்ட்மெண்ட் என சொல்லி பேசிக்கொண்டிருக்க அதை கேட்டபடி இருந்த விநாயகம் அவர்களின் உழைப்பையும் உயர்வையும் நினைத்து மகிழ்ந்தவராய் இருந்தவர் அங்கு வந்த சிவாவை கவனித்துவிட்டு வாங்க மாப்பிளை என அழைக்க.. அவர் அருகில் போயி அமர்ந்தான் சிவா.

அப்போது, மாப்ளை சாப்ட்டு வந்து உட்கார்ந்துக்கட்டும் என வானதி தன் கணவர் விநாயகத்திடம் சொல்ல, உடனே அவர், ஆம மாப்ள என்று அவனை சாப்பிட போகச் சொல்ல எழுந்த சிவா, ரவியிடம் ஏதோ மெலிதாய் சொல்லிவிட்டு சாப்பிட அமர்ந்தான்.

நிலா அப்படியே நீயும் உட்கார்ந்து சாப்பிடு என்று சொன்ன லெட்சுமி அவளையும் சிவாவின் அருகில் அமர்த்தி இருவருக்கும் தேவையானதை எடுத்து வைத்துவிட்டு சாப்பிடுங்க என்றுவிட்டு நகர்ந்து கொண்டார்.

நிலா தனது தட்டில் இருந்த அந்த இரண்டு புரோட்டாவை சூடு தாங்காதவளாய் பிய்க்க சிரமப்பட்டு கொண்டிருக்க.. அவளை பார்த்தவனாய், என்ன பிய்க்க முடியலையா என்று சிவா கேட்க?

இல்ல மாமா கை சுடுது என்று நெளிந்தவளை, புரியாதவனாய் பார்த்தவன், சுடுதா வாங்கிட்டு வந்தே நேரம் ஆகுதே என்று சொல்ல.. அத்தை இப்ப கல்லுல போட்டு சூடு பன்னாங்க மாமா என்றாள் நிலா.

உடனே, எட்டி அவளது தட்டில் இருந்த புரோட்டாவை எடுத்து தட்டி சிறு சிறு துண்டாய் பிய்த்து உதிர்த்து போட்ட சிவா, ம்ம்.. சால்னாவ ஊத்தி சாப்டு என்றுவிட்டு தனது புரோட்டாவை பிய்த்து சாப்பிட ஆரம்பித்தான்.

குழம்பின் காரத்தில் ஸ்..ஸ்... என சத்தமிட்டப்படி சாப்பிட்டு கொண்டிருந்த நிலாவிடம், எல்லோருக்கும் புரோட்டா சரியா வந்துச்சா என்று சிவா கேட்க.? ம்ம் எல்லாருக்கும் சரியா வந்துச்சு மாமா என்று நிலா சொல்லவும் அடுத்து எதுவும் பேசாமல் சாப்பிட்டு எழுந்துக்கொண்டான் சிவா.

மணி பத்தை தாண்டியிருக்க அன்று நண்பர்களுடன் விட்ட மதுக்கொண்டாட்டத்தை மச்சான் உதயாவுடன் தங்கள் வீட்டு மொட்டை மாடியில் கொண்டாடினார்கள் சிவாவும் ரவியும்.

ரவி தன் அளவோடு நிறுத்தியிருக்க, சிவாவும் உதயாவும் பாட்டிலின் அளவை குறைக்கும் நோக்கில் தங்கள் ஆயுளை குறைக்கும் விதமாய் குடித்து போதையில் பேசிக்கிடந்தனர்.

இரவு தன் அம்மாவுடன் அந்த வீட்டில் பாக்யாவிற்க்கென இருக்கும் அறையில் உறங்கிய நிலாவுக்கு, நீண்ட நாட்களுக்கு பின் தன் அம்மாவுடன் படுத்துறங்குவது மகிழ்ச்சியாய் இருந்தாலும் தன் அம்மா கேட்ட சிலவற்றிற்கு பதில் சொல்ல முடியாமல் தவிக்கவும் செய்தாள்.

பின், காலை வழக்கமான நேரத்தில் விழிப்பு வந்து எழுந்தவள், தனது அறைக்கு சென்று குளித்து வேறு உடை அணிந்து கொண்டவள் அவர்கள் அறையில் சிவா இல்லை எனவும் மொட்டை மாடிக்கு சென்றாள்.

இவள் படி ஏறி மேலே வரையிலேயே அவளை எதிர்கொண்ட ரவி, என்ன மதினி என்றான் அப்போதுதான் தூக்கம் கலைந்து எழுந்து வந்தவனாய்..

உடனே நிலா, மாமாவ தேடித்தான்.. மாமா எந்திரிச்சிட்டாரா இன்னைக்கு விளையாட போவீங்கள என்று கேட்க?

ம்ம்.. ஆமா, நான் கிளம்பிட்டேன் சிவா நல்லா தூங்குறான் நீங்கனா உசுப்புங்க எந்திரிச்சா உதயாவையும் கூட விளையாட கூட்டி வருவான் என்று ரவி சொல்ல..

ம்ம் இந்தா எழுப்புறேன் என்ற நிலாவிடம், சரி மதினி நான் போறேன் என்றுவிட்டு ரவி கீழே நகர போக..

அவனை அழைத்து நிறுத்திய நிலா, ஆனா ரவி, நீ என்ன மதினி மதினின்னு நல்லா கிண்டல் பன்ற என்ன என்று சிறு சிரிப்புடன் கேட்க...?

அவளை ஏறிட்டவன், அய்யய்யோ சத்தியமா இல்லை என்று சொல்லவும்.

காலையிலேயே அய்யய்யோவா.. என்றவள், ஆனா எனக்கென்னமோ கிண்டல் பன்ற மாதிரிதான் தெரியுது என்றவளை பார்த்த ரவிக்கு,

தனது சிறுவயது தோழி நிலா நினைவுக்கு வந்தாள். அப்போதெல்லாம் ரவி மூத்தவன் என்ற போதும் பாக்யா ரவி என்று அழைக்கவே அவளுடன் இவளும் ரவியை பெயர் சொல்லியே அழைத்திருக்க, இவனும் அப்படியே பெயர் சொல்லியே அழைப்பான். அந்த ஞாபங்கள் இப்போது நினைவுக்கு வந்தது ரவிக்கு. இருந்தும் இப்போது வேறவே.. தனது அண்ணன் மனைவி அதற்கான அங்கீகாரத்தையும் மதிப்பையும் அவளுக்கு கொடுக்க வேண்டும். தனது அண்ணனுக்கும், இவள் உன் மனைவி அதனால் உன் தம்பி எனக்கு இவள் மதினி என்பதை உணர்த்த வேண்டும் அல்லவா..

நிலா சொன்னதற்கு சிறிது சிரித்தவாறே, கிண்டலுக்கெல்லாம் இல்ல.. எங்க அண்ணனோட வொய்ப்ப மதினின்னு கூப்பிடனும்.. நீங்க என் அண்ணனோட வொய்ப்!! அதுனால மதினின்னு கூப்பிட்றேன் போதுமா என்று ரவி சொல்ல, ம்ம் சரிங்க கொழுந்தனாரே என்றாள் சிரிப்பாய் நிலா.

உடனே, என்னது கொழுந்தனாரா..? என்ற ரவியிடம், ஆமா வீட்டுக்காரர் தம்பி கொழுந்தனார் தான, அப்ப நான் அப்படித்தான கூப்பிடனும் என அதே சிரிப்புடன் நிலா சொல்ல..

ஓ.. அப்படியா.. அப்ப சரிங்க மதினி என்றவன், சரிங்க மதினி.. நான் கீழ போறேன் மதினி, நீங்க அண்ணன எழுப்புங்க மதினி, என்ன மதினி என அந்த மதினியை பலமுறை சொல்லி சிரித்தபடி கீழிறங்க.. சிவாவை எழுப்ப போனாள் நிலா.

மாமா.. மாமா.. என சிவாவின் தோள் தட்டி நிலா எழுப்பவும் விழித்து எழுந்தவன் உதயாவையும் எழுப்பி தன்னோடு கிரிக்கெட் விளையாட அழைத்து சென்றான்.

பின், அன்று மதியம் சாப்பாட்டை முடித்துக்கொண்டு மாலைக்கு மேல் திருநெல்வேலிக்கு கிளம்பி போகும் வரை நிலா குடும்பத்தினருடன் சிரித்து பேசி இயல்பாய் நடந்துக் கொண்டான் சிவா. வழக்கம்போல் பெற்றோர்களாய் தங்கள் மகள் நிலாவுக்கு அறிவுரைகள் சொல்லிவிட்டு விடைபெற்றிருந்தனர் அவர்கள்.

*

நிலாவின் அம்மா அப்பா வந்து சென்றிருந்த மூன்றாவது நாள் தனது அறையில் படுத்திருந்த லெட்சுமிக்கு, நிலாவின் அம்மா வானதி பேசிவிட்டு சென்றதுதான் அவர் நினைவு முழுதும் நிறைந்திருந்தது.

திருமணம் ஆகி மூன்றாம் மாதம் தொட்டிருக்க, தன் மகள் நிலா விசேஷம் என எதுவும் சொல்லாமல் இருக்க... ரகசியமாய் இதை பற்றி அவளிடம் கேட்ட போது கூட, முகத்தில் வெட்கம் என எதுவும் பேசி காணாதவளாய் தவித்திருந்த வானதி, இதை பற்றி லெட்சுமியிடம் கேட்கலாம் என்று முடிவெடுத்து அவரிடம் லேசாய் கேட்டிருக்க..?

வானதி கேட்க வருவது நன்றாகவே புரிந்தது லெட்சுமிக்கு. முந்திக்கு சிவாவிடம் தற்போது மாற்றங்கள் தெரிந்தாலும் கணவன் மனைவிக்கு உண்டான தனிப்பட்ட உறவை நோக்கி முன்னேறிவிட்டார்களா என்ற சந்தேகம் அவருக்கும் இருந்தது. பின்ன அவர்கள் வயதை தாண்டி வந்தவர்தானே, இருந்தாலும் வானதி கேட்கவும் எதையும் சொல்லி அவர்களை குழப்பவோ வருத்தவோ கூடாது என்று எண்ணியவராய்.. இந்த காலத்து பிள்ளைங்களுக்கு நாம எதுவும் சொல்லனும்ன்னு இல்லை அதுகளுக்கே எல்லாம் தெரியும்.. சீக்கிரமே நல்லதா என் மருமக சொல்லுவா என்று வானதியிடம் பேசி வைத்திருந்தாலும், லெட்சுமியின் மனமும் அந்த நற்செய்திக்காக ஏங்கத்தான் செய்தது.

நிலாவிற்காகவோ..!! நிலாவினாலோ..!! ஏதோ தெரியவில்லை ஆனால் தற்போதைய சிவாவின் மாற்றங்களே அவளை வைத்துதான், என்பது தெரிந்தாலும் பேராசை படவே செய்தார் லெட்சுமி. இருந்தாலும் அது தாயின் ஆசைத்தானே.. அதில் தவறல்லவே..!!

இதை பற்றி தன் மகள் பாக்யாவிடம் சொல்லி, நீயும் நிலாவும் ப்ரெண்ட்ஸ் மாதிரிதானடி பேசுறீங்க இத பத்தி கேளு என்று பாக்யாவிடம் சொல்லி நிலாவிடம் பேச சொல்லியிருந்தார் லெட்சுமி.

அதன்படி அவளும், அன்று தன் வீட்டில் அமுதனை கொஞ்சிக் கொண்டிருந்த நிலாவிடம், ஏய்.. நிலா நீயும் சிவா அண்ணனும் ஹஸ்பண்ட் அண்ட் வொய்ப் மாதிரி வாழ ஆரம்பிக்கலையா..? நான் கேக்குறது உனக்கு புரியும்ன்னு நினைக்கிறேன். இது உங்களோட பெர்சனல்தான்.. இதுல தலையிட கூடாதுதான்... இருந்தாலும் சிவா அண்ணன் கொஞ்சம் அப்படித்தான், உன்கிட்ட சொல்லியிருக்கேன்ல.. எனக்கு நீங்க ரெண்டு பேரும் சந்தோசமா வாழனும்டி என்று நிலாவின் கையை

பிடித்து சிறிது கலங்கிய குரலில் பாக்யா பேச..

ஏனோ நிலாவின் கண்கள் கலங்க ஆரம்பித்தது. மூச்சை இழுத்துப்பிடித்து உடைந்து விடாமல் இருந்த நிலாவுக்கும் எல்லா கணவன் மனைவி போல வாழ வேண்டும் என்பதுதான் ஆசை அதிலும் சிவாவுடன் இன்னும் அவளுக்கு ஏராள ஆசைகள்தான் ஆனால் அது எல்லாம் தனது மாமா தன்னை முழு மனதுடன் மனைவியாய் காதலியாய் மனதில் ஏற்றுக்கொண்ட பிறகுதான் என்பதில் உறுதியாய் இருந்தாள். ஆனால் எப்படி இவர்கள் தங்களை கண்டு கொள்கிறார்கள் என்று குழம்பியவள் தன்னையே பார்த்தபடி இருக்கும் பாக்யாவிடம்,

மாமாக்கும் கொஞ்சம் டைம் வேணும்ல பாகி.. அவரும் எல்லாத்தையும் மறக்கனும்ல என்றவள், நான் என் மாமாவ அவர் மனசு புரிஞ்சுக்கிட்டு நடக்கிறேன்.. எனக்கு தெரிஞ்சு எல்லாத்தையும் விட இதுதான் ஹஸ்பண்ட் அன்ட் வொய்ப்குள்ள இருக்க வேண்டிய முக்கியமான விஷயம் அது எங்களுக்குள்ள இருக்கு என்றாள் நிலா அழுத்தமாய்.

நிலாவிடம் பேசியதை பாக்யா தனது அம்மாவிடம் சொன்ன போது உண்மையிலேயே தன் மருமகளை எண்ணி மகிழ்ந்தார் லெட்சுமி சிறு வேதனையையும் தாண்டி. அதே நேரத்தில் நிலா நினைத்தால் சிவாவை மாற்றலாம் என்பது தெளிவாய் புரிந்தது அவருக்கு ஆனால் அதற்கு அந்த பெண் முயலாமல் இருக்கிறாளோ என்பதுதான் லெட்சுமியின் பெரும் யோசனையாகவே இருந்தது. இருந்தும் அவர்கள் போக்கிலே போகட்டும் பார்ப்போம் என்று அமைதியாய் இருந்தார்.

*

டேய் சரிடா சரிடா, நாளைக்கு அங்க இருப்போம் போதுமா.. ஆனா டேய் கல்யாணத்துக்கு மட்டும் மொத நாளே கூப்பிட்டு கல்யாணம் முடியிர வரைக்கும் கூடவே இருக்கனும்ன்னு சொல்றீங்க அப்பறம் கல்யாணம் முடியவும் நைட்டுக்கு கழட்டி விட்றீங்களேடா பாவிகளா என போனில் தனது கல்லூரி நண்பன் அஸ்வினிடம் கேலியாய் ஹரி பேச, அவன் எதிர்முனையில் இவனை அசிங்க அசிங்கமாய் திட்ட ஆரம்பித்தான். உடனே, டேய் நீ பேசுறத பார்த்துட்டு என்னடா கல்யாண மாப்ளை இப்படி அசிங்கமா பேசுறார்ன்னு கல்யாணத்தை கில்யாணத்தை நிறுத்திட போறாங்கே.. சரிடா சரிடா வந்துட்றோம்.. வைடா என்றுவிட்டு போனை அனைத்த ஹரி தன் அருகில் இருந்த சிவாவை பார்த்து..

டேய் மச்சி, ட்ரைன் டிக்கெட் போட்டு விட்டான்னாம், ஒழுங்கா அவன் அவன் பொண்டாட்டியோட வந்துருங்கன்றான் என்று சொன்னவன், டேனியல் வேற நேத்து கூப்பிட்ருந்தான். நாளைக்கு காலையில இங்க இருந்து கிளம்புறது நீ.. நானு.. டேனி... அப்பறம் பிரவீனும் வருவான்னு நினைக்கிறன் என்று ஹரி சொல்லவும்,

ம்ம்.. வீட்ல இருந்து கிளம்புறதுக்கு முன்னாடிதான் அஸ்வின்ட்ட பேசிட்டு வரேன், சொன்னியான் சிஸ்டர கூப்பிட்டு வந்துரு மச்சின்னு என்ற சிவா அடுத்து பேசாமல் யோசனையாய் இருக்க என்னடா என்றான் ஹரி?

இல்ல.. அவ்வளவு தூரம் நிலாவையும் கூட்டிட்டு போகனுமான்னு யோசிக்கிறேன் என்று அவன் சொல்லவும்..

டேய்.. நிலாவ என்ன தனியா அனுப்ப போற மாதிரி சொல்ற? உன் கூட வரப்போகுது.. நம்ம ஒன்னா போகப்போறோம்.. சுபா இருக்கா.. எல்லா பயலுகளும் ஜோடியாத்தான் வருவானுக மச்சி. கூப்ட்டு வாடா ஒரு அவுட் போய்ட்டு வந்த மாதிரி இருக்கும் என்று ஹரி சொல்ல..

நிலாட்ட சொல்லிட்டுத்தான் வந்தேன், சென்னை போகனும்ன்னு இருந்தாலும் உன்கிட்ட சொல்றேன் என்றவனிடம் சரிடா என்ற ஹரி அடுத்து ஏதோ பேச இருவரும் அது பற்றி பேச ஆரம்பித்தனர்.

மறுநாள் அதிகாலையிலேயே சென்னை கிளம்ப தயாரானவர்களாய் சிவா முழுவதுமாய் கிளம்பி முடித்து போவோமா என்று கேட்கவும், தங்கள் உடைகள் அடங்கிய சிறு பையை எடுத்துக்கொண்டு சுறுசுறுப்பாய் தலையசைத்த நிலாவிடம் இருந்து பையை வாங்கி கொண்ட சிவா தனது அப்பா அம்மாவிடம் சொல்லிக்கொண்டு கிளம்பினார்கள்.

ஸ்டேஷன் வாசலிலே பேசி வைத்த இடத்தில் நின்றிருந்த ஹரி சுபாவுடன் இணைந்து கொண்டனர் சிவாவும் நிலாவும்.

மதுரையில் இருந்து சென்னை நோக்கி போகும் வைகை எக்ஸ்பிரெஸ்ஸில் தங்கள் இருக்கைகளில் சரியாய் பார்த்தமர்ந்துகொண்டார்கள். ஹரி சொன்னது போலவே அவர்கள் கல்லூரி தோழர்கள் டேனியலும் பிரவீனும் தங்கள் மனைவிகளுடன் வந்திருந்தனர். நண்பர்கள் கல்லூரியில் நடந்த ஜாலியான சில விஷயங்களை பேசியபடி வர அவர்கள் மனைவிமார்களும் கதை பேசியபடியே வந்தனர்.

சென்னை வந்திறங்கியவர்கள் அஸ்வினை போனில் தொடர்பு கொண்டு பேசி அவனுடன் மண்டபத்திற்கு சென்றபோது மணி மாலை

நான்கை நெருங்கியிருந்தது.

மிகப்பெரிய மண்டபம், தரை தளத்தில் திருமணவிழா.. முதல் தளத்தில் சாப்பாடு.. இரண்டாம் தளத்திலும் அதற்கு மேலும் தங்கும் அறைகள் என பெரிய வசதியான மண்டபம். வந்தவர்களிடம் அவர் அவருக்கு என தனித்தனியாக ஒதுக்கப்பட்டிருந்த அறையின் சாவியை கொடுத்துவிட்டு டேய் எல்லாரும் ரூமுக்கு போயி கொஞ்சம் ரெஸ்ட் எடுத்து ஃபிரெஸ் ஆகி நைட்டு கீழ ரிசப்ஷனுக்கு வந்திருங்கடா என்றுவிட்டு அஸ்வின் கிளம்ப, அவர் அவர் அறைகளை தேடி உள் புகுந்து கொண்டனர்.

தங்களுக்கு என ஒதுக்கி இருந்த அறை கதவை திறந்து கொண்டு சிவா உள்ளே செல்ல பின்னால் சென்றாள் நிலா. அட்டாச்ட் பாத்ரூமுடன் சற்று பெரிய படுக்கையை கொண்ட அறை, பார்க்க சுத்தமாக இருக்க அறையை சுற்றி பார்த்தவன் பாத்ரூமையும் நன்றாய் பார்த்து பாதுகாப்பானதா என சோதித்தவன் பின், நிலாவிடம் பாத்ரூம் யூஸ் பண்ணிக்கோ நிலா ஒன்னும் பிரச்சனை இல்லை என்றுவிட்டு கட்டிலில் அமர்ந்து கொண்டான். அவன் சொல்லவும் தைரியமாய் ஃபிரெஸ் ஆக பாத்ரூம் நோக்கி சென்றாள் நிலா.

சிறிது நேர ஓய்வுக்கு பின் குளித்துவிட்டு, கொண்டு வந்திருந்த உடைகளில் ஒன்றை அணிந்துக்கொண்டு அழகாய் கிளம்பி கீழே ரிசப்ஷனுக்கு வந்தனர் சிவாவும் நிலாவும்.

மண்டபம் முழுவதும் கூட்டம் நிரம்பி வழிந்தது, ரிசப்ஷன் மேடையில் மணமக்கள் அஸ்வினும் அவன் எதிர்காலமும் ஜோடியாய் போட்டோக்களுக்கு போஸ் கொடுத்தபடி, வந்தவர்கள் தரும் பரிசுகளை வாங்கி பின்னால் அடுக்கிக்கொண்டிருந்தனர்.

டேய் மச்சி, பய.. பெரிய ஆளா ஆயிட்டான் போல.. வர்றவன் பூராம் வி.ஐ.பி-யா இருகாணுக.. என்று தன் காதை கடித்த ஹரியிடம்,

எனக்கென்னமோ இது மச்சானுக்கு வந்த கூட்டம் மாதிரி தெரியல.. அவன் மாமனாருக்கு வந்ததா இருக்கும். அவர்தான் ஏதோ பெரிய பிஸ்னெஸ் மேன்னு நினைக்கிறன் பொலிட்டிக்கள் பார்ட்டில வேற இருக்காப்ல போல, பத்திரிக்கையில அப்படிதான் பார்த்த மாதிரி ஞாபகம் இருக்கு என்று சிவா சொல்லயிலேயே...

டேய் பங்காளிகளா.. என்று மகிழ்ச்சி கூவலுடன் ஆறடியை தாண்டிய ஒருவன் அவர்களை வந்து அணைக்க, அவர்களும் தங்கள் கல்லூரி நண்பனை கண்ட மகிழ்ச்சியில் அணைத்துக்கொண்டனர்.

டேய் பங்காளிகளா உங்கள எல்லாம் பார்த்து எவ்வளவு நாள் ஆச்சு என வந்தவன் சொல்ல, டேய் நீதான் யார் காண்டாக்ட்லையும் இல்லாம போய்ட்ட என்றான் ஹரி.

அடுத்தடுத்து தங்கள் கல்லூரி நண்பர்களை கண்டு பேசி மகிழ்ந்தார்கள், எல்லோரும் ஓரளவுக்கு நல்ல நிலையில் இருக்க அவர்களது செட்டில் இன்னும் இரண்டு மூன்று பேருக்கு மட்டுமே திருமணம் ஆகாமல் இருந்தது. கல்லூரியில் இருந்தது போல் கேங் கேங்காய் பிரிந்து அமர்ந்து அன்றைய நாட்களின் நினைவுகளை நண்பர்கள் பேசியபடி இருக்க.. அவர்கள் மனைவிமார்கள் அவர்கள் செய்த சேட்டைகளை எல்லாம் இப்போதுதான் தெரிந்து கொள்ள முடியும் என்பதாய் தங்கள் காதுகளை கூர்மையாக்கிக்கொண்டு கேட்டனர்.. அடுத்து வீட்டில் ஒரு சண்டை வந்தால் சொல்லி காட்டுவதற்கு... இல்லை இல்லை இதை சொல்லியே ஒரு சண்டை போடுவதற்கு...

மணி ஒன்பதுக்கு மேல் ஆகியிருக்க கூட்டம் சிறிது கலைந்து போயிருந்தது, மேடையில் மணமக்கள் அருகே ஒரு சிலரே பரிசு கொடுக்க நிற்க. ஹரியிடம் மச்சி அங்க மேல கூட்டம் இல்லை வா.. கிப்ட்ட கொடுத்துட்டு வந்துருவோம் என்ற சிவா, நிலாவை அழைத்துக்கொண்டு மேடை ஏறினான். மணமக்களிடம் எதோ சிரிப்பாய் சொல்லி பரிசை கொடுக்க அவர்கள் புன்சிரிப்புடன் வாங்கிக்கொள்ளவும் போட்டோ கிராப்பர் சரி எனவும் கீழ் இறங்கினான் சிவா.

ஹரி கொடுத்துட்டு வரவும் அப்படியே சேர்ந்து சாப்பிட போலாம் என்று எண்ணியவனாய் மேடையை விட்டு நிலாவுடன் சற்று நகர்ந்து நின்றவன் எதேச்சையாய் திரும்புகையில் சிறிது தூரம் தள்ளியிருந்த சீதாவை பார்த்துவிட்டான். அவள் அங்கு தனது கணவனுடன் நின்றபடி தோழி ஒருத்தியை கண்ட மகிழ்ச்சியில் சிரித்து பேசிக்கொண்டிருக்க..

அவளை பார்த்தவனுக்குள் அப்படி ஒரு ஆத்திரம் நொடி பொழுதில் ஏற கண்களில் கனல் தெறிக்க நின்றவன் உச்ச கடுப்பானவனாய் அருகில் இருந்த சேரை எட்டி உதைத்துவிட்டு விறுவிறுவென தனது அறையை நோக்கி நடந்தான்...

சேரை ஆத்திரமாய் எட்டி உதைத்துவிட்டு சென்ற சிவாவை பார்த்த நிலாவுக்கு என்ன என எதுவும் புரியாமல் இருக்க பதறியவளாய் வேகமாய் போகும் அவனுக்கு பின் ஓடினாள்...

தனக்கு கொடுத்த அறைக்குள் நுழைந்தவன் கழட்டி போட்டிருந்த தனது பேன்டை எடுத்தவன், அதில் இருந்து சிகெரெட் பாக்கெட்டை எடுத்து பதட்டத்துடன் கை நடுங்க ஒற்றை சிகெரெட்டை வாயில் வைத்து லைட்டரை எடுத்து அழுத்த... லைட்டர் எரியவில்லை, நாலைந்து முறை முயன்றும் லைட்டர் மக்கர் செய்ய... ஆத்திரமானவனாய் லைட்டரை தூக்கி எறிந்தான். அவன் கோபத்தில் கண்ணாடி லைட்டர் சுவற்றில் பட்டு நொருங்கியது.

அப்போதுதான் உள் வந்திருந்த நிலா, கடுமை ஏறி நெற்றி நரம்பு புடைக்க ரௌத்திரமானவனாய் நின்றிருந்தவனை பார்த்து அவளுக்கு பயமும் பதட்டமும் வந்தது. என்னமோ ஏதோ என்று அவனை நெருங்க, வாயிலிருந்த சிகெரெட்டை கசக்கி தூக்கி எரிந்தவன் ஆத்திரத்தில் கையை மடக்கி சுவற்றில் ஓங்கி குத்தினான், அது நிச்சயம் வலித்திருக்க வேண்டும் ஆனால் உணர முடியாத நிலையில் இருந்தான்.

அதில் மேலும் பதறியவள், மாமா.. என்ன மாமா..? என்னாச்சு...? என்று இரும்பென இறுகிப்போயிருந்த அவனை நெருங்கி அவன் தோள் தொட்டு கண்ணில் துளிர்த்த நீருடன் நிலா கேட்க???

பார்க்க கூடாததை பார்த்தவனாய் கோபத்தில் தீயென சிவந்திருந்த சிவாவின் கண்கள் நிலா கேட்கவும் மேலும் சிவந்தது நினைவு தந்த வலியில்.

இதோ இன்று சிரித்த முகமாய் இருந்த சீதாவை பார்த்தவனுக்கு அன்று ஒருநாள் இதே சிரிப்பு தன்னை கொண்று போட்டது நினைவுக்கு வர வலியாய் உணர்ந்தான்.

பெங்களூருவில் அப்போதுதான் வேலைக்கு சேர்ந்திருந்த நிறுவனத்தின் பிராஜக்ட்டிற்காக சைட்டில் இருந்து வேலையை கவனித்து கொண்டிருந்த சிவாவுக்கு விஷயம் தெரிய வரவும், அங்கிருந்து அவசரமாய் கிளம்பி மதுரைக்கு வந்தவன் சீதாவை தேடிப்போக..

கல்யாண வைபவம் முடிந்து சுவாமி தரிசனம் முடித்து தெருவில் இறங்கி மணக்கோலத்தில் மாலையுடன் கழுத்தில் புதுத்தாலி மின்ன தன் கணவனுடன் கைபிடித்து தோள் நெருங்கி நடந்து வந்துகொண்டிருந்ததாள் சீதா.

பதறியடித்து ஓடியாந்த சிவாவுக்கு அவளை அப்படி அங்கு பார்த்தமாத்திரத்தில் தன் இதயம் சுக்குநூறாக.. நெஞ்சுக்குழி வறண்டு போனவனாய் நின்றான்.

கொஞ்சம் கொஞ்சமாக அல்ல மொத்தமாகவே உள்ளுக்குள் வெடித்து சிதறியவனின் கண்களில் நீர் வெளிவர, அந்த புது சிரிப்புடன் நின்றிருந்த சீதா மட்டும் கண்ணில் தெளிவாய் தெரிந்தாள்.

அவனுக்கு சீதாவின் முகத்துல இருந்த அந்த சிரிப்பு.. சுத்தி இருக்கிற தன் சொந்த பந்தங்களோட மகிழ்ச்சியை விட உன் வலியெல்லாம் ஒண்ணுமே இல்லைன்னு அவ சொல்றமாதிரி இருக்க உள்ளுக்குள் துடிதுடித்துப் போனான். விழிகளில் நீர் நிரம்பி பார்வையை மறைக்க வாழ்க்கையை தொலைத்தவனாய் கிளம்பினான் சிவா.

அதுநாள் வரை மனம் மகிழ மட்டுமே குடித்திருந்தவன் முதல் முறை மனம் உடைந்து போயிருக்க குடித்து தீர்த்தான். காதல் தோல்வி தந்த வலி உயிர்கொல்லும் வலியாய் அவனை படுத்த துடித்து துடித்து அழுது தவித்தான். அடுத்த இரண்டு நாளும் தன் காதல் சுக்குநூறாய் உடைந்து போய்விட்டதை நினைத்து நினைத்து உடைந்து போனவன் மடிந்து போக குடித்து தீர்த்தான். அந்த மூன்று நாட்களும் பெங்களூருவில் இருந்த தன் அறையிலேயே முடங்கி கிடந்தவன் அடுத்த நாளில் இருந்து வெளியே வந்தவன் தனது வேலை ஒன்றில் மட்டும் கவனம் செலுத்தி உணர்வைக் காட்டாது இறுகிப்போனவனாய் மாறியிருந்தான். அவன் தவறாய் எந்த முடிவும் எடுக்காமல் தினமும் அழுது உடையாமல் அமைதியானவனாய் மாறியிருந்தது அன்றைய நாட்களில் அவன் நண்பர்களுக்கு பெரும் ஆறுதலாய் இருந்தது அதுவே பின்னாளில் இப்போது கஷ்டமாய் ஆனது.

அன்றைய நாளிற்கு பின் சீதாவை பார்க்காது இருந்தவன் இதோ இன்று மீண்டும் அவளை பார்த்த போது வந்த வலி தந்த ஆத்திரத்தில் கோபமானவன்.. நிலா கேட்கவும் கண்கள் கலங்கியவனாய் அன்றைய நாளை பற்றி சொல்ல...

கேட்ட நிலாவுக்கு தனது இதயத்தை யாரோ இறுக்கி பிசைவதாய் உணர்ந்தாள். காதலி காதலை மறந்து வேறொருவனை கணவனாய் ஏற்று சிரிப்பாய் நிற்பதை கண்டு அக்காதலன் எப்படி துடித்திருப்பன் அந்த வலி எவ்வளவு கொடியதாய் இருக்கும்??? அதை நினைத்து இப்போது இவள் இதயம் வலி உணர, தனது மாமா அழுது துடித்தாரா.. என்று எண்ணியவளுக்கு இப்போது அழுகை வந்து அவளை துடிக்கச் செய்தது.

கட்டிலில் தலையை தாங்கியபடி உடைந்து போய் கண்கலங்கி அமர்ந்திருந்த சிவாவை நெருங்கி அவனின் தலையில் கைவைத்து ஆறுதலுக்காய் அவன் கேசத்தை நிலா கோதிவிடவும்,

இதயத்தில் இருந்த காயம் உயிர்பெற்றதாய் உச்ச வலியை கொடுக்க, அவ எப்படி என்ன விட்டு போனான்னே தெரியலை.. என்ன எப்படி மறந்தா.. என்று உடைந்தவனாய் சிவா கலங்க...

அதுவரை அவன் தலை கோதியவள் அவன் துடித்தழவும் தானும் உடைந்தவளாய் அவனை மேலும் நெருங்கி ஏதோ ஒரு உந்துதலில் அவன் முகத்தை தன் வயிற்றோடு ஒட்டி அணைத்துக்கொண்டு, வேணாம் மாமா அழாதீங்க மாமா...என்றாள் நிலா அழுகுரலில்.

அவளின் அழாதீங்க மாமா என்ற வார்த்தை மேலும் அழுகையை கூட்ட அவள் வயிற்றின் மீது முகம் புதைத்த சிவாவிற்கு அழுகை விம்மலாய் வெடித்தது.

கட்டிலில் அமர்ந்த வாக்கிலே தன் மீது உடலின் மேற்பாதியை சாய்த்திருந்த சிவாவிடம் வேணாம் மாமா.. பழசு எதையும் யோசிக்காதீங்க.. நீங்க இப்படி இருக்குறது எனக்கு கஷ்டமா இருக்கு மாமா என அழும் குரலில் சொன்னவள், அவன் தலையை வருடியபடி இருக்க..

நானா எதையும் யோசிக்கல நிலா, வலிக்குது!! அந்த வலி எல்லாத்தையும் சொல்லுது!! இப்பவும் என்ன கொல்லுது என்று குழுங்கினான் சிவா. ஏனோ அன்று கிடைக்காத ஏதோ ஒரு ஆறுதல் இன்று கிடைத்தது போல் இருக்க கண்ணீர் வடித்தான். அவளும் அழும் அவனை தேற்ற தன் வயிற்றோடு இறுக அணைத்து கண்ணீர் விட்டாள், வேறு என்ன செய்ய என்று தெரியாதவளாய்.

அவளின் அணைப்பிலும் வருடலிலும் இருந்த சிவா, சில நிமிடங்களுக்கு பிறகு மனம் நிதானித்தவன் தான் இருக்கும் நிலை உணர்ந்து ஏனோ சிறிது பதறியவனாய் நிலாவை விட்டு விலகினான். விலகியவன் சாரி நிலா என்றான் மெல்லமாய் ஏதோ தோன்றியவனாய், அதற்கு அவள் பதில் ஏதும் சொல்லாமல் மவுணமாய் நின்றிருந்தாள்.

அடுத்து, அவர்கள் அறைக்கு வந்த ஹரியும் சுபாவும் விஷயத்தை கேட்டு தெரிந்து கொண்டவர்கள் பின் இருவரையும் இயல்பாக்கி கீழே சாப்பிட அழைத்து சென்றனர்.

சிவா இயல்பாகினானோ என்னவோ உணர்ச்சி காட்டது இறுகினான். அடுத்த நாள் கல்யாணம் முடிந்து மதுரை கிளம்பும் வரை சீதாவை

காணாது ஒதுங்கி இருந்து கொண்டான். நண்பன் அஸ்வினின் கல்யாணம் சிறப்பாய் முடியவும் வாழ்த்துக்களை சொல்லிவிட்டு ஆளுக்கு முதலாய் கிளம்பி மதுரை வந்தனர் சிவாவும் ஹரியும் அவர் அவர் மனைவிகளுடன்.

சென்னை போய் வந்த அடுத்த இரண்டு மூன்று நாட்கள் சோகம் சுமந்தவனாய் இறுக்கமான முகத்துடன் சிவா இருக்க அவனை புரிந்து நடந்துக்கொண்டாள் நிலா. நிலாவின் புரிதலான அணுகுமுறை சிவாவை வெகுவாய் ஆறுதல் படுத்த அடுத்து வந்த நாட்களில் இயல்பாகினான். அன்று நடந்த நிஜத்தை பார்த்தே தேற்றி கொண்டவன் இப்போது அதன் நினைவுதானே அதில் இருந்து மீண்டு இயல்பாகிப்போனான்.

*

அதன் பிறகு வந்த நாட்கள் வழக்கம் போல்தான் என்றாலும் ஒரு சில மாற்றத்துடன். காலையில் நிலா கொடுக்கும் காபியையம் உணவையும் அவளுடன் சிறிது பேசி சாப்பிட்டுவிட்டு அவள் கையசைக்கவும் கிளம்பி வேலைக்கு செல்லும் சிவா, இரவு முன்பை விட கொஞ்சம் வேகமாய் வர ஆரம்பித்திருந்தான். எந்தளவுக்கு வேகம் என்றால் முன்பு தங்கள் அறையில் அனைத்து விளக்குகளும் அணைந்து இருக்க நைட் லாம்ப் மட்டும் எரியவிட்டு நிலா கீழே தரையில் படுத்திருக்கும் போது வருபவன் இப்போது அவள் கட்டிலில் சாய்ந்து அவர்கள் அறையில் இருக்கும் அந்த பெரிய டிவியில் சீரியல் பார்க்கும் போதே வந்துவிடுகிறான். அவன் வரவும் எழுந்துகொள்பவளை நீ பாரு பாரு உட்கார்ந்து பாரு என்று அவளை கட்டிலில் அமரச்சொல்லிவிட்டு கட்டிலின் மறுபக்கம் சென்று படுத்துக்கொள்ள ஆரம்பித்தான். அவளும் ரெகுலராய் பார்க்கும் சீரியல் என்பதால் அவன் பேச்சை தட்டாது கட்டிலிலேயே அமர்ந்து முழு சீரியலையும் பார்த்துவிட்டு பின் கீழிறங்கி தன் இடத்தில் படுத்துக்கொள்வாள்.

பின், காலை எப்போதும் போல் சிவாவுக்கு முன்பே எழும்ப பழகியவள் அவனை வேலைக்கு வழியனுப்பும் வரை பரபரப்பாயிருப்பாள். அவன் போகவும் சமையலுக்கு உதவி செய்து, தங்கள் உடைகளை மெஷினில் போட்டு துவைத்து எடுத்து மடிப்பாள், பின்னர் வீட்டிற்கு வரும் பாக்யாவுடன் கதைப்பாள் அவன் குழந்தை அமுதனுடன் கொஞ்சி மகிழ்வாள் பின் நேரம் இருக்கும் நாட்களில் தங்களது அறையில் மதிய தூக்கம் கூட தூங்கி எழுந்தாள் நிலா.

*

அன்று அளவோடு குடித்துவிட்டு நேரமே வீட்டிற்கு வந்த சிவா எப்போதும் போல் கீழிருந்த யாரிடமும் பேசாமல் முகம் கூட திரும்பாது படியேறியவன், தனது அறைக்கதவை தள்ளி திறந்துக்கொண்டு உள்ளே போக, எந்த விளக்கும் எரியாமல் அறையே இருட்டாய் இருந்தது. உடனே சுவரை தடவி சுவிட்சை போட, அதுவரை அவனது கட்டிலில் சுருண்டு குறுகி படுத்துக்கிடந்த நிலா, பட்டென வேகமாய் எழுந்து நின்றாள்.

எழுந்தவள் வந்த சிவாவை பார்க்கவும் உதட்டை கடித்து மூச்சை இழுத்து பிடித்து கண்களில் முட்டிக்கொண்டு வந்த கண்ணீரை கட்டுப்படுத்தியவளாய் கண்ணத்து ஈரத்தை வேகமாய் கையால் துடைத்துக்கொள்ள..

அவளை பார்த்த சிவாவுக்கு, நிலா அழுதது போல் தெரிய முழுதாய் விழிப்பு வந்தவனாய் நிலா என்னாச்சு..? ஏன் அழுகுற..? என்று அவள் அருகில் சென்றபடி கேட்க..

ஒன்னுமில்லை மாமா என்றவள் அவசரமாய் நகர போக, அவள் முகமும் குரலும் அழுதது உண்மை என்று சொல்ல உடனே, அவளின் கரம் பற்றி தடுத்து நிறுத்தியவன், நிலா என்னன்னு சொல்லு.. ஏன் அழுதுருக்க என்று ஒருவித தவிப்புடன் கேட்கவும்?

அதுவரை அழுகையை அடக்கியிருந்த நிலாவுக்கு அதற்குமேல் முடியவில்லை, சட்டென தன் முன் நின்ற சிவாவின் நெஞ்சில் சாய்ந்துக்கொண்டாள்.. தன் கைகள் கொண்டு அவன் இடுப்பை வளைத்திருந்தவள் அவன் நெஞ்சில் சாய்ந்தவாறு அவனை அணைத்துக்கொண்டு சிறு குழந்தையாய் விசும்பி விசும்பி ஆழ ஆரம்பித்தாள்.

ஏனோ நிலாவின் இந்த திடீர் அணைப்பை எதிர்பார்க்காத சிவா ஒரு நொடி பதறித்தான் போனான். ஆனால் அடுத்த நொடியில் இருந்து அவனுக்குள் ஏனோ பல மாற்றங்கள் உண்டாக கிறங்கி போனவனாய் நின்றான். பின்ன பூவை போல் மென்மையான தன் அழகு மனைவி அணைத்துக்கொண்டாள்!!??. ஏனோ அந்த நொடி அவளை அந்த மலர் மூட்டையை அப்படியே அள்ளிக்கொள்ள வேண்டும் போல் அவனுக்கு இருக்க, அவளின் அந்த அணைப்பை விட அவள் அழுகை அதிக பாதிப்பை தரவும், தன் ஒரு கரம் கொண்டு தன் நெஞ்சில் சாய்ந்திருந்தவளின் தலையை லேசாய் வருடியபடி நிலா.. என்றான்

மெல்லமாய்.

சிவாவின் அந்த நிலா என்ற அழைப்பு அவளை நிஜத்திற்கு கொண்டு வந்தது போல, அய்யய்யோ மாமாவை கட்டிக்கிட்டு நிக்கிறோமே.. அய்யோ அவரு தப்பா நினைப்பாரோ என்ற கேள்வி தோன்றியவளாய் சட்டென சிவாவை விடுத்து தள்ளி நின்றாள் நிலா.

நிலா விலகவும், அய்யோ ஏன் விலகிட்டா.. என்ற ஏமாற்றம் சிவாக்குள் ஏனோ எழ, ஒரு பெருமூச்சை விட்டவன் அவளிடம் நிலா என்னம்மா என்றான் ஒரு அன்புக்குரலில்?

அதில், மாமா.. நான் எப்பவுமே நம்ம அமுதனோடுதான் மாமா பேசி விளையாடுவேன், தினமும் நான்தான் அவனை தூக்கி வச்சு எப்பவும் கொஞ்சிக்கிட்டு இருப்பேன். ஆனா இப்பெல்லாம் பாக்யா அமுத என்கிட்ட தர மாட்றா மாமா.. கேட்டா அவனுக்கு முடியல, பசியாத்தனும்ன்னு ஏதாவது சொல்லி வச்சிக்கிறா. ஆனா அமுது நல்லாத்தான் இருக்கான் இவதான் பொய் சொல்றா.

இன்னைக்கு அமுது தூங்கி எழும்பவும் அழுதான்.. நான் வேகமா போயி அவனை தூக்கி வச்சிருந்தேன் மாமா.. அவனும் அழுகையை நிப்பாட்டிட்டான், ஆனா.. ஆனா.. அத்தை இருக்காங்கள மாமா என்று விசும்பியவள், எங்கய்யா முழிச்சிட்டீங்களா.. எங்க அமுது முழிச்சிட்டீங்களான்னு கொஞ்சிக்கிட்டே அமுத என்கிட்ட இருந்து வாங்கி பாக்யாட்ட கொடுத்துட்டாங்க மாமா. எனக்கு என்னன்னு தெரியலை அழுகை அழுகையா வந்திருச்சு மாமா என்று அழுதவாக்கிலே அவள் சொல்ல..

இப்பெல்லாம் அமுத என்கிட்ட கொடுக்கவே மாட்றாங்க மாமா என்று குழந்தைக்காக குழந்தையாய் அழும் நிலாவை பார்த்த சிவாவுக்குள் கவலை நிறைக்க, ஏன் இப்படி என வேறு ஏதும் கேட்காமல்.. அமுதனை உனக்கு ரொம்ப பிடிக்குமா என்றான்..?

வேகமாய் ஆம் என்பதாய் தலையசைத்தவள், எனக்கு சின்ன குழந்தைங்கனாளே ரொம்ப புடிக்கும் மாமா. குட்டியா அழகா இருக்குதுங்கள.. என்று அழுகையை தாண்டி சிறு புன்னகையுடன் சொன்னவள், அதுக அழுகுற சத்தம், பல்லே இல்லாம சிரிக்கிற சிரிப்பு, குட்டி குட்டியானா கண்ணு, சின்னோண்டு உதடு, நம்ம தூக்கி வச்சிருக்கப்ப நெஞ்சில மிதிக்கிறது, முத்தம் கொடுக்க வச்சா மூக்க கடிச்சு எச்சி வைக்கிறது.. இதுலாம் எனக்கு ரொம்ப பிடிக்கும் மாமா என்று குழந்தை

போல் அகல விழிவிரித்து பேசினாள் நிலா..

அவள் பேசியதை கேட்டவனுக்கு, இவளை போயி அழ வச்சிட்டாங்களே என தனது அம்மா மேலும் பாக்யா மேலும் கோபம் வர இதைப்பற்றி அவர்களிடம் பேசனும் என முடிவெடுத்த சிவா, அடுத்து நிலாவை இயல்பாக்குவதற்காக அவளிடம் பேச்சு கொடுக்க அந்த இரவு வழக்கமான இரவாக இல்லாமல் முதல் முறை அதிக பேச்சுக்களை கொண்டிருந்தது. இருவரும் வெகு நேரம் பேசிக்கொண்டிருக்க, தூக்கம் வரவும் நிலா தனதிடத்தில் கீழே விரித்து படுத்துறங்க ஆரம்பித்தாள்.

ஆனால் சிவாவுக்கு ஏனோ உறக்கம் வர மறுத்திருக்க, நிலா இறங்கி படுத்துக்கொள்ளவும் உடையை கூட மாற்றாமல் கட்டிலில் அப்படியே கால் நீட்டி படுத்து விட்டத்தை வெறித்தப்படி இருந்தான்.

எப்போதும் மது மயக்கத்திலே வந்தவுடன் உறங்கிவிடுபவனுக்கு இன்று போதை கடைசி துளியும் காணாமல் போயிருக்க உறக்கமும் தொலைந்திருந்தது. இதுபோல் போதை இல்லா நாட்களில் உறக்கம் வராமல் பலவற்றை யோசித்து குழம்பி தவிப்பவனுக்கு இன்று அதுபோல் எதிலும் சிந்தனை செல்லவில்லை, மாறாய் சிந்தை முழுவதும் நிலா நிரம்பியிருந்தாள்.

விட்டத்தை வெறித்தபடி கிடந்தவனுக்கு, பஞ்சு தனங்கள் வந்து தன் நெஞ்சில் மோதிய நிமிடங்கள் நினைவாய் நிற்க, உடனே தன் கையை கொண்டு நிலா சாய்த்திருந்த தன் மார்பை சட்டைக்கு மேலாய் வருடியவனின் முகத்தில் இயல்பாய் ஒரு புன்னகை மலர்ந்தது. அந்த சுகமான நினைவிலே இருந்தவனை மிதமாய் தூக்கம் ஆட்கொள்ள அப்படியே உறங்கிப்போனான்.

பின், மறுநாளே தனது அம்மாவிடம் ஏன் நிலாவ அமுதனை தூக்கி கொஞ்ச விட மாட்றீங்க..!? அவ தூக்கி கொஞ்சினாலும் பாக்யா குடுன்னு வாங்கிட்டு போய்டுதான்..!? என்ன..? என தன் அம்மாவிடம் எரிச்சலானவனாய் சிவா சண்டை பிடிக்க..

இது என்னடா கொடுமையா இருக்கு!? அவ பிள்ளைய அவ தூக்கிட்டு போறா.. காலையில வீட்டுல வேலை பார்க்கணும்ன்னு சின்ன பயலுக்கு பசியாத்தி இங்க தூங்க போட்டுட்டு போறவ அப்பறம் வீட்டுக்கு அவ புருஷன் வரவும் அவர் கொஞ்சனும்ன்னு தூக்கிட்டு போறா.. இதுல என்னப்பா இருக்கு!?? அவுங்க அவுங்க பிள்ளைய தாய் தகப்பன் தூக்கி வச்சி கொஞ்சத்தான் செய்வாங்க என்று அவன் அம்மா லெட்-

சுமி சொல்ல..

இதில் என்ன சொல்ல என்று தெரியாதவனாய் நின்ற சிவா, நிலா அழுகுறா அமுதனை கொஞ்சனும்ன்னு. நேத்து வரேன் அழுத்து-கிட்டு இருக்கா.. அவளுக்கு சின்ன குழந்தைங்கன்னா பிடிச்சிருக்கு.. பாக்யாட்ட சொல்லி அப்பறம் அமுதனை கொண்டாந்து நிலாக்கிட்ட கொடுக்க சொல்லுங்க என்று சிவா சொல்லவும்,

தாய் தகப்பன் கொஞ்சிக்கிட்டு இருக்கையில, கொஞ்சனும்ன்னு நினைக்கையில தன் பிள்ளைய எப்படி இன்னொருத்தர்ட்ட கொடுப்-பாங்க...??? அவ அழுகுறான்னா என்ன பன்ன சொல்ற என்று நிலா-வின் மேல் அன்பென்று ஒன்று இல்லாதவளை போல் சொன்ன லெட்-சுமி, அவுங்க அவுங்க கொஞ்சனும்ன்னா பிள்ளைய பெத்துத்தான் கொஞ்சனும் என்று அழுத்தமாய் முனங்கிவிட்டு நகர்ந்தார்.. இதில் மேலும் பேச ஒன்றுமில்லை என்பவராய்.

நிலா அழுகுறான்னு சொல்லியும் புரிஞ்சுக்காம பேசிவிட்டு போகும் தனது அம்மாவின் மீது கோபம்தான் வந்தது சிவாவிற்கு. ஏனோ இரவு நிலா பார்க்கும் அந்த சீரியலின் கடுப்பேத்தும் மாமியார் கேரக்டர் நினைவிற்கு வர எரிச்சலானவன், தனது அம்மா சொல்லியதை புரிந்து-கொள்ள முயலாதவனாய் வெளியே கிளம்பி போனான்.

நல்ல வேலை நிலா இவர்கள் உரையாடலை கேட்கவில்லை கேட்-டிருந்தால் தனது அத்தையா இப்படி பேசுவது என்று மேலும் சுனங்கி போயிருப்பாள்.

*

எம்மா.. பாரு உன்னால அண்ணன் என்னை தப்பா நினைச்சிருக்கு. நிலா வேற அழுகுறான்ற பாவம்மா நிலா... அமுது அவகிட்ட நல்லா ஒட்டிப்பான்மா என்று சினுங்கிய பாக்யாவிடம்,

ஏய் எனக்கு மட்டும் என்ன என் மருமகளை அழ வைக்கனும்ன்னா ஆசை? சிவா, நிலா அழுதான்னு சொன்னப்ப எனக்கு எவ்வளவு கஷ்-டமா போச்சு தெரியுமா என்று வருத்தம் சுமந்தவராய் லெட்சுமி சொல்ல

அப்பறம் ஏன்ம்மா? அமுதனை நிலாக்கிட்ட கொடுக்க வேணாம்ன்ற..? இல்லைனா நீ போ.. நான் நிலாவை என் வீட்டுக்கு கூட்டி போயி அமுதனை அவகிட்ட கொடுக்கிறேன் என்று பாக்யா சொல்லவும்,

புரியாம பேசாதடி, இதுலாம் ஒரு நல்லதுக்குத்தான் என்ற லெட்சுமி-யிடம் இதுல என்ன நல்லது இருக்கு என்றாள் பாக்யா?

இப்படி பன்னாத்தான்டி அவுங்களுக்குள்ள ஒரு நெருக்கம் வரும், நிலா நினைச்சாத்தான் சிவாவ சரி பண்ண முடியும் ரெண்டு பேரும் சேர்ந்து வாழ முடியும். இப்படிலாம் பன்னாத்தான் புருஷன் பாவம்ன்னு நினைக்காம புருஷன் வேணும்ன்னு நினைப்பா.. இப்ப குழந்தைன்னு அழுகுறாள.., இன்னும் கொஞ்ச நாள்ல அவனை கொஞ்சியோ இல்ல மிஞ்சியோ ஒரு பிள்ளைய பெத்துப்பா ரெண்டு பேரும் நல்லா இருப்-பாங்க என்று தான் குழந்தையை கொடுக்க வேணாம்ன்னு சொன்னதில் விஷயம் உள்ளது என்பதை பாக்யாவிற்கு புரிவது போல் லெட்சுமி சொல்லவும் புரிந்தவளாய், தனது அம்மா சொல்வது போல் நடந்தால் எவ்வளவு நல்லாருக்கும் என்று கனவு காண ஆரம்பித்தாள் பாக்யா.

அன்றைய நாள் முழுவதும் வேலையின் ஊடே நிலாவின் நினைவு சிவாவிற்கு வந்து போய்கொண்டிருக்க அவனை ஏதோ செய்தது, மாலை மதுவை நாடிச்சென்று மறக்க முயன்றான். ஆனால் அப்போதும், கலங்-கிய விழியும் குழந்தை முகமுமாய் நின்ற நிலாவே நினைவுக்கு வர பாதியிலேயே நண்பர்களிடம் சொல்லிவிட்டு வீட்டிற்கு கிளம்ப, அவன் நண்பர்கள் எல்லாரும் தங்களுக்குள் ரகசியமாய் சிரித்து கொண்டனர் சிவாவை புது மாப்பிள்ளைள அப்படித்தான் என நினைத்தவர்களாய்.

நேற்று போல் அல்லாமல் இன்று கட்டிலில் சாய்ந்து படுத்துக்-கொண்டு விழி விரித்து டிவி பார்த்தபடி இருந்தாள் நிலா, ஆனால் டிவியை ரசிக்கவில்லை என்பதை அவள் முகமே சொல்லியது. ஏனோ சுறுசுறுப்பற்றவளாய் நிலா இருப்பது போல் இருக்க அவளை இயல்பாக்க வேண்டும் என்று நினைத்த சிவா என்ன செய்யலாம் என யோசனை-யானான்.

யோசனையின் முடிவில், நிலாவை வர்ற சன்டே ஹரி வீட்டுக்கு கூப்பிட்டு போவோம் என எண்ணினான். அது சரியா இருக்கும் என்ற நினைப்போடு மெதுவாய் தூக்கத்தினுள் நுழைந்தான்...

*

7

சிவா எண்ணியபடியே, அந்த வார ஞாயிற்று கிழமை நிலாவை அழைத்துக்கொண்டு ஹரியின் வீட்டிற்கு ரவியுடன் சென்றிருந்தான்...

அங்கு ஹரி வீட்டில்..,

சிவா நிலா ரவி ஹரி நால்வரும் சாப்பிட தயாரானவர்களாய் டைனிங் டேபிளில் சுற்றி அமர்ந்திருக்க, இவர்களுக்காக வகை வகையாய் மனக்க மனக்க சமைத்திருந்த சுபா பரிமாறவும் சாப்பிட ஆரம்பித்தனர்...

சோற்றை மட்டன் குழம்புடன் பிசைந்து சாப்பிட்ட ரவிக்கு ருசியாய் இருக்க மேலும் இரண்டு வாய் அள்ளி விழுங்கிவிட்டு, சுபாக்கா.. சாப்பாடு செம்ம என்று சுபாவிடம் சொன்னவன் ஹரியை பார்த்து, யோவ் மாம்ஸ் அக்கா செம்மையா சமச்சிருக்கு.. இத்தனை நாளா எங்கிட்ட, சுபாக்காவுக்கு சமைக்க தெரியாது.. சமைக்கிறத சாப்பிட முடியாதுன்னு சொன்னியேயா.. என்று கேலிக்காக சொல்ல..

டேய் அதான்டா எனக்கும் ஆச்சரியமா இருக்கு, இது சுபாதான் சமச்சதான்னு எனக்கே சந்தேகமா இருக்கு என்ற ஹரி, ஏன்? சுபா நீதான் சமச்சியா என கிண்டலாய் கேட்க அவனை முறைப்பாய் பார்த்தாள் சுபா.

ச்சே.. ச்சே.. இத்தனை நாளா நீ சொன்னத நம்பி இங்க சாப்பிட வரனும்மான்னு யோசிச்சேன், சாப்பாடு நல்லாருக்காதுன்னு நீ சொன்னத நினைச்சு.. நல்ல வேளை சரி போவோம்ன்னு கிளம்பி வந்தேன் இல்லைன்னா ச்சே.. இந்த டேஸ்ட்டான சாப்பாட மிஸ் பன்னிருப்பனே.. என்று போலி வருத்தம் காட்டியவனாய் சாப்பாட்டை அள்ளி விழுங்கியபடி ரவி சொல்ல..

அவனை பார்த்த ஹரி, என்ன விடாம இழுத்துட்டு போறான்.. இவன் போறத பார்த்தா அவ உண்மைன்னு நம்பி நம்மள விட மாட்டாளே என மனதிற்குள் நினைத்தவனாய் இருக்க..

ஏன் ரவி அவர் சொன்னார்ன்னு நீ நம்புனியா? அவர் தொப்பைய பார்த்தாலே உனக்கு தெரிஞ்சிருக்க வேணாம் என் சமையல் எப்படி இருக்கும்ன்னு என்று சுபா கேட்கவும்..

உடனே, நீயா அப்படி நினைச்சிக்க வேண்டிதாண்டி என வேகமாய் சொன்ன ஹரி, கொள்ள பேர் இப்படித்தான் நினைச்சிக்கிட்டிருக்காங்க போல கல்யாணத்துக்கு அப்பறம் நம்ம சாப்பாட்டை சாப்பிட்டுதான் புருசங்களுக்கு தொப்பை வைக்கிதுன்னு.. இதுக தொல்லை தாங்காம பீரு, பிராந்தி, பஜ்ஜி சொஜ்ஜின்னு நொறுக்கு தீனி சாப்பிட்டதால வந்ததுன்னு தெரியாம என்று சொல்லவும்..

ஆம்பளைங்க இப்படி சொல்லி சமாளிச்சிக்கோங்க என்று சொல்லி ஹரியின் தலையில் கொட்டு ஒன்று வைத்தாள் சுபா.

இவர்களது பேச்சுக்களை பார்த்து ரசித்து சிரித்தபடி நிலா சாப்பிட்டுக் கொண்டிருக்க, இவர்கள் உட்பட நிலாவையும் அடிக்கடி பார்த்தபடி உண்டான் சிவா. பின், சாப்பிட்டு முடிக்கவும் அனைவரும் அமர்ந்து கதையடிக்க ஆரம்பித்தனர்..

நிலாவும் சுபாவும் அமர்ந்து தங்களுக்குள் தாங்கள் பார்க்கும் சீரியலை பற்றி சீரியசாய் பேசியவர்கள் இடை இடையே வேறு கதைகளும் பேசினர், அதில் தங்கள் சொந்த கதையையும் பேச தவறவில்லை.

சுபா தனக்கொரு அக்காவாகவும் தோழியாகவும் இருப்பதால் அவளுடன் நன்றாகவே பேசப்பழகியிருந்தாள் நிலா. சிவாவுக்கும் ஹரிக்கும் இடையே கூட சில ஒளிவு மறைவு இருக்கலாம் இவர்கள் இருவருக்குள்ளும் எந்த மறைவும் இல்லை, அனைத்தையும் பேசிக்கொள்வர். சிவாவுடனான வாழ்க்கை முறை, தினம் நடப்பது என அத்தனையையும் சுபாவிடம் போனில் பேசும்போது நிலா சொல்லிவிடுவாள். சுபாவுடன் பழைய சுறுசுறுப்புடன் அமர்ந்து பேசும் நிலாவை பார்த்த சிவாவுக்குள் நிம்மதி பரவி இருந்தது அதில் ஏனோ அவனே இயல்பாகியவனாய் உணர்ந்துபோனான்.

அன்று மாலை வரை அங்கேயே இருந்து சிரித்து பேசி மகிழ்ந்து பொழுதை கழித்த சிவா ரவி நிலா மூவரும் மாலைக்கு மேல் தங்கள் வீட்டிற்கு கிளம்பினர்.

சிவா நினைத்தது போலவே ஹரி வீட்டிற்கு போய்விட்டு வந்த பிறகு நிலா எப்போதும் போல் ஆகியிருந்தாள்.

*

அங்கு போய்விட்டு வந்த இரண்டாம் நாள் உடல் சோர்வாய் இருக்கவே வேலைக்கு கிளம்பி போகாமல் ஓய்வெடுக்க எண்ணி வீட்டிலேயே இருந்தான் சிவா.

மதியம் தனது அறையில் கட்டிலில் படுத்திருந்தவன் அங்கிருந்த டிவியில் ஓடிக்கொண்டிருந்த கிரிக்கெட் மேட்ச்சை ஆர்வமாய் பார்த்துக்கொண்டிருந்தான். அப்போது அதுவரை நன்றாய் விளையாடிய அந்த பேட்ஸ்மேன் அவுட் ஆகிவிட ப்ச்ச்.. என எரிச்சல் ஆனவன் இனி அந்த மேட்ச் தோற்றுவிடுவோம் என தெரியவும் வேகமாய் டிவியை அனைத்தான்.

சிறு நொடி அமைதியாய் இருந்தவனுக்கு சிகெரெட் பிடிக்கலாம் என தோன்றவும், கட்டிலை விட்டு வேகமாய் இறங்கி சிகெரட்டை எடுத்து பற்ற வைக்க போகையில்.. அன்று ஒருநாள் இது போல் அறையின் உள்ளே சிகெரெட் பிடித்து முடித்திருக்க அப்போது அறைக்குள் வந்த நிலாவுக்கு அறைக்குள் அடித்த சிகெரெட் நெடி இருமலை வரவழைத்திருந்தது அது நினைவுக்கு வரவும், மொட்டை மாடிக்கு சென்று அடிக்கலாம் என முடிவெடுத்து மேலே சென்றான் சிவா.

மொட்டை மாடிக்கு வந்தவனை குளிர் தென்றல் வருடி வரவேற்றது. வானம் இருட்டாயிருக்க மழை சொட்டு வைக்க ஆரம்பித்தது.. இரண்டு நாட்களாய் மழை பெய்த வண்ணமே இருந்தது இன்று காலைதான் வெயில் ஏறியிருந்தது இதோ இப்போது மீண்டும் மழை வர ஆரம்பிக்கிறதே என்று எண்ணியவனாய் சிகெரெட்டை உதடுக்கு கொடுத்து பற்ற வைக்க மழை சடசடவென பெரிதாய் சொட்டு வைத்தது, உடனே நனையாமல் இருக்க மொட்டை மாடி நுழைவில் நின்று கொண்டவன் புகையை இழுத்துவிட்டபடி, மழை இப்படி பெய்யுது சைட்ல வேலை நடக்குதான்னு தெரியல என போனை எடுத்து ஹரிக்கு கால் செய்தபடி இருக்கயில், பின்னால் யாரோ மாடி ஏறி வரும் சத்தம் கேட்க, திரும்பி பார்த்தான் சிவா.

நிலாவும் லட்சுமியும் வெளியே கடைக்கு சென்றுவிட்டு சரியாய் வீட்டின் அருகே வரும்போது மழை தூர ஆரம்பித்துவிட்டது... லேசாய் நனைந்துவிட்ட இருவரும் வேகவேகமாய் வந்து வீட்டிற்குள் நுழைந்த

நொடியில், ஞாபகம் வந்தவராய், அய்யோ நிலா என மாடியில் மசால் சாமான் காய வைத்திருந்ததை லெட்சுமி சொல்ல..

அய்யய்யோ இன்னியாரம் நனஞ்சு ஒன்னுமில்லாமா போயிருக்குமே என்றவளாய், வேகமாய் படியேறி வந்துக்கொண்டிருந்தாள் நிலா..

லாவகமாய் படியேற மழையில் நனைந்திருந்த ஈர சேலையை தூக்கி பிடித்தபடி வந்தவளை காணவும் சிகெரெட்டை தூர வீசி எரிந்த சிவா, ஏன் இப்படி வேகமா வர்றா? என்று யோசிக்கையிலேயே எதிர்முனை-யில் ஹரி காலை அட்டெண்ட் செய்தவனாய் ஹலோ என்றான்.

மேலே ஏறி வந்த நிலா அங்கு நின்றிருந்த சிவாவை யோசனையாய் பார்த்தவள், அவன் விலகி சிறிது வழி விடவும் மாடியில் இறங்கி அங்கு சற்று தள்ளி இரண்டு தாம்பூளத் தட்டில் வத்தல், மல்லி, சீரகம், சோம்பு, வெந்தயம், மஞ்சள் என காலையில் வெயில் அடித்த நம்பிக்கையில் காய வைத்திருக்க அது இப்போது மழையடித்து நனைந்திருந்தது அதை காணவும் மழையில் நனைந்தபடி அதை எடுக்க வேகமாக ஓடினாள்..

இரண்டு தாம்பூளத்தையும் ஒரு சேர கையில் குனிந்து எடுத்து கொண்டவள் மழை பெரிதாய் பிடிக்க நிமிர்ந்து வேகமாய் திரும்ப, திரும்-பிய வேகத்தில் கால்கள் சறுக்கி வழுக்கி விழ போன நொடியில்... விழக்கூடாது என்ற முயற்சியில் வேகமாய் கைகளை அசைத்து பேலன்ஸ் செய்ய.. போனில் பேசியபடி இவளை பார்த்திருந்த சிவா, ஏய் நிலா பாத்து பாத்து மெதுவா என்று சொல்லயிலேயே...

நிலை தடுமாறியவளாய் கையில் வைத்திருந்த இரு தட்டுகளையும் கீழே போட்டு அவளும் தொப்பென விழுந்தாள்.

அய்யோ.. அம்மா.. என சட்டென விழுந்த வேகத்தில் அவளின் பின் பக்கத்தில் அடிப்பட்டிருக்க சிணுங்கி கத்தினாள் நிலா.

இதை பார்த்துவிட்டு பதறியவனாய் போனை அனைத்துவிட்டு சிவா அவளை நெருங்கி வர,

அவனை பார்த்தபடி ஒன்னுமில்லை மாமா.. என்றவாறு கையூன்றி எழ முயன்ற நிலா, எழுந்த வேகத்தில் தடுமாறியவள் மீண்டும் அம்மா என்று விழுந்தாள். விழுந்ததில் உடுத்தியிருந்த சேலை தாறுமாறாய் ஒதுங்கி போயிருந்தது..

சேலை பாவாடையுடன் ஏறி கொலுசிற்கு மேல் அவளது கெண்-டைக்கால் சதை திரட்சியாய் தெரிய, மேலே சேலை விலகி மழையில் நனைந்த ஈரத்தில் பளபளத்து மின்னிய வெள்ளை நிற இடுப்பு நீர் துளி-

களுடன் கவர்ச்சியாக இருக்க.. அவள் அருகே வந்த சிவாவின் கண்களை பறித்தது அந்த அழகு... அவனுக்குள் ரசாயன மாற்றங்கள் நிகழ சிறு நொடி அப்படியே நின்றவன் பின் நிலாவின் முகத்தை பார்க்க அதில் வலியின் ரேகை, உடனே பதறியவனாய்..

வேகமாய் தன் கரம் நீட்டி அவள் கரம் பிடித்து தூக்க தன்னை திடப்படுத்தியவாறு மெதுவாக எழுந்து நின்றாள் நிலா.

பார்த்து வரலாம்ல.. ஏன் இவ்வளவு அவசரம் என வேதனை பட கேட்ட சிவா, அவளின் கையை மட்டும் பிடித்தபடி மெதுவாய் நடக்க ஆரம்பிக்க..

இல்லை மாமா, மசால் சாமான் என சொல்லியவாறு நிலா நடை எடுத்து வைக்க முயல, திரும்பிய வேகத்தில் விழுந்ததில் கால் சுளுக்கியிருந்தது, அதில் கால் ஊன்ற முடியாமல் மீண்டும் அம்மா என சட்டென மடங்கி விழப்போனாள்..

உடனே விழப்போனவளை இந்தமுறை விழுவதற்கு முன்னே சட்டென பாய்ந்து அவளை விழாதவாறு பிடித்துக் கொண்டான் சிவா. பிடித்தபின்பே தன் கை எங்கிருக்கிறது என்று யோசித்தான், நிலா விழாதவாறு அவள் இடுப்பை சுற்றி பிடித்திருந்தான். அவளின் மெலிந்த குறுகிய வளைவுடைய இடுப்பு மிகவும் மிருதுவாக வழவழவென இருக்க அதன் மென்மை தன் கையின் வழியாக பாய்ந்தோடி சிலிர்த்தெழ வைத்தது அவனுக்கு.

அவள் வலியில் அம்மா எனவும் என்னாச்சு நிலா என்றான் அணைத்தபடியே..

கால் சுளுக்கிடுச்சு போல மாமா.. என வலியை தாங்கிக்கொள்ள முயன்றவளாய் பல்லை கடித்தபடி சொல்லி சிவாவின் தோளை பிடித்துக்கொண்ட நிலா, கால் வச்சு நிக்க முடியல மாமா என்றாள் வலியுடன்.

அவளது வலி நிறைந்த முகத்தை பார்த்தவனுக்குள்ளும் வேதனை பரவ, பாத்து மெதுவா.. என அவளை அணைத்தபடி மெதுவாக அவளை நடக்க வைக்க, மெதுவாய் அடி எடுத்து வைத்தாள் நிலா..

மழை இருவரையும் நனைத்துக்கொண்டிருந்தது. மெதுவாய் நிலா அடி எடுத்து வைக்க வலியால் அவள் முகம் போன போக்கை பார்த்த சிவா சட்டென அவளை அப்படியே தன் கைகளில் அள்ளிகொண்டான்..

அவ்வளவு நேரம் வலியில் இருந்தவளுக்கு சிவா தன்னை தூக்கிக்-கொள்ளவும், மாமா என்று சிணுங்கி வலி மறந்து ஏனோ கூச்சம் வர கண்களை இறுக மூடிக்கொண்டாள்.

நிலா வேதனை படுவதை பார்க்க முடியாதவனாய் அவளை தூக்கி கொண்டவன் நடந்து படிகளில் கீழ் இறங்க ஆரம்பித்தான்.. அந்த அழகு மலர் மூட்டையை தனது கைகளில் ஏந்தியபடி அவர்கள் அறைக்குள் வந்தவன் கட்டிலில் கிடத்தினான்.

உடனே, ஒரு துண்டை எடுத்து அவளிடம் நீட்டி தலையை துவட்டு என்றுவிட்டு தானும் ஒரு துண்டை எடுத்து ஈரம் துடைத்தவன், நிலா.. கால் ரொம்ப வலிக்குதா என்றான் கவலையாய்?

அவன் அள்ளிக்கொண்ட உணர்வில் இருந்து மீளாது திளைத்த-வளாய் முகத்தை துடைத்து கொண்டிருந்தவள், அவனை பார்க்காமல் தலை குனிந்தபடி, கால கீழ ஊண்டுனா வலிக்குது மாமா என்றாள் மெல்லமாய்.

அவள் வலிக்குது என்று சொன்னது ஏனோ தனக்கே வலிப்பது போல் உணர்ந்தவனாய், அப்படி என்ன அவசரம்..? ஈரத்துல பொறு-மையா நடக்கனும்ன்னு தெரியாதா..? இப்ப பாரு என்று வேதனை கலந்த சலிப்புடன் சொன்னவன் அவளை பார்க்க..

தலை நிமிராமலே, சாரி.. மாமா, காயப்போட்டத எடுக்கனும்ன்னு வந்தேன் என்று நிலா சொல்ல...

அவளை அமைதியாய் பார்த்தபடி இருந்தான் சிவா.தலையை தாழ்த்தி கட்டிலில் அமர்ந்து தொங்கப்போட்டிருந்த அவளது காலை கவனித்தான் சிவா.

அவளின் சேலை பாவாடையில் இருந்து ஈரம் வடிந்து தரையை ஈஈரமாக்கிக்கொண்டிருக்க உடனே, நிலா.. மொத ட்ரெஸ்ஸ மாத்திக்கோ ஃபுல்லா ஈரமா இருக்கு பாரு என்று சொல்லவும்,

மெதுவாய் கட்டிலை பிடித்தபடி எழுந்தவள், வலியெடுக்கும் காலை உதறி மெதுவாய் எட்டு எடுத்து வைக்க, வலி எடுத்தது போல, அஆ.. என துடித்தவள் வேகமாய் கையை உதறி வலியை அடக்க பார்க்க, அதற்குள் அவளை அணைத்து பிடித்துக் கொண்டான் சிவா.

மெதுவாய் அவளை அணைத்தபடி பாத்ரூம் கூட்டி செல்ல ஏனோ அவள் சங்கடமாய் நெளிந்தபடி அவனை பார்க்க,

என்ன? என இவன் கேட்டதற்கு ட்ரெஸ் எடுக்கனும் என்று அவள் சொல்லவும், உடனே அவள் சொன்ன ட்ரெஸ்ஸை தங்கள் உடைகள் இருந்த பீரோவை திறந்து எடுத்து வந்து கொடுத்தான் சிவா.

பின், அவள் எப்படியோ உடைமாற்றிவிட்டு பாத்ரூம் கதவை திறக்க, தானும் வேறு உடைக்கு மாறியிருந்த சிவா அவளை அழைத்து வர வேகமாய் பாத்ரூமை நெருங்க பச்சை பாவாடையும், பூ போட்ட சுருக்கு கை வைத்த சிவப்பு சட்டை அணிந்தபடி நின்றிருந்தாள் நிலா.

திருமணத்திற்கு முன் இந்த உடையில் அவளை அடிக்கடி பார்த்திருக்கிறான் ஆனால் திருமணத்திற்கு பின் இப்போதுதான் முதல் முறை அவள் இங்கு பாவாடை சட்டை அணிய பார்க்கிறான் சிவா. அவளை நெருங்கி மெதுவாய் அழைத்து வந்து அமர வைத்தவன் பின், கீழ் சென்று தன் அம்மாவிடம் விஷயத்தை சொல்லி லெட்சுமியை மேல் அழைத்து வந்தான்.

அய்யோ என்று பதறி வந்த லெட்சுமி, வீட்டில் இருந்த கால்வலி தைலத்தை எடுத்து தனது மருமகளுக்கு போட்டு நீவி விட சிறிது வலி குறைந்தவளாய் உணர்ந்தாள் நிலா. பின், அவள் அப்படியே படுத்து ஓய்வெடுக்க, சிவா தனது வொர்க்கிங் டேபிளில் அமர்ந்து லேப்டாப்பை எடுத்து வைத்து வேலை பார்க்க ஆரம்பித்தான்.

சிவா லேப்டாப் திரையிலேயே கவனமாய் இருக்க கட்டிலில் படுத்திருந்த நிலா அரை விழி மூடியவளாய் அவனை ரசித்தபடி இருந்தாள். தன்னை அள்ளி அணைத்து தூக்கி கொண்ட அந்த நொடி சொல்ல முடியாத பல உணர்வுகள் அவளுக்குள் எழுந்திருந்தது.. அதை இப்போது நினைத்து பார்த்தவளுக்குள் வெட்கம் வந்து அடிவயிற்றில் கூசி சிலிர்க்க செய்தது. இதில் ஒருவித ஏக்கம் எழுந்து இதயத்தை ஏதோ செய்ய, அவளுக்குள் இந்த நொடி தனது சிவா மாமா அப்படியே வேகமாய் வந்து தன் மீது மோதி தன்னை அப்படியே அள்ளிக்க கூடாதான்னு இருக்க தவித்து போனாள் நிலா. அவன் கை விரல்கள் பட்ட இடம் இன்னும் கூசுவது போல இருக்க அவனை பார்த்தபடியே கிடந்தாள்.

அடிக்கடி இதுபோல் சிவாவை அவனுக்கு தெரியாமல் ரசிக்கத்தான் செய்வாள், இன்று ஏனோ அவனது அணைப்பு தந்த பாதிப்பில் வெட்கமும் ஏக்கமும் அவளுக்குள் அதிகமாய் எழுந்திருக்க சிவாவை அவள் மாமனை பார்த்தபடி இருந்தாள்.

அன்றைய இரவு உணவினை சிவா நிலா இருவருக்கும் சேர்த்து எடுத்துக் கொண்டு அவர்கள் அறைக்கு வந்த ரவி, கட்டிலில் படுத்தபடி ரெகுலராய் பார்க்கும் சீரியலை சீரியஸ்ஸாய் நிலா பார்த்துக்கொண்டி-ருக்க, வந்தவன்

என்ன மதினி மதியம் மாடியில...,

♬ ♩ ♪ ♩ ♩ ♪ ♩ ♬

விண்ணோடு மேல சத்தம் என்ன
மண்ணோடு சின்னதூறல் என்ன
எங்கேதான் சென்றாயோ இப்போது வந்தாயோ
சொல்லாமல் வந்தது போல் நில்லாமல் போவாயோ
தப்பாமல் மீண்டும் சந்திப்பாயோ
நீ வரும் போது நான் மறைவேனா
நீ வரும் போது நான் மறைவேனா
தரிகிட தரிகிட தா

♬ ♩ ♪ ♩ ♩ ♪ ♩ ♬

பாட்டுக்கு டான்ஸாம்ல... ஷ்ரேயாவே தோத்து போயிருமாம்.. என்று நிலா மாடியில் மழையில் விழுந்ததை கிண்டலாய் ரவி கேட்க...?

ரவி வரவும் மெதுவாய் எழுந்து அமர்ந்துக்கொண்ட நிலா, ரவி தான் மாடியில் விழுந்ததை கேலி செய்கிறான் என்பது புரிய, என்னது விண்-ணோடு மேள சத்தமா..? இப்படி ஒரு பாட்டு இருக்கா என்ன!? ஏன் கொழுந்தனாரே என்று தெரியாதவள் போல் இவள் கேட்கவும்..?

என்ன மதினி தெரியாத மாதிரி நடிக்கிறீங்க.. இந்த பாட்டு தெரி-யாதா..?? ஜெயம் ரவி படம் "மழை" என்று ரவி சொல்ல..

ஹோ.. ஜெயம் **"ரவி"** படமா.. என்று அதில் ரவியை மட்டும் அழுத்தி இழுத்து சொன்னவள், அதான் தெரியல என்று நிலா கேலி பேச..

இப்போது அவள் கேலி புரிந்தவனாய், ஓ..ஓ..ஓ.. என ராகம் போட்-டான் ரவி.

பின், சரி சரி.. ஏதோ பாட்டுக்கு ஆடி கால் வலியா இருப்பீங்க, அதான் நானே சாப்பாட மேல கொண்டு வந்துட்டேன் என்று சொன்-னவன் கொண்டு வந்த சாப்பாட்டை அங்கிருந்த டேபிள் மீது வைத்து-விட்டு, சிவாவிடம் சொல்லிக்கொண்டு கிளம்பினான்.

அங்கு அறையில் இருந்த சிவா, நிலாவும் ரவியும் பேசுவதை கவனித்திருந்தவன் இருவர் கேலி பேச்சையும் ரசித்திருந்தான். நிலா இப்படியெல்லாம் பேசுமா என சிறிது வியப்பில் இருந்தவன், ரவி போகவும் தன் வேலையை ஓரம் வைத்துவிட்டு, எழுந்து வந்து நிலாவுக்கு தட்டில் இட்லியை வைத்து கொடுக்க இரண்டு இட்லியை பல நிமிடங்களாய் சாப்பிட்டாள் நிலா. பின் அவள் சாப்பிட்டு முடிக்கவும் தானும் சாப்பிட்டான் சிவா.

தனது அத்தை நீவி விட்டு சென்றதற்கு பிறகு வலி சற்று குறைந்ததை போல் இருக்க, பாத்ரூம் செல்ல மெதுவாய் கட்டிலை விட்டு இறங்கி எட்டு வைக்க வலிக்கத்தான் செய்தது.

அவள் சிரமத்தை கவனித்த சிவா, இப்போதும் அவளை கைத்தாங்களாய் பாத்ரூம் கூட்டிச்சென்று வந்தான். இரவு நிலாவை அப்படியே கட்டிலிலே சிவா படுக்க சொல்லிவிட்டு அவள் வழக்கமாய் படுக்கும் இடத்தில் பெட்ஷீட்டை எடுத்து இவன் விரித்து படுத்துக்கொண்டான்.

அவளுக்கு தன் மாமா கீழே படுப்பது சங்கட்டமாய் இருக்க எவ்வளவு சொல்லியும் அவன் கேட்காது, இப்ப உனக்கு மேல படுத்துக்கிட்டாத்தான் எதும்ன்னா எந்திரிக்க ஈஸியா இருக்கும் என்று அவளை கட்டிலில் படுத்துக்க சொல்லிவிட்டு கீழே படுத்திருந்த சிவாவையே,

கட்டிலின் விளிம்பில் தான் கட்டிலை விட்டு கீழே உருண்டு விழுந்திட கூடாது என்பதற்காக அடுக்கி வைத்திருந்த தலையணைகளை ஒட்டி படுத்தவாறு வெகு நேரம் பார்த்துக் கொண்டிருந்தவளுக்கு உடம்பு சோர்வாய் வரவும் தூங்கிப்போனாள்.

கீழே படுத்திருந்த சிவாவுக்கு வெகு நேரம் தூக்கம் வரவில்லை புரண்டுக்கொண்டே கிடந்தான். முதன் முறை குடிக்கு தான் அடிமை ஆகியிருப்பதை உணர்ந்தான் குடிக்காமல் தனக்கு தூக்கம் வர மாட்டிதே என தன்னையே தான் வெறுத்தான். இதோ அவனது அறையிலேயே மது பாட்டில் இருக்கத்தான் செய்கிறது அதை எடுத்து குடித்தால் தூங்கி விடுவான்தான். ஆனால் இரவு நிலா எதற்காகவாது எழுந்து கொள்ள வேண்டும் என்றால்!? பாவம் அவளால் நடக்க முடியாது தன் துணை வேண்டும், குடித்தால் தாம் அசந்து விடுவோம் என்று நினைத்தவன் அதை தொட வேண்டாம் என்று முடிவெடுத்திருந்தான்.

மதுவை விடுத்து தூக்கம் வர ஒன்று இரண்டு என நூறு வரை மனதிற்குள்ளே சொல்லி பார்த்தான் சிறுவனாய்.. ஆனால் தூக்கம் வந்த

பாடில்லை. பின் அதையே மூன்றாவது முறை முயலுகையில் உறக்கம் அவனை மெதுவாய் தழுவியது..

உறங்கியவனின் கண்களில் இருள் நிறைந்திருக்க, இருட்டை தவிர வேறொன்றுமில்லை. வெகு நேரம் அது நீடித்திருக்க வெளிச்சமாய் அவன் நிலா வந்தாள்.. மேகத்தை விலக்கி வரும் வெண்ணிலவாக!!! வந்த அவளின் முகத்தில் சிரிப்பு குடியிருக்க, தன் பெரிய விழிகளால் அவனையே பார்த்தாள்.. சட்டென அவனை நெருங்கி மூச்சு படும் தூரம் நின்று அவன் நெஞ்சில் சாய்ந்து அணைத்துக்கொள்ள.. இதயத்-துடிப்பு அதிகரித்து மூச்சடைப்பது போல் இருக்க திடுக்கென விழித்தெ-ழுந்தான் சிவா.

தனது கண்களை நன்கு திறந்து பார்க்க.. வந்தது கனவா? அதை உணர்ந்தவனுக்கு ஆச்சரியம், இத்தனை நாளில் தனது கனவில் நிலா வந்தது இதுவே முதல் முறை. சில நாட்களாய் நினைவில் மட்டும் நின்-றிருந்தவள் இன்று கனவிலும் வந்துவிட்டாள் இதற்கு என்ன அர்த்-தம்..?? என யோசித்தவனாய் இவன் இருக்கையிலேயே, ஏதோ பேச்சு குரல் கேட்பது போல் இருக்க கீழிருந்தபடியே கட்டிலை எட்டிப் பார்த்-தான்..

கட்டிலில் நேராய் படுத்திருந்த நிலை மாறி குறுக்கு வாட்டில் ஒரு கால் மடக்கி ஒரு கால் நீட்டி தடுப்பாய் வைத்திருந்த தலையணைகள் கீழே விழுந்து கிடக்க கட்டிலை விட்டு தலையை பாதி தொங்கவிட்டு உறங்கிக் கொண்டிருந்தாள் நிலா.

உடனே, வேகமாய் எழுந்த சிவா அவளை பார்க்க.. என்ன இப்படி என்று எண்ணியவனாய் நிற்கையிலேயே அவள் புலம்பல் ஒலி கேட்க என்ன என கவனித்தான்.

மாமா... ரெண்டு பேரும் சினிமா போவோம், பாப்கார்ன் சாப்டுக்-கிட்டே படம் பாப்போம் என்ன சரியா?? அப்பறம் பார்க்ல ஹாயா வாக்கிங் போனும். அடுத்து.. அடுத்து.. ஆங்.. நாம திருச்செந்தூர் போவோம்ல அங்க கடல்ல கரையில உட்கார்ந்து மாங்காய் சுண்டல் சாப்டணும்.. அலையில கால் நனைக்கனும், அப்பறம் நீங்க குளிக்-கையில தூரமா போகக்கூடாது.. எங்கூடத்தான் குளிக்கணும், அப்பறம் நல்லா சாமி கும்பிடனும்.. நாம குடும்பத்தோட ஹோட்டலுக்கு போயி பிடிச்சதெல்லாம் வாங்கி சாப்பிடனும்.. அப்பறம் இன்னொருநாள் ரோட்டு கடையில புரோட்டா சாப்பிடணும் ஏன்னா..? நாம மதுரைக்காரய்ங்கள!!!

என்று அவள் புலம்பலாய் பேசுவதை கவனித்தவனுக்கு அவள் தூக்கத்தில் கனவில் தன்னோடுதான் பேசிகிறாளோ என்று தோன்ற கட்டிலில் அமர்ந்தவன் அவளையே பார்த்தபடி இருக்க.. அப்பறம் அப்பறம் என இன்னும் பேசிக்கொண்டுதான் இருந்தாள் நிலா, ஆனால் குரல் கம்மி ஒலிக்க அவள் பேசுவது கேட்காது போகவும் அவள் முகம் நோக்கி சிவா மேலும் நெருங்க அனல் அடிப்பது போல் உணர்ந்தான்..

உடனே, தனது கையை எடுத்து நிலாவின் நெற்றியில் வைத்து பார்த்தான். சந்தேகித்ததுபோல் காய்ச்சல்தான், அவள் உடல் நன்றாய் கொதித்தது. உடனே கவலையானவன் சிறிது பதறி, நிலா நிலா என அவள் தோள் தட்டி மெல்லமாய் அவளை உசுப்ப, கண்களை திறக்க முடியாமல் திறந்து பார்த்தாள் நிலா.

விழித்தவளுக்கு சிவா அருகில் இருக்கவும், என்னமோ என்று என்ன மாமா என்றாள்???

நிலா உனக்கு காய்ச்சல் அடிக்கிது என்றவன், மொத நேரா படு என்றுவிட்டு மீண்டும் அவள் நெற்றியை உரிமையாய் தொட்டு பார்க்க காய்ச்சல்தான் உடனே பரபரப்பானான். தனது கப்போர்ட் திறந்து அவனுக்காய் வாங்கியிருந்த காய்ச்சல் மாத்திரை ஒன்றை தேடி எடுத்தவன், கீழே சென்று தண்ணீரை இரு நிமிடத்தில் சுட வைத்து எடுத்து வந்து, அவளை நெருங்கி கண் மூடி இருந்தவளை மீண்டும் எழுப்பி, நிலா எந்திரிச்சு இந்த டேப்லெட்ட போட்டுக்க ஃபீவர் குறைஞ்சிடும் என்று சொல்லி அக்கறையாய் நீட்ட..

மெதுவாய் எழுந்து அவன் நீட்டிய மாத்திரையை வாங்கி விழுங்கியவள் மாத்திரையின் கசப்பில் சிறு பிள்ளை போல் ஓங்கரிக்க..

ஏய், ஒன்னுமில்லை.. ஒன்னுமில்லை.. என அவளது கையை பற்றி அழுத்தம் கொடுத்தவன் இன்னும் கொஞ்சம் அவளுக்கு தண்ணீரை கொடுக்க குடித்தவள் மீண்டும் மெதுவாய் சரிந்து படுத்துக்கொண்டாள்.

அவள் காய்ச்சலின் பிடியில்தான் முனங்கிக்கொண்டு இருந்திருக்கிறாள் என்பது புரிய வேதனையான சிவா அப்படியே கட்டிலில் அவள் கால் பக்கம் அமர்ந்து இருந்தான். ஏற்கனவே தூக்கம் வராமல் சிரமப்பட்டு கண் அயர்ந்தவனின் கனவில் வந்து தூக்கத்தை விரட்டியிருந்தவள்.. இப்போது காய்ச்சலாய் இருந்து நிஜத்திலும் அவளை எண்ணி சிவாவை தூங்க விடாமல் செய்துவிட்டு அவள் நன்றாய் உறங்க ஆரம்பித்தாள்.

அவளையே பார்த்தபடி கவலை முகமாய் வெகுநேரம் கட்டிலிலேயே நிலாவின் கால்மாட்டில் அமர்ந்து இருந்தவனுக்கு மெதுவாய் தூக்கம் கண்களை சுழற்றியது. நேரம் நடு இரவை தாண்டியிருக்க அமர்ந்தவாக்கிலேயே கண் மூடியவன் அப்படியே படுக்கையில் கவிழ்ந்து படுத்துறங்கிப் போனான். இவ்வளவு நேரம் தூக்கம் வராமல் கிடந்தவனா இவன் என சந்தேகிக்கும் அளவுக்கு இப்போது தூங்கினான்..

பின், காலையில் தனது வழக்கமான நேரத்தில் கண் விழித்த சிவா, தூக்க கலக்கமாய் எழ முயற்சிக்க...

நிலா அவனை நன்கு நெருங்கி, அவன் முதுகில் தன் தலை அழுந்தியபடி, தன் ஒரு காலை அவன் மீது போட்டு தன் ஒரு கையால் அவனை வளைத்து அணைத்தபடி கண்மூடி உறங்கிக்கொண்டிருந்தாள்.

இதை எதிர்பார்த்திராதவனாய் அதிர்ந்த சிவாவுக்கு அப்போதுதான் நிகழ் புரிந்தது. தான் கட்டிலிலேயே படுத்துறங்கிவிட்டோம் போல் என்று எண்ணியவன் அசையாமல் அப்படியே கிடந்தான். அசைந்தால் பாவம் அவள் தூக்கம் கலைந்துவிடும் என்று நினைத்தானோ இல்லை இந்த அணைப்பின் சுகத்தை இழக்க வேண்டாம் என்று நினைத்தானோ தெரியவில்லை அப்படியே கிடந்தான். இவன் இப்படியே இருக்க ஒருவேளை அவள் முழித்து, இப்போது இருக்கும் நிலை உணர்ந்தாள் அவனை என்ன நினைப்பாள் என்று யோசியாதவனாய் அப்படியே கிடந்தான்.

அவள் விழித்தாலும் என்ன நினைக்க போகிறாள் இந்த அணைப்பு தொடர வேண்டும் என்றுதானே. இதை விடுத்து வேறு என்ன நினைக்க போகிறாள் மனைவியாய்!?

சிவா அமைதியாய் அசையாமல் அப்படியே இருக்க, சில நிமிடத்திலேயே அவளாகவே அவனை விட்டு விலகிய நிலா மறுபக்கம் புரண்டு படுத்துக்கொண்டாள்.

அவள் விலகவும் முழித்துவிட்டாளோ.. தான் கட்டிலில் படுத்திருப்பதை தவறாய் எண்ணியிருப்பாளோ என்று எண்ணி பயந்தவன், லேசாய் தூக்கத்தில் புரள்பவனாய் நடித்து அவள் பக்கம் திரும்பி அரை விழியால் அவளை பார்க்க சற்று தள்ளி படுத்து கண்மூடி உறங்கி கொண்டுதான் இருந்தாள் நிலா. உடனே, வேகமாய் கட்டிலை விட்டு எழுந்து இறங்கியவன், தப்பித்தோம் என்ற உணர்வாய் நிலாவை பார்க்க..

கட்டிலில் படுத்திருந்தவள், ஒரு காலை நீட்டி மறு காலை மடக்கியிருந்ததில், அவள் கெண்டை காலுக்கு மேல் அவள் உடுத்தியிருந்த

பச்சை பாவாடை ஏறி சுருண்டு அவளின் வெண்ணிற கால்களை பளிச்சிட்டது.. சிறு சிறு வெண்ணிற ரோமங்கள் தெரிய அதுவே அவ்வளவு கவர்ச்சியாய் இருக்க இவனுக்குள் ஏதோ செய்தது.

கையை உயர்த்தி படுத்திருக்க அவள் அணிந்திருந்த அந்த சிவப்பு சட்டை மேலேறி பிறை நிலவாய் அவளின் சந்தன நிற வயிறும் அதன் நடுவே குழிந்திருந்த தொப்புளும் அரைகுறையாய் ஆனால் அழகாய் தெரிய.. அதை பார்த்த மாத்திரத்தில் ஸ்தம்பித்து நின்றான் சிவா. ஏனோ நிலாவின் அழகு அவனுக்குள் ஒரு சலனத்தை விதைக்க... கைகால்கள் லேசாய் உதறுவது போல் ஆனது அவனுக்கு.

உறக்கத்தில் ஆடை விலகி உறங்குபவளை இப்படி பார்ப்பது தவறு என்று தோன்ற கஷ்டப்பட்டு தனது பார்வையை விலக்கியவன் நிமிர்ந்து நிலாவின் முகத்தை பார்க்க,

அங்கும் அத்தனை அழகு, சிறு நொடி அவளின் முகத்தை ரசித்த சிவா இதற்கு மேல் இப்படி இருப்பது ஆபத்து என்பதாய் உணர்ந்தவன் வேகமாய் கட்டிலில் கிடந்த போர்வையை எடுத்து நிலாவின் உடலை மறைத்துவிட்டு, காய்ச்சல் அடிக்கிறதா என அவள் நெற்றியில் கை வைத்து பார்க்க காய்ச்சல் அடிக்கத்தான் செய்தது.

பின், பாத்ரூம் சென்று ஃபிரெஸ் ஆகி வந்தவன் கீழே சென்று தன் அம்மா லெட்சுமியிடம் நிலாவுக்கு காய்ச்சல் அடிக்குது என்று சொல்லிவிட்டு தனக்கும் நிலாவுக்கும் என தன் அம்மா கொடுத்த காபியை வாங்கிக்கொண்டு மேலே அறைக்கு வந்தான், படுத்திருந்த நிலாவை மெல்லமாய் எழுப்பினான்.

தூக்கம் விழித்து மெதுவாய் எழுந்தவள் சோம்பல் முறிக்க அவளை பார்த்திருந்த சிவாவுக்குத்தான் மீண்டும் லேசானதொரு நடுக்கம் உடலுக்குள் பரவியது. அவள் சோம்பல் முறித்ததில் அவள் அங்க அழகு இவனை கொள்ளையடிக்க பார்வை விலக்காது அவளை பார்த்திருக்க, நிலா நிமிர்ந்து இவனை பார்க்கவும் திருட்டு தனம் செய்தவனாய் தடுமாறியவன் அதை மறைக்க வேகமாய் ரிமோட்டை எடுத்து டீவியை ஆன் செய்து அதில் தன் கவனம் இருப்பதாய் காட்ட முயன்றான்.

ஆன் செய்யவும் டீவியில்

♬♩♪♩ ♩♪♩♬

பெண்ணொருத்தி பெண்ணொருத்தி
படைத்து விட்டாய்!!! என்னிடத்தில்

என்னிடத்தில் அனுப்பி விட்டாய்!!!
உயிரோடு என்னை உலையில் ஏற்றினாய்,,,
நெருப்புக்கு சேலை கட்டி அனுப்பி வைத்தாய்!!!
நிலவுக்கு வன்முறைகள் கற்று கொடுத்தாய்!!!
என் கண்ணில் ஏன் ஊசி ஏற்றினாய்,,,
பிரம்மா ஓ பிரம்மா.. இது தகுமா இது தகுமா..
அய்யோ இது வரமா சாபமா...!!!!!
♬♩♪♩ ♩♪♩♬

பாடல் ஒலிக்க ஏனோ அது அவன் மனதை வெளி சொல்வதாய் உணர்ந்தவன் வேகமாய் சேனலை மாற்றினான்...

நிலா அவளாகவே கட்டிலை விட்டு இறங்கி மெதுவாய் நடந்து பாத்ரூம் சென்று வந்தவள், அங்கு அமர்ந்திருந்த சிவாவிடம், கால் வலி இப்ப பரவாயில்லை மாமா என்று சொல்லி அவன் கையில் இருந்த ஒரு டம்ளரை வாங்கிக்கொண்டு கட்டிலில் அமர்ந்தவள் காபியை ஒரு மிடறு குடித்துவிட்டு, மேளுதான் அசதியா இருக்கு என்று சொல்ல..

வேறு ஏதோ உலகில் இருந்த சிவாவுக்கு, நிலா இப்ப கால் வலி பரவாயில்லை என்று சொல்லவும்தான் நிகழுக்கு வந்தவனாய், அய்யோ நிலாவுக்கு கால் வலின்றதையே மறந்துட்டமே என்று எண்ணியவன், இன்னும் உனக்கு காய்ச்சல் அடிக்கிது நிலா.. அம்மாக்கிட்ட சொல்லியிருக்கேன், ஹாஸ்ப்பிட்டல் போய்ட்டு வந்துரு.. ஒரு இன்ஜெக்ஷன் போட்டு வந்தாத்தான் சரியாகும் என சொல்ல..

பயந்த விழியாய் அவனை பார்த்தவள் தன் கை கொண்டு கழுத்துக்கடியில் தானாகவே கை வைத்து பார்த்துவிட்டு, மாமா காய்ச்சல் ரொம்பலாம் இல்ல கம்மியாத்தான் இருக்கு. நீங்க கொடுத்த மாத்திரையையே இப்ப இன்னொன்னு கொடுங்க அதை போட்டா சரியாகிரும் ஹாஸ்ப்பிட்டல்லாம் வேணாம் மாமா என்றாள் நிலா.

அவளை பார்த்தவனுக்கு, இன்ஜெக்ஷன் போட்டுக்க பயந்து வேணாம்னு சொல்றாளோ என்று தோன்ற.. அப்படியாத்தான் இருக்கும் என்று நினைத்தவனாய், ஏய் ஊசி போடுவாங்கன்னு மாட்டேன்ட்றியா எனக்கேட்டான் சிவா...?

அவனை பார்த்து நிலா ஏதும் சொல்லாமல் முழிக்க, அவள் முழிப்பதிலேயே அதுதான் உண்மை என்பது புரிய ஊசிக்கா இன்னமும் பயப்புட்ற என்றான் சிவா...?

உடனே, அதுக்கு மட்டும் என்று மெலிதாய் அவள் சொல்ல..

அதுக்கு மட்டுமா..!? அப்பறம் அன்னைக்கு பாத்ரூம்ல பல்லிக்கு பயந்து போகாம இருந்த என அவன் கேட்க..?

நெளிந்தவளாய் நிலா, ஊசிக்கும் பல்லிக்கும் மட்டும் என சொல்ல..

ஹோ... சரி சரி என்றவன், இரு நொடி இடைவெளிவிட்டு, நிலா கொஞ்சம் இங்கிட்டு தள்ளி உட்கார்ரு உன் பக்கத்துல கரப்பான் பூச்சி இருக்கு பாரு என்று சொல்ல..

பூச்சியா... என்று வேகமாய் கட்டிலில் இருந்து பயந்து எழுந்தவள் தூரம் வந்து கட்டிலை பார்க்க.. அங்கு எதுவும் இல்லை உடனே திரும்பி சிவாவை பார்த்தாள்...

சிறு சிரிப்புடன் அமர்ந்திருந்தவன், புருவத்தை உயர்த்தி இது என்ன என்பதாய் கண்களிலே கேட்க...?

அவள் நெளிந்தவாறு நிற்கவும், ஊசி.. பல்லி.. பூச்சிக்கு மட்டும் என்று அவளை போல் சிவா சொல்லி காட்ட..

சிரித்தவளாய் சிவாவை பார்த்தாள் நிலா. இத்தனை நாளில் தன் மாமாவுடன் பல விஷயங்கள் பேசியிருக்கிறாள் ஆனால் அவற்றில் இது போல் விளையாட்டோ சிரிப்போ இருந்ததில்லை. சிறு ஆச்சரியத்துடன் சிவாவையே பார்த்த நிலாவுக்குள் இப்போது புது சுறுசுறுப்பே வந்தது...

உடனே, ஆமா ஆமா.. ஊசி பல்லி பூச்சிக்கு மட்டும்தான் பயம். வேற எதுக்கும் பயமில்லை என்று அவனிடம் இவள் சொல்லவும்,

வேற எதுக்கும்ன்னா..?? என்றான் சிவா அவளுடன் விளையாட தூண்டிய தன் மனதின் பேச்சை கேட்டு.

ம்ம்.. வேற எதும்ன்னா..? என யோசிப்பதை போல் தன் விரலை நாடியில் வைத்திருந்தவள், நினைவு வந்தவளாய் ஆங்.. டைனோசர்ரே வந்தாலும் பயம் இல்லை என்றாள் நிலா.

யோசிப்பதை போல் பாவனை காட்டியவளை பார்த்து சிரித்தபடி இருந்தவன், அவள் சொல்லவும் ஏன் டைனோசர்ஸ் இப்ப இல்லைன்றதாலயா என கேட்க..?

நொடி தாமதிக்காமல் என் மாமா எங்கூட இருக்கிறதால என்றாள் நிலா அவனை பார்த்தபடி.

அவள் தன்னைத்தான் குறிப்பிடுகிறாள் என்று புரியவும் சட்டென மனதில் அமைதி பரவ மவுனமாய் இருந்த சிவாவிடம், என்ன மாமா டைனோசர் வந்தா எனக்காண்டி அத விரட்டுவீங்களா..? என்று

அவனை பார்த்து நிலா கேட்க..? ஆம் என்பதாய் அவன் தலையை மட்டும் அசைக்க..

ம்ம், அப்ப எனக்கு வேற எதுக்குமே பயம் இல்லை என்ற நிலா ஏன்னா நீங்க கூட இருக்கீங்கள என்று குழந்தையாய் சொல்லவும், அவளின் குழந்தை பேச்சை ரசித்த சிவா, சரி சரி அப்ப ஹாஸ்ப்பிட்டலுக்கு நானும் வரேன், உனக்கு ஊசி போட்டு வந்துருவோம் என்ன என்று கேட்க..?

அய்யோ ஊசியா.., வேணாம் மாமா.. நான் மாத்திரை போட்டுக்கிறேன் என்று அவள் சினுங்க.

ஏய் அதான் நானும் வரேன்ல.. ஏன் பயப்புடுற.. என்று சிவா கேட்கவும், நீங்க வந்தாளும் ஊசி போட்டா வலிக்கத்தான் மாமா செய்யும் என்றாள் நிலா.

உடனே, வா.. நான் வலிக்காம பார்த்துக்கிறேன் என்றவன், கிளம்ப ஆரம்பித்தான். பின் நிலாவும் லெட்சுமியும் ஹாஸ்பிட்டலுக்கு ஆட்டோவில் செல்ல சிவா தன் பைக்கில் சென்றான்.

அங்கு மருத்துவமனையில் மருத்துவர் அழைக்கும் வரை வெளியில் காத்திருந்தனர் லெட்சுமி, சிவா, நிலா மூவரும். சேரில் அமர்ந்து அங்கிருந்த நியூஸ் பேப்பரை புரட்டியபடி இருந்த சிவா, வந்து நேரமாகியிருக்க... தன் அம்மாவிடம் என்னம்மா இவ்வளவு நேரம் என்று சிறு எரிச்சலுடன் கேட்க...?

நமக்கு முன்னாடி ஆளு இருக்காங்க அவுங்களுக்கு பார்த்துட்டுத்தான் நம்மள கூப்பிடுவாங்க என்ற லெட்சுமி, வேலை இருக்குன்னா நீ கிளம்பு சிவா.. நாங்க பார்த்துட்டு வீட்டுக்கு போய்க்கிறோம் என லெட்சுமி சொல்ல.

எனக்கு ஒன்னும் இல்லம்மா... நிலா முடியாம ரொம்ப நேரம் உட்கார்ந்துக்கிட்டு இருக்குல என்று சிவா சொல்லவும், மனைவிக்காய் யோசிக்கும் தன் மகனை கண்டு நொடி சிந்தித்து மனதிற்குள் மகிழ்ந்த லெட்சுமி லேசாய் சிரித்து, உள்ள போயிருக்கவுங்க வரவும் நாமதான்ப்பா.. பொறு என்றார்.

அடுத்த சில நிமிடத்தில் மருத்துவர் அழைக்கவும் மூவரும் உள்ளே சென்றனர். நிலாவை பரிசோதித்த அந்த பெண் மருத்துவர், காய்ச்சல் இருக்கவே ஊசி போட்டுக்கொள்ளும்படி சொல்லிவிட்டு அந்த ஸ்கிரீனுக்கு பின்னாடி போம்மா என்று நிலாவிடம் சொல்லவும்..

பயந்த விழிகளாய் சிவாவை பார்த்தவள், அவன் போ என்று தலையசைக்கவும் மெதுவாய் எழுந்து அந்த ஸ்கிரீனுக்கு பின் மறைவாய் போனாள்.

பின், ஊசிப்போட்டுவிட்டு மருந்து எழுதிக்கொடுக்கவும் அங்கிருந்து கிளம்பினர். தனது அம்மாவையும் நிலாவையும் ஆட்டோ பிடித்து வீட்டிற்கு அனுப்பி வைத்த சிவா தனது சைட்டிற்கு கிளம்பினான்.

அன்றைய வேலையை முடித்துவிட்டு இரவு வீட்டிற்கு வந்த சிவா, கட்டிலில் அமர்ந்திருந்த நிலாவிடம் என்ன நிலா இப்ப எப்படி இருக்கு என்றான் அக்கறையில்? இருந்த போதையையும் மீறி.

ம்ம், இப்ப பரவாயில்லை ஆனா நீங்க எதுவும் கேக்காதீங்க என்கிட்ட, உங்களால எனக்கு எப்படி வலிச்சுச்சு தெரியுமா என காலையில் அவனுடன் இயல்பாய் பேசியதின் தாக்கத்தில் நிலா இப்போதும் பேச...

அவள் குரலிலேயே சிறு பிள்ளையின் விளையாட்டு தெரிய, வலிச்சுச்சா எங்க என்றான் சிவா...??

உடனே, தெரியாத மாதிரி கேக்காதீங்க... இங்கதான் ஊசி போட்ட இடத்துல என்றவாறு தன் கையை இடுப்பு ஒட்டி கீழ் நகர்த்தி அவனுக்கு இடம் சுட்டி காட்ட செல்லயிலேயே ஏனோ சட்டென உடம்புக்குள் ஒருவித கூச்சம் பரவ அமைதியானாள். குழந்தையாய் பேசியவளுக்கு சட்டென குமரியின் வெட்கம் குடி கொள்ள தலை குனிந்து இருக்க, அவளை புரிந்தவனாய் ரசித்த சிவா பாத்ரூமிற்குள் புகுந்து கொண்டான்.

ஊசி போட்ட இடத்தை தன் மாமாகிட்ட காட்ட போனதை நினைத்து நினைத்து தனக்குள்ளே வெட்கமாய் சிரித்து கொண்டிருந்தாள் நிலா..

பின், பாத்ரூம் சென்ற சிவா வெளிவந்து உடை மாற்றிவிட்டு கட்டிலை நெருங்கி போர்வையை எடுத்து கீழே படுக்க ஆயத்தமானவனாய் விரிக்க..

மாமா எனக்கு இப்ப பரவாயில்லை, நான் கீழ படுத்துக்கிறேன் மாமா என்று நிலா சொல்ல,

இல்லை இல்லை நீ மேலயே படுத்துக்கோ எனக்கு கீழ படுத்துக்க நல்லா இருக்கு என்றான் சிவா.

டேய் நேத்து நீ கீழயா படுத்திருந்த என அவனது மனதே அவனிடம் கேட்க? அதற்கு பதில் சொல்லாமல் கீழே விரிப்பில் படுத்துக்கொண்டான் சிவா.

நேற்று போல் தூக்கம் வர சிரமப்படாமல் போதையின் துணையோடு உறங்கிப் போனவனின் கனவில் இன்றும் நிலா வந்தாள். ஆனால் நேற்று போல் அல்லாமல் அவன் தலையை தன் மடி மீது எடுத்து வைத்து அவன் தலை கோதி உறங்கச்செய்ய ஏனோ நிஜத்திலும் அதை உணர்ந்தவன் போல் உறங்கிப்போனான் சிவா.

அடுத்த நாள் காலை சிவா பாத்ரூமில் குளித்து கொண்டிருக்க கட்டிலில் கிடந்த அவனது போன், கிர்ர்.. கிர்ர்.. என வைப்ரேட் ஆக.. அருகில் அமர்ந்திருந்த நிலா கவனித்தவளாய் எட்டி போனின் டிஸ்ப்பிளேவை பார்த்தாள்...

எஸ்.எஸ் (S.S) காலிங் என்று வந்தது!!!

எஸ்.எஸ் -ஸா யார்ன்னு தெரியலையே என்றவளாய் தோளை குளுக்கிவிட்டு தனது மொபைலுக்கு சுபா அனுப்பியிருந்த காமெடி வீடியோவை விட்ட இடத்திலிருந்து தொடர்ந்தாள் நிலா.

அடித்து ஓய்ந்த சிவாவின் போன் மீண்டும் வைப்ரேட் ஆக, இந்த முறையும் அதே எஸ்.எஸ். காலிங், பார்த்தவள் அமைதியாய் இருந்து கொண்டாள்.

ஆனால் மூன்றாவது முறையாகவும் அதே பெயரில் கால் வரவும், யாருக்கு என்ன அவசரம்ன்னு தெரியலை இத்தனை தடவ அடிக்கிறாங்க.. எடுத்து என்னன்னு கேட்டு மாமா குளிக்கிறாங்கன்னு சொல்லிட்டு கூட வைப்போம் என்று எண்ணியவளாய் சிவாவின் போனை எடுத்து காலை அட்டெண்ட் செய்து தன் காதின் அருகே நிலா கொண்டு போகயிலேயே பாத்ரூம் கதவை திறந்துக்கொண்டு சிவா வெளிவந்தான்.

போனில், எதிர் முனையில் ஹலோ என்ற வார்த்தை மட்டும் கேட்டிருக்க, வேகமாய் மாமா போன் என்று சிவாவிடம் நீட்டினாள்.

போனை அவளிடம் இருந்து வாங்கி யார் என்று பார்த்தவன், நிலாவை ஒரு பார்வை பார்த்துவிட்டு சற்று தள்ளி கண்ணாடி முன் நின்று ஒரு கையால் தலை துவட்டியபடி போனை காதிற்கு கொடுத்து இரண்டொரு வார்த்தை பேசியவன் பின் போனை அனைத்துவிட்டு வேகமாய் கிளம்ப ஆரம்பித்தான்.

யார் மாமா அது? இரண்டு மூனு தடவ அடுச்சாங்க அதான் எடுத்தேன் என்று போனை எடுத்ததற்கான காரணத்தை நிலா சொல்ல..

அவளை பார்த்த சிவா, அது யாரா...? அது ப்ரெண்டுதான் என்று மட்டும் சொல்லிவிட்டு உடையை அணிந்து கொண்டவன் வேலைக்கு கிளம்பி கீழே சென்றான்.

ப்ரெண்டா.. பொண்ணு வாய்ஸ் மாதிரி கேட்டுச்சு... மாமாக்கு பொம்பள ப்ரெண்டா என யோசனையான நிலா, பின் அவளும் தங்கள் அறையை விட்டு கீழிறங்கினாள்.

அந்த வாரம் முழுவதும் பெரிதாய் வேலை என எதுவும் செய்யாமல் ஓய்வு எடுத்த நிலாவுக்கு காய்ச்சல் குணமாகி உடல் நலம் சீராகியிருந்தது. பின் தன்னை அன்றாட வேலையில் பொருத்திக்கொண்டு சுறுசுறுப்பானாள் அவள்.

*

8

அந்த வாரம் ஞாயிற்றுக் கிழமை, இன்னைக்கு ஈவினிங் வெளிய போறோம் கிளம்பி இரு என்று சிவா காலையில் சொல்லியிருக்க மதியத்திலிருந்தே கிளம்ப ஆரம்பித்தாள் நிலா.

நீல நிறத்தில் சில வேலைபாடுகள் நிறைந்த புடவை உடுத்தி அதற்கு மேட்ச்சாய் ரவிக்கை அணிந்து, கழுத்தில் மெல்லிய செயின் ஒன்றும் தாலியும் ரவிக்கைக்குள் போய் மறைந்திருக்க, காதில் சிறிய ஜிமிக்கியும் கைகளில் சேலை கலருக்கு மேட்ச்சாய் வளையலும் அணிந்துகொண்டு நெற்றியில் விபூதி கீற்றும் அதற்கு கீழ் சிறு பொட்டும் நெற்றி வகிட்டில் குங்குமமும் வைத்து தன் அழகை கூட்டி கிளம்பியிருந்தவளை பார்த்த சிவா விழி விரித்து நின்றான்.

இப்போதெல்லாம் அவன் மனம் அவன் மனைவியின் அழகை பெரிதும் ரசிக்க விரும்ப அவள் அழகில் தவித்து போனான். தனக்குள் இப்படி ஒரு மாற்றம் நிகழ்ந்ததை அறியாதவனாய்.

பின் நிலாவிடம், நீ கீழ போ நான் வரேன் என்று சிவா சொல்லவும் தங்கள் அறையில் இருந்து கீழே வந்தாள் நிலா.

மாமாவுடன் எங்கேயோ வெளியே போகிறோம் என மகிழ்ச்சியாய் கிளம்பி அழகாய் வந்த தன் மருமகள் நிலாவை பார்த்து லெட்சுமி மகிழ்ந்தவராய் இருக்க....

தெரியலை எங்கன்னு, மாமா வெளிய போறோம்ன்னு மட்டும் சொன்னாரு.. என்று தன்னிடம் எங்க என்று கேட்ட ரவியிடம் நிலா சொல்லவும்..

ஓ... சீக்ரெட்டா, சரி சரி சொல்ல வேணாம் என்ற ரவி, இன்னைக்கு நீங்க போங்க நாளைக்கு நாங்க போறோம் வெளிய என்று செல்ல..

உடனே, ஏ.. நிஜமா.. எனக்கே தெரியலை, நான் கூட மொத ஹரி அண்ணன் வீட்டுக்குன்னு நினைச்சேன், ஆனா அங்க இல்லை என்ற நிலா, அவன் நாளைக்கு வெளியே போகிறோம் என்று சொன்னதற்கு ஓ அப்படியா.. சரி..சரி..சரி ஆமா எங்க போறீங்க என்று கேட்க...?

நீங்க எங்க போறேன்னு சொல்ல மாட்டீங்களா... நாங்களும் சொல்ல மாட்டோம் என்றான் ரவி விளையாட்டாக.

சரி.. நீங்க சொல்ல வேணாம் நான் கயல் கிட்ட கேட்டுக்கிறேன் என்று சிரிப்பாய் நிலா சொல்ல,

இந்தா அவகிட்ட சொல்லி வச்சிட்றேன் சொல்லாதடின்னு என்று சிரிப்பாய் சொன்ன ரவி, சரி அது இருக்கட்டும், வெளிய போறீங்க கொஞ்சம் மாடர்ன்னா போலாம்ல, சுடிதார் அந்த மாதிரி எதுவும் போட்டுக்கிட்டு.. அதான் அண்ணன் ட்ரெஸ் வாங்கி கொடுத்துருக்கான்ல என்று கேட்க...?

அண்ணன் வாங்கி கொடுத்ததா..?? என்று புரியாமல் ரவியை நிலா பார்க்க...

என்ன ஒன்னும் சொல்ல மாட்றீங்க..? சிவா வாங்கி கொடுத்திருக்கான்ல அத போட்டுக்கிட்டு போலாம்ல என்று ரவி சொல்லவும்,

இல்லை ரவி... மாமா எனக்கு அப்படி எதும் ட்ரெஸ் எடுத்து கொடுக்கல என்றாள் நிலா.

வாங்கி கொடுக்கலையா..!? பொய் சொல்லாதீங்க.. அவன் ஆன்லைன்ல ஆர்டர் போட்டு வாங்கினான், ஆபிஸ் அட்ரெஸ்ஸுக்குத்தான் டெலிவரி வந்துச்சு. அது அடுத்த நாளே ஆபிஸ்ல இல்ல உங்கக்கிட்டத்தான் கொடுத்திருக்கணும் இல்லைன்றீங்க என்று ரவி கேட்க...?

மாமா நமக்கு எதும் டிரெஸ் வாங்கிக் கொடுக்கலையே, ஆனா ரவி இப்படி சொல்றாரு என்று யோசித்தவளாய் நிலா அமைதியாய் நிற்க.

அவளை பார்த்த ரவிக்கு நிலா பொய் சொல்லவில்லை என்பது புரிந்தது. ஆனால் ட்ரெஸ் வந்தது உண்மையே என்று யோசித்தவன், நிலாவுக்கு இல்லைன்னா யாருக்கா இருக்கும் என்று அவன் மண்டைக்குள் கேள்வி குடைய.. ச்சீ வேற யாருக்கு வாங்க போறான்? என்று தன்னையே கடிந்து கொண்டவன், பின் நிலாவிடம் வேறு ஏதும் பேசி அவளை குழப்ப விரும்பாதவனாய், அவன் என்னைக்காவது சர்ப்ரைஸ் கொடுக்க வச்சிருந்தாலும் வச்சிருப்பான் என்று சொல்ல..

யோசனையாய் நின்றிருந்த நிலா ஏதோ சொல்ல வரையிலேயே மாடியிலிருந்து கீழிறங்கி வந்தான் சிவா.

வந்தவன், வா போவோம் என நிலாவை அழைத்து விட்டு வெளியே போயி தனது பல்ஸரை எடுத்து ஸ்டார்ட் செய்ய, உள்ளே தனது அத்தையிடமும் மாமாவிடமும் சொல்லிக்கொண்டு வெளியே வந்த நிலா பைக்கில் ஏறி அவன் பின்னால் இடைவெளிவிட்டு அமர, சீட் கவர் வழுக்கி கொண்டு போக அவனை ஒட்டி அமர்ந்தாள்.

கியரை போட்டு பைக்கை கிளப்ப சட்டென சுண்டியதில் அவன் முதுகில் மோதி அவன் இடுப்பை பிடித்துக்கொண்டாள். முதலில் அப்படி சிவாவை ஒட்டி அமர்ந்திருப்பது ஏதோ போல் இருக்க சில நிமிடங்களில் அப்படி அமர்ந்திருப்பதை இயல்பாக உணரத் தொடங்கினாள். பின் அவன் பைக்கை நிறுத்தும் வரை அவன் இடுப்பை பிடித்தவாறே அமர்ந்திருந்தாள்..

அன்று தூக்கத்தில் காய்ச்சலின் பிடியில் சினிமா பார்க்கணும் மாமா என்று முனங்கியதற்காக இதோ இன்று அவளை தியேட்டருக்கு அழைத்து வந்திருந்தான் சிவா.

ஏனோ அவனுக்குள் நிலாவின் ஆசையை நிறைவேற்ற வேண்டும் என்று தோன்ற இரண்டு நாட்களுக்கு முன்பே முடிவெடுத்து இப்போது அவளை அழைத்து வந்திருக்கிறான்..

இது எப்படி..?? மனம் மாறி அவளை மனைவியாய் ஏற்றவனாகவா...???.

ஏற்றுக் கொண்டானோ..!? தன் மனதினுள் ஏற்றிக்கொண்டானோ..!? இருக்கும்! பின்ன, மனதில் அவள் இல்லாமலா அவன் நினைவிலும் கனவிலும் அவளே நிறைந்திருக்கிறாள்.

நிஜம்தானோ இது.. அப்படியெனில் இதை அவளிடம் சொன்னால் எவ்வளவு மகிழ்ந்து போவாள்..!! ஒருவேளை வார்த்தையால் தன் ஆசை சொல்ல தயங்கி அவளது ஆசை நிறைசெய்து!! காயம் கண்ட தன் மனம் காணாமல் போயி இன்று அவளாளே அவள்பாள் காதல் கொண்ட தன் மனதை காட்ட விளைகிறானோ..!?!? அப்படித்தான் எனில் அவள் கண்டு கொள்வாளோ..!?!?

எங்கே போகிறோம் என்று தெரியாமல் இருந்தவளுக்கு சிவா தியேட்டருக்கு அழைத்து வரவும் மகிழ்ச்சியாகி போனாள் நிலா. அவளுக்கு தியேட்டரில் படம் பார்ப்பது மிகவும் பிடிக்கும், அங்கு

அவளது ஊரில் எத்தனை படம் தியேட்டரில் பார்திருப்பாள் என்று எண்ணினால் பத்து விரல்களில் மிச்சம் இருக்கும். அப்படி இருப்பவ-ளுக்கு தியேட்டரில் அமர்ந்து படம் பார்ப்பது பெரும் வியப்பும் ஆர்வ-மும். அதிலும் இப்போது தனது மாமாவுடன் படம் பார்க்க போகிறோம் என்று நினைக்கயிலேயே அவளுக்குள் சொல்ல முடியாத அத்தனை ஆனந்தம்...

முன் கூட்டியே சிவா டிக்கெட் புக் செய்திருக்க, தியேட்டருக்குள் அவளை அழைத்து சென்றவன் அந்த அரை இருட்டில் தங்கள் சீட் பார்த்து அமர்ந்து கொண்டனர். தமிழில் சமீபத்தில் வந்த நல்ல த்திரில்-லர் படம் என்று ரசிகர்கள் பெரிதும் கொண்டாடிய ராட்சசன் படத்திற்கு அழைத்து வந்திருந்தான் சிவா.

படம் ஓட ஆரம்பிக்கவும் இருவரும் படத்தில் கவனமாகினர். இடை இடையே நிலாவை பார்த்தபடி படம் பார்த்த சிவா, இன்டர்வெலில் அவள் கேட்ட பாப்கார்ன், பப்ஸ், ஜூஸ், ஐஸ், என வாங்கிவந்து அவளிடம் கொடுக்க குழந்தையாய் மகிழ்ந்து வாங்கி கொண்டவள் படம் போடவும் பாப்கார்னை கொரித்தபடி ஆர்வமாய் படம் பார்க்க ஆரம்-பித்தாள்.

ஐஸ் கோன் வாங்கியிருக்க அதன் பேப்பரை பிரித்துவிட்டு, வாயில் வைத்து நிலா சாப்பிட உதட்டை சுற்றி வெண்ணிலா அப்பிக்கொண்டது. அந்த இருட்டிலும் அவள் உதட்டை சுற்றி ஒட்டியிருந்த ஐஸ் க்ரீம் அவளை கவனித்த சிவாவுக்கு தெரிய அவனுக்குள் அந்த வெண்ணி-லவை ருசிக்க வேண்டும் என ஆசை வர.. வேகமாய் அவள் கையில் இருந்த ஐஸ் கோனை புடுங்கினான் சிவா. உடனே, அவள் என்ன என்-பதாய் அவனை பார்க்க...

ஏய்.. இப்பத்தான் உனக்கு காய்ச்சல் சரியாயிருக்கு ஐஸ்க்ரீமா..? என்று கேட்டு அவள் ருசித்த ஐஸ் க்ரீமை இப்போது இவன் ஆர்வமாய் ருசித்தான்.

அவள் சுவைத்த ஐஸ் என்பதால் இன்னும் ருசியாய் இருந்ததோ என்னவோ சுவைத்தப்படி இருந்தவன் தன்னையே பார்த்தபடி இருந்த நிலாவை திரும்பி பார்த்து என்ன என்று கேட்க...? வாயை இடமும் வலமும் கொணட்டியவள், வெடுக்கென முகத்தை திரை பக்கம் திருப்-பிக்கொண்டாள் மிட்டாயை பிடிங்கி விட்டால் கோபப்படும் குழந்தை-யாய்.

உடனே, ஏய் என்ன ஐஸ்க்ரீம் வேணுமா..?? என்று சிறு சிரிப்புடன் அவள் கோபத்தை ரசித்தவனாய் சிவா கேட்க?

ஏதும் பேசாமல் படத்தில் கவனமானவளாய் தன்னை நிலா காட்டிக் கொள்ள சிவாவும் படத்தில் கவனமானான்.

படத்தில் பயமுறுத்தும் காட்சிகளும் பின்னணி இசையும் நிலாவுக்குள் பயம் தர அருகே அமர்ந்திருந்த சிவாவின் கைகளை பிடித்தபடி அவன் தோளில் சாய்ந்துகொண்டு படத்தை பார்த்தாள்.

பயந்தவாறு தன் தோளில் சாய்ந்திருந்தவளை பார்த்தவனுக்கு சிறு சிரிப்பு வர, அவள் நன்கு சாய்ந்துக்கொள்ள சற்று இறங்கி அவளுக்கு தோதாய் அமர்ந்துக்கொண்டான் சிவா. அவளும் வசதியாய் இருக்க அவன் தோள் மீது நன்றாகவே தன் உடலை சாய்ந்துக்கொள்ள, தன் மீது மெத்தென்று ஏதோ ஒன்று அழுந்துவதாய் உணர்ந்தவனுக்குள் மாற்றங்கள் பல நடக்க.. அதன் பின் ஏனோ அவனுக்கு படத்தில் கவனம் செல்லவேயில்லை நிலாவின் மீதே இருந்தது. இந்த நிலையை சுகமாய் அனுபவித்தப்படியே இருந்தான் சிவா கள்ளத்தனம் ஏதோ செய்பவனாக...

இவன் போல் எந்த கள்ளமும் இல்லாமல் படம் முழுவதையும் அவன் மேல் ஒட்டி சாய்ந்தபடியே பார்த்திருந்த நிலா, படம் முடியவும் விலகி எழுந்துகொண்டாள்.

பின், தியேட்டரில் இருந்து கிளம்பி ஹோட்டலுக்கு நிலாவை அழைத்து சென்றவன், அவளுக்கு பிடித்த உணவை ஆர்டர் செய்து இருவரும் பேசிக்கொண்டு சாப்பிட்டனர். சாப்பிட்டு முடிக்கவும் மறக்காமல் ஒரு கோன் ஐஸ் க்ரீம் ஒன்றை ஆர்டர் செய்து வாங்கி நிலாவிடம் ம்ம்.. சாப்டு என்று புன்னகையாய் சிவா கொடுக்க..

தியேட்டரில் அவன் புடுங்கி கொண்டதை இப்போது நினைத்து அவனை சிறிது முறைப்பாய் பார்த்தவள், இப்ப சாப்ட்டா காய்ச்சல் வராத எனக்கு என்று கேட்டபடி அவன் கொடுத்த ஐஸ் க்ரீமின் பேப்பர் நீக்கி வாயருகே எடுத்து போக..

ஆமால.. மறந்துட்டேன் என்றவனாய் அவளை சுவைக்க விடாமல் ஐஸ் கோனை சிவா எட்டி பிடிக்க..

அவன் புடுங்காதவாறு வேகமாய் ஐஸ் கோனுடன் அவன் கையையும் இழுத்து பிடித்துக் கொண்ட நிலா ஐஸை சுவைக்க ஆரம்பிக்க சிரித்தவன் தன் கையை எடுத்து கொண்டான். பின் பில் செட்டில்

செய்து விட்டு அங்கிருந்து கிளம்பி தங்கள் வீட்டிற்கு வந்தனர்.

தங்கள் அறையில் கீழே தரையில் படுக்கை விரித்து அதில் படுத்திருந்த நிலா அன்றைய நாள் முழுவதும் நடந்த நிகழ்வுகளை மனதிற்குள்ளே அசைபோட்டவள் பெரிதாய் மகிழ்ச்சியடைந்தாள். யாவும் மறந்து போயி அந்த மகிழ்ச்சியுடனேயே சுகமாய் உறங்கிப்போனாள்.

நிலாவின் முகத்தில் தெரியும் மகிழ்ச்சி சிவாவுக்குள்ளும் அதன் தடத்தை பதித்திருக்க நிம்மதியானவனாய் உணர்ந்த சிவாவும் வெகு நேரம் கீழே படுத்திருந்த நிலாவையே பார்த்திருந்தவன் அவனும் உறங்கிப்போனான்.

நிலாவுடன் பேசுகிறான் சிரிக்கிறான் அவளை பெரிதாய் ரசிக்கிறான், அவளுக்கென யோசிக்கிறான் இவையெல்லாம் அவள் அவன் மனதில் வசிப்பதால்தானே..? இவனின் இந்த நடவடிக்கைகள் நிலா அவன் மனதில் வந்துவிட்டாள் என்பதைத்தானே காட்டுகிறது..!! அப்படியிருக்க அவளை, அவன் மனைவியை கீழ் படுத்திருக்கும் நிலாவை ஏன் மேலே தன் அருகில் உறங்க சொல்லாமல் இருக்கிறான்..? அவள் அணைப்பை விரும்பத்தானே செய்கிறான்..!? இருந்தும் ஏன் இப்படி இன்னும் அவள் தனியாய் கீழ் படுத்திருக்க இவன் மேல் படுத்திருக்கிறான்? இல்லை ஒருவேளை அவள் இன்னும் அவன் மனதினுள் புகவில்லையா..? அல்லது தன் மனதில் இருக்கும் பழையது பாதி இன்னும் வெளியேறவில்லையா..!? அவற்றை முழுதாய் இவன் இன்னும் மறக்கவில்லையா?? பாவம் இன்னும் எத்தனை நாள் அந்த நிலாவை ஏங்க வைக்க போகிறானோ.. ஏக்கம் கூட இருந்துவிட்டு போகிறது ஏமாற்றம் இல்லாமல் இருந்தாள் சரிதான் அவளுக்கு.

*

அன்று, கயலின் தோழியுடைய புது வீட்டின் கிரகப்பிரவேசத்திற்கு அந்த வீட்டை கட்டிய என்ஜினீயராய் ரவி, கயலையும் தன்னோடு அழைத்துக்கொண்டு தனது ஃஎப்.ஸ்ஸட் பைக்கிள் கிளம்பினான்.

ஏய்.. கயல் இந்த ட்ரெஸ்ல நீ சும்மா சூப்பரா இருக்க.. அன்னைக்கு நீ எடுக்கையில கூட யோசிச்சேன் எப்படி இருக்கும்ன்னு, பட் இப்ப பார்க்கிறப்ப சூப்பரா இருக்கு என்று பைக்கை செலுத்தியபடி ரவி சொல்ல..

அவன் தான் அழகாய் இருக்கிறேன் என்று சொல்லவும் முகத்தில் வெட்கம் பரவ மகிழ்ந்தவள் அவனது இடுப்பை சுற்றி அணைத்து அவன்

முதுகில் அழுந்தி சாய்ந்து கொண்டவளாய், அதுலாம் எங்களுக்கு எந்த ட்ரெஸ் போட்டாலும் அழகா இருக்கும் என்றாள் கயல். அவள் பெண்-ணல்லவா..!!!

அப்புறம் எதுக்கு ஒரு ட்ரெஸ்ஸ ஒரு நாள் ஃபுல்லாம் செலக்ட் பண்றீங்க? நீங்கதான் எல்லா ட்ரஸ்லயும் அழகா இருப்பேன்னு சொல்-றீங்களே என கிண்டல் தொனியில் ரவி கேட்க..?

அவனை அணைத்திருந்த கயல், அவன் தோள் பட்டையை சிறி-தாய் கடித்து வைத்து.. இந்தா இப்படியெல்லாம் அழகா இருக்குன்னு நீங்க சொல்றதுக்குத்தான் என்று சொல்ல..

அவள் கடித்தது வலிக்காமல் கூசி இருக்க, ஏய் ஏய் என பைக்கை செலுத்த தடுமாறியவன் ஏய் முத்தம் கொடுக்கனும்ன்னா சொல்லுடி, மாமா வண்டிய ஓரமா நிறுத்துறேன். இப்படி வசதி இல்லாம தோள் பட்-டையில கொடுத்துக்கிட்டு இருக்கிற என்று குறும்பாய் ரவி சொல்லவும்,

ஓ... முத்தமா.. இப்ப தோள்ல கொடுத்த மாதிரிதான, என் மாமாக்கு எங்க கொடுக்கனும் என்று கடித்துவைக்கிறேன் என்பதாய் கயல் கேட்க..?

உடனே, அது மாதிரினா.. உதட்டுலயே கொடுத்திருடி வண்டிய நிறுத்தவா என்று பைக்கின் வேகத்தை குறைந்தவனாய் ரவி சொல்ல..

அவனது முதுகில் இரண்டு அடி வைத்தவளாய் விளையாடம ஒழுங்கா போ மாமா... அங்க பங்சனுக்கு போக லேட் ஆக போது. அதுனால படத்துக்கு போகவும் லேட் ஆக போது பாரு. சாயங்காலத்-துக்குள்ள நான் வீட்டுக்கு போகல எங்கம்மா என்ன கொன்னுடும். சும்-மாவே வையும், இப்பெல்லாம் லேட்டா போனா.. ஏன்டி இன்னும் ஒரு மாசத்துல கல்யாணத்தை வச்சிக்கிட்டு பொம்பள பிள்ளை இவ்வளவு நேரம் வெளிய சுத்திட்டு வர்றேன்னு ஒரு வழி பன்னிரும் என்று கயல் சொல்லிக் கொண்டிருக்கையிலேயே..

ஏய்.. ஏய்.. நாம எப்படி படத்துக்கு போறோம்ன்னு சொன்னேன் என்று ரவி கேட்க..? ஏன் படத்துக்கு கூப்பிட்டு போக மாட்டியா.. இன்-னைக்கு லீவ்தான எடுத்திருப்ப.. கூப்பிட்டு போ என்றாள் கயல்.

ரைட்டு.. இன்னைக்கு என் பர்ஸை காலி பன்னுவேன்னு சொல்ற என்று ரவி கிண்டலாய் கேட்க..?

எது? 100-ரூபாயா 150-ரூபாயா டிக்கெட்டு அது ரெண்டு எடுத்து கூப்பிட்டு போக போற, இதுக்கு நான் பர்ஸ்ஸ காலி பன்றன்னா என்-

றாள் கயல்.

உடனே, ஏய்.. என்னடி டிக்கெட்டை மட்டும் சொல்லிட்டு நிறுத்திட்ட என்றவன்,

ரெண்டு டிக்கெட் 2X150=300 தான், இண்டெர்வெல்ல பாப்கார்ன் 2X60=120 , பப்ஸ் 2X40=80 , கூல்ட்ரிங்க்ஸ் 1X60=60 இது போக படம் முடியவும் வெளிய பிரியாணி 2X200=400 , இன்னும் சைட்டிஸ் ஒரு 200+ இதுக்கே ஆயிரம் ஆயிரத்தி நூற தாண்டுது இதுல இன்-னும் பைக் பார்க்கிங் இருக்கு, வண்டிக்கு பெட்ரோல் இருக்கு இதுலாம் என்னடி என்று ரவி சொல்ல..

அப்ப இத்தனை நாளா எல்லாத்தையும் கணக்கு பார்த்துதான் செய்-யிற என்ன? என்று வராத கோபத்தை வரவழைத்தவளாய் கயல் கேட்க..?

அதற்கு, ஏய் நான் நீ.. சொன்னதுக்கு சொன்னேன் என்று ரவி சொல்லவும்,

இப்ப என்ன? படத்துக்கு போக வேணாம் சரியா..!! நீ என்ன கூட்டி போகவேனாம் என்றவள், பட்ஜட்ட போட்டு அங்க வீடு கட்டுன்னா இது இங்க கட்டுது, இத கட்டி நான் என்ன பன்ன போறேன்னோ என்று கயல் முனங்க..

ஏய் ஏன்டி கோபிச்சுக்கிற மாமா மேல என ரவி கேட்கவும்? பின்ன ஆசையா போனதுக்கெல்லாம் கணக்கு சொல்லிக்கிட்டு இருக்க என்-றாள் கயல்.

உடனே, ஏய் நீ கேட்டதாலத்தான் நான் சொன்னேன், அதுவுமில்-லாம என் பொண்டாட்டிக்கிட்டதான நான் கணக்கு சொல்ல முடியும் என்று ரவி குழைவாய் பேச..

அவனது குழைவான பேச்சு அவளை இயல்பாக்கியிருக்க அவனது பொண்டாட்டி என்ற வார்த்தை தந்த உணர்வு உள்ளுக்குள் ஏதோ செய்ய அமைதியாயிருந்தாள் கயல்.

ஏய் செல்லகுட்டி என்னடி அமைதியாயிட்ட, மாமா மேல கோபம்-லாம் படாதடி நான் பாவம் என்று ரவி சொல்லயிலேயே அவனை நெருங்கி அமர்ந்து இறுக்கி அணைத்துக்கொண்டாள் கயல். பின் கொஞ்சி கொஞ்சி பேசியபடியே இருவரும் அங்கு கயலின் தோழி "சக்தி"யின் புது வீட்டு விசேஷத்திற்கு சென்றனர்..

அங்கு அந்த புதிய வீட்டில் அந்த வீட்டாரின் சொந்தங்கள் நிரம்பியிருக்க, ரவியை அந்த வீட்டின் உரிமையாளர் சக்தியின் அப்பா அங்குள்ள தன் சில சொந்தங்களிடம் இவர்தான் இந்த வீட்டை கட்டுனா இன்ஜீனியர் என்று அறிமுகப்படுத்த அவர்களிடமும் அவர் மகள் சக்தியிடமும் சிறிது பேசிவிட்டு சிறு பரிசொன்றை கொடுத்துவிட்டு கிளம்பினர் கயலும் ரவியும்.

வரும்போது இருந்த மன நிலை போகும்போது இருவருக்கும் இல்லாமல் இருந்தது. அங்கு கயலின் தோழி சக்தி வீட்டில் அவளுடன் பேசுகையில்,

அவள் காதல் தோல்வியால் மனமுடைந்து வாழ்க்கையை முடித்துக்கொள்ள மனம் வந்தவளாய் தற்கொலை முயற்சி செய்ததன் செய்தி கேட்டு அதிர்ந்து போனாள் கயல்.

ஹாஸ்ப்பிட்டல் வரை சென்று காப்பாத்தி கூட்டி வந்திருப்பதை பற்றி இவர்கள் அங்கு போகும்போது, வாசலில் நின்று சிரித்த முகமாய் வரவேற்றுக் கொண்டிருந்த சக்தியின் அம்மா பின்பு அங்கு தனியாய் வீட்டினுள் பேசியபோது, அழுதபடி தன்னிடம் சொல்லக் கேட்டு பெரிதாய் வருந்தினாள் கயல். முதலில் அவள் தோழி சக்தியை கோபத்தில் அறைந்தவள் பின் அழுகை வரவே அவளை ஏன்டி என கேவியவளாய் அணைத்துக்கொண்டாள். வெகு நேரம் அவளிடம் பேசிவிட்டு கிளம்பிய கயல் ரவியிடம் இதை பற்றி சொல்ல அவனுக்குள்ளும் வேதனை பரவியது.

சக்திக்கு காதல் தோல்வியென்று அன்று ஒருநாள் கயல் சொல்லித் தெரியும், ஆனால் அதற்காக அவள் தற்கொலை வரை சென்றிருக்கிறாள் என நினைக்கையில் கவலை எழாமல் இல்லை ரவிக்குள். அதே நேரம் இதற்கு இது சரியான தீர்வு இல்லையே என கோபமும் எழுந்தது.

பின், வரும்போது பேசியது போல் சினிமா என எங்கும் போகாமல் நேராய் அவர் அவர் வீடுகளுக்கு சென்றனர் ரவியும் கயலும்.

*

தீபாவளி நெருங்கி வர, தலை தீபாவளிக்கு மகளுக்கும், மருமகனுக்கும் புத்தாடை எடுத்து கொடுக்க வேண்டும் என்பதால், உங்களுக்கு பிடித்தபடி நீங்களாகவே அங்கு மதுரையிலே எடுத்துக்கொள்ளுங்கள் என சொல்லி சிவாவுக்கு பணம் அனுப்பியிருந்தார் விநாயகம். அவன் வேண்டாம் என்று மறுக்க.. மாப்ள இது தீபாவளி சீர் இது நாங்க

செய்யனும் என்று அவர் சில விஷயங்கள் சொல்ல பின் ஒப்புக்கொண்டான் சிவா.

லீவு நாட்களில் கடைக்கு சென்றால் கூட்டம் அதிகம் இருக்கும் என்பதால் வாரத்தின் இடையிலேயே ஒருநாள் ட்ரெஸ் எடுக்க டவுனுக்கு கிளம்ப, சிவா வேலை இருக்கிறது என்று வர மறுத்துவிட நிலா தனது அத்தை மாமா பாக்யாவுடன் கிளம்பி சென்றாள்.

இவர்கள் எண்ணியது போல் கூட்டம் இல்லாமல் எல்லாம் இல்லை மதுரை விளக்குத்தூன் சித்திரை திருவிழா கூட்டமாய் நிரம்பியிருந்தது. அவர்கள் வழக்கமாய் துணி எடுக்கும் கடைக்குள் சென்றவர்கள், பிடித்த ஆடைகளை தேர்வு செய்ய ஆரம்பித்தார்கள். பின் அவர்கள் தங்களுக்கான உடைகளை தேர்வு செய்து வாங்கிவிட்டு கடையை விட்டு வெளியே வரையில் மணி மாலைக்கு மேல் ஆகியிருந்தது. ஆட்டோ பிடித்து செல்ல இவர்கள் நின்றிருக்க அப்போது பெரியார் செல்லும் பேருந்து காலியான சீட்டுகளுடன் வந்து நிற்கவும், பெரியார் போயி மாறிக்கொள்வோம் என்று எண்ணி பஸ்ஸில் எறிக்கொண்டனர்.

பாக்யாவும் நிலாவும் ஒரு இருக்கையில் அமர்ந்து கொள்ள அவர்களுக்கு இடப்பக்கம் இருந்த சீட்டுகள் வரிசையில் சேகரனும் லெட்சுமியும் அமர்ந்திருந்தனர். அமுதனை லெட்சுமி வைத்திருக்க நிலாவும் பாக்யாவும் புது துணி நிறைந்த கட்டைப்பைகளை வைத்திருந்தனர்.

ஜன்னலுக்கு வெளியே வேடிக்கை பார்த்தபடி அருகில் அமர்ந்திருந்த பாக்யாவுடன் பேசியபடி வந்தாள் நிலா.

பஸ் இடையில் சென்மேரிஸ் சர்ச் ஸ்டாப்பில் நிற்க எதேச்சையாய் ரோட்டை கவனித்த நிலா...

அங்கு ரோட்டின் அந்த பக்கம் சற்று தள்ளி பல்சரில் அமர்ந்தவாறு சிவா, தனக்கு எதிரில் சிவப்பு கலர் சுடிதாரில் நின்றிருந்த ஒருவளுடன் பேசிக்கொண்டிருந்தான்.

முதலில் அவனை அங்கே கண்ட நிலாவுக்குள் மாமா என மகிழ்ச்சி பரவ, சிறு நொடியில் அதன் சுவடு இல்லாமல் ஆனது.

அங்கு தனக்கு முதுகு காட்டி நின்றவளிடம் சிவா பேசிக்கொண்டிருப்பதை உணர்ந்தவளுக்கு உற்சாகம் தொலைந்து போனது. ஏனோ அவன் இன்னொருத்தியிடம் பேசிக்கொண்டிருப்பதை பார்த்தவளுக்கு உள்ளம் பரிதவிக்க பார்வை விலக்காமல் அங்கேயே பார்த்தபடி இருந்தாள்.

மாமா யார்கூட பேசிக்கிட்டு இருக்காரு என ஏதோ யோசனையானவள் அவள் யார் என்று பார்க்கும் நோக்கில் அசைந்து வளைந்து எட்டி பார்க்க, முதுகு காட்டி நின்றவளின் முகம் தெரியவில்லை.. இடையூறாய் ரோட்டில் வாகனங்கள் வந்து போய்க்கொண்டிருந்ததில். தங்கள் பஸ் கிளம்பி அவர்கள் கண்ணை விட்டு மறையும் வரை தன் கழுத்தை திருப்பி ஜன்னலுக்கு வெளியே சிவாவையே பார்க்க உடன் இருந்தவள் முகம் தெரியவேயில்லை.

ஜன்னலுக்கு வெளியே திரும்பி பார்த்தபடி இருந்த நிலாவிடம், ஏய் நிலா என்ன என அருகில் இருந்த பாக்யா கேட்க?

அவள் பக்கம் திரும்பியவள், இல்ல சிவா மாமா அங்க நின்டுக்கிட்டு இருக்காரு என்று நிலா சொல்ல..

சிவா அண்ணனா..? ஏதாவது வேலையா வந்திருப்பாங்கா என்று பாக்யா சொல்லவும், தலையசைத்து கேட்டுக் கொண்ட நிலா ஏனோ சிவா வேறு ஒரு பெண்ணுடன் பேசிக் கொண்டிருப்பதை ஏற்க முடியாதவளாய் தவித்துபோனாள். இல்லை அங்கு அந்த சுடிதார் போட்டு பேசிக்கொண்டிருப்பவளுக்கு பதிலாக பேண்ட் சட்டையில் ஒரு ஆண் நின்று பேசிக்கொண்டிருந்தாலும் இவளால் ஏற்க முடியாமல்தான் போயிருக்கும். இப்போது போல் தவித்துதான் போவாள்.

ஏனென்றால் இப்போதெல்லாம் நிலாவுக்குள் சிவா தன்னிடம் மட்டும் பேச வேண்டும் எப்போதும் தன்னுடன் மட்டும் இருக்க வேண்டும் என்ற எண்ணமெல்லாம் தோன்றி அவன்பால் இவள் மனதில் காதல் வேரூன்றியிருந்தாள் ஆழமாய்.

வீட்டிற்கு போகவும் கடைக்கு சென்று வந்ததில் அசதியாய் இருக்கவே தனது அறையில் படுத்துக்கொண்டவள் சிவா வரவும் புது உற்சாகமானவளாய் அவனிடம் எடுத்து வந்த உடைகளை எல்லாம் எடுத்து காட்டி எப்படி இருக்கு என கேட்டு தெரிந்து மகிழ்ந்தாள். அவன் எனக்கு நான் போயி எடுத்துகிறேன் என்று சொல்லியிருந்தபோதும் அவனுக்காய் ஒரு ஷர்ட் தேர்வு செய்து எடுத்து வந்திருந்தாள் நிலா. அந்த சட்டை ஒரு ப்ரிண்டட் மாடல்,

ப்ளூ கலர் சட்டை முழுவதும் பல டிசைன்கள் நிறைந்திருக்க.. அதை அவனிடம் காட்டி எப்படி இருக்கு மாமா என ஆர்வமாய் நிலா கேட்க..? ஏனோ, நான் இப்படியெல்லாம் போடாமட்டேன் நிலா என்று உண்மையை சொல்ல முடியாதவனாய், ம்ம் சூப்பரா இருக்கு நிலா..

என்றான்.

உடனே, வேகமாய் மகிழ்ந்தவள், ஆம மாமா இந்த சட்டை உங்களுக்கு ரொம்ப அழகாயிருக்கும் என்று பெரிதாய் விழிவிரித்து சொல்ல, சட்டை எப்படியோ அவள் சொன்னது அழகாயிருக்க ரசித்தான் சிவா.

பின், நிலா தன் இடத்தில கீழே படுத்துக்கொள்ள சிவா மேலே கட்டிலில் படுத்துக் கொண்டான். படுத்திருந்தவனின் நினைவு எல்லாம் நிலாவே நிறைந்திருக்க உள்ளுக்குள் ஏதோ மாற்றத்தை உணர்ந்தான். நிலாவின் பேச்சு சிரிப்பு அழுகை அமைதி எல்லாம் தனக்குள் ஏதோ செய்கிறது என்று நினைத்த சிவா யோசனையானான்.

நிலா.. எனக்குள் வந்துவிட்டாளா..!!?? ஆம் வந்துவிட்டாள் மனைவியாய்!! தன் மனதின் காதலியாய்!! ஆனால் இது எப்படி? இன்னொருத்தி இருந்த இடத்தில்.. அவள் தந்த வலி இருந்த இடத்தில்.. நிலா எப்படி..? அப்ப நான் முன்பு சீதாவை காதலித்தது பொய்யா..? என் காதல் பொய்யா..? இல்லையே அவள் என்னை விட்டு விலகியதில் எனக்கு வலித்ததே.. நான் துடித்தனே!! ஆனால் இப்போது அந்த வலி எங்கே..? அதன் வடு எங்கே..? இது எப்படி நிலா வந்ததாளா..!? எனக்குள் நிலா வந்த்துவிட்டதாளா..!? ஒருத்தியை காதலித்து, பின் வேறொருவளை மனந்து மனது அவளை காதலிப்பது சரியா..?? இந்த காதல் உண்மையா..?? என தனக்குள் எழுந்த பல கேள்விகளுக்கும் ஒரே விடை மட்டுமே அவனுக்கு கிடைத்தது. தன் மனம் நிலாவை நேசிக்கிறது என்று.

ஆனால் இது எப்படி??? எனக்குள் எப்போது..??? அன்று சென்னை சென்றபோது மண்டபத்தில் சீதாவை பார்க்கவும் வலியில் துடித்த என்னை அணைத்து ஆறுதல் படுத்தினாளே அப்போதா..?

இல்லை, அமுதனுக்காக அழுதபடி இருந்தவள் தான் வரவும் என்னை உரிமையாய் கட்டிக்கொண்டு அழுதாளே அப்போதா..?

இல்லை, அன்று அவள் உடை மாற்றிக் கொண்டிருக்கையில், முழித்து எழுந்த என்னை கண்டு பதறாமல் நின்றாளே அன்றிலிருந்தா..?

இல்லை எனக்காக வாடிப்பட்டி வந்து தனியாய் குடித்தனம் செய்கிறேன் மாமா என்றாளே அப்போதா..?

இல்லை, கல்யாணம் ஆன அன்று இரவு என் மனம் புரிந்து நான் காத்திருக்கிறேன் மாமா என்றாளே அப்போதிலிருந்தா... எப்போது??? எப்போது எனக்குள் வந்தாள்.

நிதமும் நினைவாய், உறக்கத்தில் கனவாய் எப்போதும் தனக்குள் ஒளியாய் எப்போதோ அவள் வந்துவிட்டாள்..!! எனக்குள் வந்து என்னை எப்படியோ மாற்றிவிட்டாள்..!!

நிலாவின் நினைவிலேயே கிடந்தவன் இந்த நொடி சில முடிவுகள் எடுத்தான். தனது அன்பு ஆசை நேசம் பாசம் காதல் கனிவு என அத்தனைக்கும் இனி நிலாதான் என் வெண்ணிலாதான் சொந்தக்காரி!!! இனி வரும் எனது நாட்கள் இவளுடன்தான் இவளுக்காகத்தான் ஆம் இனி வரும் எனது மொத்த நாட்களின் ஆகச்சிறந்த முடிவாய் இவளே!!! என் நிலாவே!!! என்று எண்ணிய சிவா தன் சரிபாதியான நிலாவை தனக்குள் முழுதாய் நிறைப்பதற்கு, தன் பழயவை அனைத்தையும் மறந்து வடு தெரியாமல் அழிக்க விரும்பினான். அதை செயலாக்கவும் விரைந்தான் அந்த நினைப்பிலேயே உறங்கிப்போனான்.

*

அடுத்த நாள் காலை, சிவா வேலைக்கு கிளம்பி போகவும் தங்கள் அறையில் துணிகளை மடித்து வைத்துக் கொண்டிருந்த நிலாவுக்கு அங்கிருந்த டீவியில் ஓடிய..

♬ ♩ ♪ ♩ ♩ ♪ ♩ ♬

வசீகரா என் நெஞ்சினிக்க
உன் பொன்மடியில் தூங்கினால் போதும்
அதே கணம் என் கண்ணுறங்கா
முன் ஜென்மங்களின் ஏக்கங்கள் தீரும்
நான் நேசிப்பதும் சுவாசிப்பதும்
உன் தயவால்தானே
ஏங்குகிறேன் தேங்குகிறேன்
உன் நினைவால் நானே நான்...

♬ ♩ ♪ ♩ ♩ ♪ ♩ ♬

பாடல் அவளுக்குள் ஏனோ அதிகமாய் சிவாவை நினைக்க வைத்தது.

பாடலை கேட்டபடி இருந்தவளுக்கு ஏதோ உணர்ச்சி மேலிட மடித்துக்கொண்டிருந்த சிவாவின் சட்டையை தன் நெஞ்சோடு அணைத்துக்கொண்டாள். அவள் கண்களில் நீர் துளிர்த்து அழுகை வருவது போல் இருக்க உதட்டை கடித்து அடக்கி கொண்டவள் அவன் சட்டையை

தன் முகத்தில் வைத்து அழுத்திக்கொண்டாள், கடந்த சில நாட்களாய் சிவாவுடன் உண்டான நெருக்கம் அவளுக்குள் பெரும் ஏக்கத்தை ஏற்படுத்தியிருந்தது.. அப்போது நாள் முழுவதும் அவன் நினைப்பிலேயே உலன்றவள், காதல் பாடல்களை கேட்டு தனக்குள்ளே ரசித்தும் தவித்தும் போவாள். ஆனால் இன்று அவனது நினைவு நிலாவை பெரிதும் ஏங்க வைக்க துவண்டு போனாள். ஏனோ இப்போது அவளுக்கு அவன் மாமாவை பார்க்க வேண்டும் பேச வேண்டும் அவன் வந்து தன்னை மோதி அள்ளிக்கொள்ள வேண்டும் என்பதாய் தோன்ற.. வெகு நேரம் அவன் சட்டையை அணைத்தபடி கண்ணீரால் அதை நனைத்தபடி இருந்தவள் பின் நிதானமாகி சட்டையை மடித்து வைத்துவிட்டு கீழ் சென்றுவிட்டாள்.

இரவு உணவு தயாரிக்க சமையல் அறையில் தனது அத்தை லெட்சுமிக்கு நிலா உதவிக் கொண்டிருக்க, ஹாலில் இருந்த சேகரனின் மொபைல் அழைப்பு வந்ததாய் சத்தம் எழுப்பியது. போன் கத்தியபடி இருக்கவே சமையல் அறையில் இருந்து ஹாலை எட்டி பார்த்த லெட்சுமி தன் கணவரை அங்கு காணாது நிலாவிடம்,

நிலா, போன்ல யாருன்னு பாரு.. மாமா பாத்ரூம் போயிருக்காங்க போல என்று சொல்ல..

நிலா வந்து போனை எடுப்பதற்குள் அது கத்தி ஓய்ந்திருந்தது. பின் மொபைலை கையில் எடுத்து யார் என்று பார்க்க முயலுகையிலே அனைந்த போன் மீண்டும் சத்தம் எழுப்பி "ரவி" காலிங்.. என்று டிஸ்பிளே ஆகவும், அத்தை ரவி-தான் என்றாள் நிலா.

உடனே லெட்சுமி, என்னன்னு கேளு.. வெளிய சாப்பிட்டு வரப்போறானா.., இவன் வருவான்னு சட்னி வேற சேர்த்து அரச்சிருக்கு என்று முனங்கலாய் சொல்லவும்,

போனை அட்டெண்ட் செய்து காதில் வைத்தாள் நிலா.

எதிர்முனையில் ரவி, கால் அட்டெண்ட் செய்யப்படவும் பெரும் கதறலுடன் அப்பா... சிவாவுக்கு ஆக்சிடெண்ட் ஆயிடுச்சாம்பா... என்று துடித்தவனாய் சொல்ல..

அதிர்ந்து போனாள் நிலா. பேச வாய் வராமல் தடுமாறியவள் ரவி என்ன சொல்ற என்க..?

பேசுவது நிலா என்று தெரியவும், அய்யோ மதினி.. அண்ணனுக்கு ஆக்சிடெண்ட் ஆயிடுச்சாம்.. ஹாஸ்ப்பிட்டல் கூட்டி போயிருக்காங்க

நான் போறேன் நீங்க வந்துருங்க என்று உடைந்தவனாய் ரவி சொல்ல, மாமா என்று கதறி துடித்தவளின் குரல் கேட்டு மேலும் உடைந்து போனான் ரவி.

மாமா என்று கதறியவளுக்கு கண்கள் சொருகிக்கொண்டு மயக்கம் வர கையில் இருந்த போனை நழுவி கீழே விட்ட நிலா, இரு கண்களும் இருட்டிக் கொள்ள மாமா என்ற கதறலுடன் அப்படியே மயங்கி சரிந்தாள்.

இவளின் கதறலில் வெளிவந்து பார்த்த லெட்சுமி அவள் மயங்கி விழுந்ததை கண்டு அதிர்ச்சியானவராய் எம்மாடி நிலா.. என்று அலறியவாரு வேகமாய் ஓடிவந்து அவளது தலையை தூக்கி தன் மடியில் வைத்தபடி கலங்கியவர் அவளின் இரு கண்ணத்திலும் மாறி மாறி நிலா நிலா என கதறி அடிக்க அவள் விழிக்காமல் இருக்கவும் பயந்து போனார்.

அப்போது சேகரனும் அங்கு வர அவர்களை பார்த்துவிட்டு என்னமோ ஏதோ என பதறியவர் பின் துரிதமாய் செம்பில் நீர் எடுத்து வந்து நிலாவின் முகத்தில் ஓங்கி தெளிக்க கண்விழித்தாள் நிலா.

விழித்தவள் அய்யோ அத்தை என்று கதறி லெட்சுமியை அணைத்தபடி மாமாக்கு.. மாமாக்கு... என அழுகையாய் சிவாவுக்கு ஆக்சிடெண்ட் ஆகிய விஷயத்தை சொல்லவும், லெட்சுமியும் சேகரனும் பதறி துடித்து போனார்கள். சேகரன் வேகமாய் ரவிக்கு கால் செய்து கேட்க சிவா அனுமதிக்கப்பட்டிருந்த ஆஸ்ப்பிட்டலுக்கு கிளம்பினர் மூவரும் கவலையாகவே.

பாலத்தை ஒட்டியபடி கீழ் இருந்த சாலையில் சீரான வேகத்தில் சிவா பல்சரை செலுத்தி வந்துக்கொண்டிருக்க, இவன் வரும் சாலையும் பாலத்தில் இருந்து இறங்கும் சாலையும் சந்தித்து இணையும் இடத்தில் பாலத்திலிருந்து பயங்கர வேகத்தில் கன்ரோல் இல்லாமல் வந்த கார் சரியாய் சிவாவின் பல்சரில் மோத தூக்கி எறியப்பட்டான் சிவா. அடுத்த சில நிமிடத்தில் கீழே விழுந்து கிடந்த அவனை சுற்றி ரத்தம் நிறைந்தது. சட்டென அடிபட்டு கிடைந்தவனை சுற்றி கூட்டமும் சூழ்ந்தது...

விழுந்து கிடந்து ரத்தம் கொட்ட துடித்து கொண்டிருந்தவனை கண்டு நின்றிருந்த அத்தனை பேரும்.. அய்யோ என்று பரிதாபத்துடன் வேடிக்கை மட்டும் பார்த்தபடி இருக்க.. அங்கிருந்த ஒரு குரல் மட்டும் அய்யோ என கதறி அவனை நெருங்கியது.. அக்குரல் பெரிதாய் கதறி

அழ...

கீழே துடித்தபடி விழி திறந்து கிடந்தவன், ஏதோ பேச முயல.. முடியவில்லை!! சிறு நிமிடத்தில் ஆம்புலன்ஸ் வர அவசரமாய் அவனை ஏற்றிக்கொண்டு மருத்துவமனைக்கு விரைந்தார்கள்.

சிவாவுக்கு, இத்தனை நாளில் படிப்படியாய் நிலாவின் மீது ஒரு புது நேசம், ஏக்கம், ஆசை என எல்லாம் அதிகமாக... ஆபிஸ் வீடு வேலை என எங்கே இருந்தாலும் அவளின் ஞாபகங்கள்தான், அவையே அவனுக்குள் ஏதோ செய்து, தனது பழைய காதல், வலி, காயம், கண்றாவி என யாவும் மறக்க செய்து அவள் மேல்.. அவள் மேல் மட்டும் காதல் கொள்ள செய்தது.

அவளின், நிலாவின் அன்பு அக்கறை அழகு என அனைத்தும் இவனுக்குள் மாற்றத்தை விளைத்திருக்க, இனியும் தன்னவளை விலக்கியிருப்பது கூடாது என முடிவெடுத்திருந்தவன். தன் காதல் மனதை வெளிப்படுத்த வேலையை வேகமாய் முடித்துக்கொண்டு மதுவுடன் மகிழ நண்பர்கள் அழைக்க மறுத்துவிட்டு, மனைவியை தேடி மனம் முரண்ட பல்சரில் வேகமெடுத்திருந்தான். ஏனோ நேரமோ காலமோ தெரியவில்லை இவனை விட்டு இவன் உயிர் பிரிய இப்போது வேகமெடுத்தது.

பெரிய காயங்களுடன் சிவா அவசரப்பிரிவில் அனுமதிக்கப்பட்டிருக்க, தலை கை கால் என அடிபட்டுக் கிடைந்தவனை சுற்றி மருத்துவர்கள் நின்று அவனுக்கு சிகிச்சை அளித்தபடி இருந்தனர். அவனுக்கு நினைவு தப்பி தப்பி வர முனகியபடி கிடந்தான் சிவா. சிகிச்சைக்காக மயக்க மருந்து கொடுத்திருக்க அது மெதுவாய் வேலை செய்ய ஆரம்பித்தது...

மெதுவாய் நினைவை தொலைத்தபடி இருந்தவனுக்கு அவனது அம்மா அப்பா ரவி ஹரி பாக்யா என நெருக்கமான அனைவரும் நினைவாய் வந்து போயினர். அவர்களை நினைத்தபடி இருந்தவனுக்கு நினைவு முழுதுமாய் தப்ப போக..

நிலாவ எங்க என்றவாறு மயக்கத்தை விரட்டி நிலாவை நினைவில் நிறுத்த போராடினான்.. அவளுடனான அத்தனை நிகழ்வுகளும் நினைவில் வர ரணமாய் கிடந்தவனுக்கு அதை தாண்டி உதட்டில் சிறு புன்னகை!! அடுத்த நொடி முழுதும் மயக்கமாகிப்போனான்.

இவனுக்கு இங்கே சிகிச்சை நடந்துக்கொண்டிருக்க அறைக்கு வெளியே, அவனது அப்பா சேகரன் தன் மகனை எண்ணி கவலையாய்

நின்றிருக்க.. சுவரோரமாய் சாய்ந்து அமர்ந்திருந்த லெட்சுமி அமைதியாய் அழுதபடி இருந்தார். கலங்கிய விழிகளாய் இருந்த பாக்யாவின் மடியில் தலைவைத்து அழுது அழுது துவண்டு போய் கிடந்தாள் நிலா. அவனை எண்ணி அலறி துடித்தவள் தன் சக்தி எல்லாம் வற்றி போனவளாய் இப்படி கிடந்தாள், இன்னும் அழுகையுடன். ரவியும் ஹரியும் கலக்கத்தோடு பதட்டமாய்த்தான் நின்றிருந்தனர்.

வெகுநேர அதி தீவிர சிகிச்சைக்கு பின் நார்மல் வார்டிற்கு மாற்றப்பட்டான் சிவா.

எல்லோரும் சிவா படுத்திருந்த கட்டிலைச் சுற்றி நின்றிருந்தனர்.

தலையில் காயம்பட்டிருக்க தையல் இட்டு பெரிதாய் கட்டு சுற்றப்பட்டு.., வலது கை முறிந்திருக்க அந்தக்கையை மடக்கி கட்டுப்போட்டு கழுத்தில் தொங்க விடப்பட்டிருக்க, இன்னும் காலிலும் கையிலும் சிராய்ப்பிற்கு மருந்திட்டிருக்க கண்மூடி மயக்கமாய் கிடந்த சிவாவை கண்ட நிலாவுக்கு அடிவயிறு பதபதைத்து கண்ணீர் பெருக, மாமா மாமா என்று விசும்பியபடி இருந்தாள்.

பயப்படும்படி பெரிதாய் பிரச்சனை எதுவும் இல்லை எனவும் அனைவருக்குள்ளும் சிறு நிம்மதி பரவியிருந்தது. அதை தாண்டி சேகரன் லெட்சுமி உட்பட எல்லோரும் சிவாவை எண்ணியும் அவனை பார்த்து துடித்து அழும் நிலாவை எண்ணியும் கலங்கியபடித்தான் இருந்தனர்.

பின், ரவி ஹரி பாக்யா வீட்டிற்கு கிளம்ப, சேகரன் ஹாஸ்பிட்டல் வராண்டாவில் அமர்ந்து கொண்டார். லெட்சுமியும் நிலாவும் மட்டும் சிவா படுத்திருந்த அறையினுள் இருந்தனர்.

அந்த பெரிய அறையின் நடுவில் போடப்பட்டிருந்த கட்டிலில் சிவா படுத்திருக்க, அதை ஒட்டி போடப்பட்டிருந்த பிளாஸ்டிக் சேரில் அமர்ந்தபடி கட்டிலில் தலைவைத்து சிவாவின் முகத்தையே பிரம்மை பிடித்தவளாய் பார்த்தபடி இருந்தாள் நிலா. அவளது மாமாவை அத்தனை காயத்துடன் பார்த்தவளுக்கு பெரிதாய் வலிக்க மவுனமாய் கண்ணீர் வடித்தபடி இருந்தாள்.

கீழே தரையில் தன் மகனை எண்ணி கவலையாய் படுத்திருந்த லெட்சுமி, நீங்கத்தான் என் புள்ளைக்கு துணையா இருக்கனும் என மனதிற்குள்ளேயே தனது தெய்வங்களை எல்லாம் ரகசியமாய் வேண்டிக்கொண்டிருந்தார்.

நேரம் இரவை தாண்டியிருக்க மயக்கத்தின் பிடியில் இருந்த சிவா, சுய நினைவு முழுமையாய் திரும்பாமல் தெளிவில்லாதவனாய் ஏதோ முனக ஆரம்பித்தான்.

பொட்டு கூட தூங்காது அவனையே விழிவிரித்து பார்த்தபடி இருந்த நிலாவுக்கு, சிவா அசைந்து முனங்குவது தெரிய வேகமாய் நிமிர்ந்து எழுந்தவள், மாமா மாமா.. என்று ஆர்வமாய் அவனை நன்கு நெருங்க,

அவனோ,

சக்தி..ச..த்தி.. ஏ..ய்.. சக்தி.. நீ... என..க்க்கு சக்தி என சிவா சிறிது சிறிதாய் முனகிக் கொண்டிருக்க...

அவன் முனங்களை, அந்த **சக்தி** என்ற வார்த்தையை கேட்ட நிலா புரியாமல் விழிக்க, பின் ஏதோ யோசிக்க துடித்து போனாள்..

மரணத்தின் பிடியில் இருந்து மீண்டு வலியின் வேதனையில் கிடக்கும்போது, சக்தி என பெயர் சொல்லி முனங்க கேட்டவள் உள்ளுக்குள் பெரிதாய் வெடித்துப்போனாள்..

சக்தியா.. யார்??? என ஒருநொடி யோசித்தவளுக்கு ஏதோ நினைவுக்கு வர நொடித்துப்போனாள் நிலா.

சமீப காலத்தில் அவள் வெறுக்கும் பெயர்தான் இந்த **சக்தி**.. அந்த பெயரை தன் கணவன் இந்த நிலையில் முனங்க கேட்டவள் ஏதோ நினைத்து பார்த்தவளுக்கு ஏனோ தன் இதயத்தை யாரோ கத்தியால் குத்தி கிழிப்பது போல் உணர, அய்யோ என்று வேதனைப்பட துடித்துப் போனாள். முனங்கிக்கொண்டிருந்த சிவாவை அழுகும் விழியாய் பார்த்தவளுக்கு அவன் வலியில் முனகித்துடிப்பது தெரிய வேகமாய் வெளியே போயி டியூட்டி நர்ஸை கூட்டி வர ஓடினாள்...

♬♩♪♩ ♩♪♩♬

தெய்வானை சக்களத்தி வள்ளி குறத்தி
நம்ம கதையிலே இருக்குதடி....
தெய்வானை சக்களத்தி வள்ளி குறத்தி
நம்ம கதையிலே இருக்குதடி....
சிங்கார மதுரையின் வெள்ளையம்மா
கதை தினம் தினம் நடக்குதடி
அஹா சிங்கார மதுரையின் வெள்ளையம்மா
கதை தினம் தினம் நடக்குதடி
அடி என்னடி ராக்கம்மா பல்லாக்கு நெளிப்பு

என் நெஞ்சி குலுங்குதடி
சிறு கண்ணாடி மூக்குத்தி மாணிக்க சிவப்பு
மச்சானை இழுக்குதடி
♬ ♩ ♪ ♩ ♩ ♪ ♩ ♬

*

9

எப்.எம்-ல் ஒலித்துக்கொண்டிருந்த சிவாஜி கணேசன் பாடலை கேட்டு ரசித்துக்கொண்டு தனது தூக்கத்தை விரட்டி அமர்ந்திருந்த நர்ஸிடம் பதட்டமாய் வந்த நிலா, சிவா வலியால் துடிப்பதை சொல்லி அவரை அழைக்கவும், இருவருமாய் சிவா இருக்கும் அறையை நோக்கி விரைந்தனர்....

சிவாவை பரிசோதித்துவிட்டு வலிக்கான மருந்தை ஊசி மூலம் செலுத்தவும் மெதுவாய் உறங்க ஆரம்பித்தான் சிவா.

அவன் உறங்கிவிட நிலாதான் வலியில் தவித்து போனாள். அவன் முனங்கிய சக்தி என்ற பெயர் சிந்தையில் ஓட, அந்த பெயரின் நினைவு அவளுக்குள் தோன்றி பெரிதாய் அவளை கொண்று வருத்தியது. சிவாவின் வாயில் இருந்து சக்தி என்ற பெயர் முனகளாய் கேட்கவும்..

அவளுக்கு அன்று ஒரு நாள் ஹரி வீட்டிற்கு சிவா ரவியுடன் சென்றிருந்தபோது, ஹரியும் ரவியும் பேசியது அவசராமாய் நினைவுக்கு வந்தது. அதுதான் இப்போது ஒன்றை எண்ணி துடிக்கவும் வைத்தது.

நிலாவை இயல்பாக்க சிவா, அவளை ஹரி வீட்டிற்கு அழைத்து சென்ற அன்று சிவா நிலா ரவி ஹரி என எல்லோரும் சாப்பிட்டு முடித்து பேசிக்கொண்டிருந்தனர் அப்போது..,

நம்ம வேலை எல்லாம் நேத்தே கம்ப்ளீட்டா முடிஞ்ச்சு.. நேத்தே பார்த்து எல்லாம் ஓக்கேன்னு சொல்லிட்டாங்க நமக்கும் ஃபுள் அமவுண்ட் செட்டில் ஆயிருச்சு, இன்னும் ஒரு பத்து நாள்ல.. என்னமோ கிரகப்பிரவேசம் வைப்பாங்கன்னு நினைக்கிறேன். அன்னைக்கு மட்டும் பார்மாலிட்டிக்கு போயிட்டு வரதுதான் பாக்கி, அதுகூட போக வேணாம் ஆனா கயலுக்கான்டி போற மாதிரி இருக்கும் என்று ரவி சொல்ல..

அவனுக்கு அருகிலேயே சோபாவில் அமர்ந்திருந்த ஹரி, ஆமா.. சொன்னாப்ல அந்த மேக்கப் மேனகை "சக்தி" கயலோட ஃபிரெண்டுல!! அப்ப போயித்தான் ஆகனும் என்று சொல்ல..

உடனே ரவி, ம்ம் ஆமா ரெண்டும் டீப் ப்ரெண்ட்ஸ்தான் ஆனா இப்ப அதுகளே அவ்வளவா பேசுறதில்லைன்னு நினைக்கிறேன் எனவும், என்னவாம் சண்டையா என்றான் ஹரி?

அதற்கு, சண்டைலாம் இல்லை, அந்த சக்தியே இப்ப யார்கூடயும் அவ்வளவா பேசுறது இல்லையாம். அங்க சைட்டுக்கே ஆரம்பத்துல அடிக்கடி வரும் வந்து எதாவது பேசும், இப்ப கொஞ்ச நாளா வரவே இல்லை மாம்ஸ் அந்த பக்கம். இடையில வீடு முழுசா முடியவும் ரெண்டு தடவையோ என்னமோ வந்திச்சுன்னு நினைக்கிறேன். அப்பவும் நான் என்ன ஏதுன்னு கேட்டு பேசுனப்ப கூட சரியா எதும் பேசல.. ஆளே ஒரு மாதிரி டல்லா இருந்துச்சு. மொதலாம் எப்படி பேசும் தெரியுமா.. என்று ரவி சொல்ல..

தெரியும் தெரியும் அது பெரிய வாயிடா!! எனக்கு எப்ப தெரியும்ன்னா..? அன்னைக்கு நீங்க ஊருக்கு போயிருந்தீங்கள கோவிலுக்கு ரெண்டு நாளு, அன்னைக்கு அங்க உன் சைட்டுக்கு நான் போயிருந்தேன்ல, அன்னைக்கு அது.. அந்த சக்தி அங்க வந்துச்சு என சொல்ல ஆரம்பித்த ஹரி, சிவாவை தேட அவன் வெளியே நின்று தொழில் விஷயமாய் யாருடனோ போனில் பேசிக்கொண்டிருக்க அவன் அருகில் இல்லை எனவும் சொல்ல ஆரம்பித்தான்..

அன்னைக்கு..,

அன்று ரவி இல்லாததால் **கயலின் தோழி சக்தியின்** சைட்டிற்கு விசிட் வந்திருந்த ஹரி, அங்கு வேலையாட்கள் மந்தமாய் இருக்க அவர்களை வேகப்படுத்திக் கொண்டிருந்தான். சரியாய் அனைத்தும் நடக்கிறதா என பார்வையிட்டு கொண்டிருக்கையிலேயே அங்கு தனது ஆக்டிவாவில் வந்திறங்கினாள் சக்தி.

ஒரு எதிர்பார்ப்போடு கட்டிடத்தை நெருங்கியவளுக்கு அங்கு ஹரியை காணவும் உற்சாகம் குறைந்து போக என்ன சார் நீங்க இருக்கீங்க..? சிவா சார் வரலையா என அவனிடம் கேட்க...?

என்ன வந்ததும் வராததுமாய் சிவாவை கேட்கிறாள் என்று அவளை புரியாமல் பார்த்தவன், ஏம்மா.. என்னாச்சு என்று ஹரி அவளிடம் வினவவும்..?

உடனே அவள், இல்ல சார்.. ரவி வரலைன்னா சிவாதான.. சாரி, சிவா சார்தான வருவாரு அதான் கேட்டேன் எனவும்,

ஹோ, ரெண்டு பேரும்தான் வெளிய போயிருக்காங்க என ஹரி சொல்லவும், சிவா சாருமா..?? ஊருக்கு போயிருக்காரா..?? என சிறு ஆச்சரியம் கலந்தவளாய் விழிவிரித்தாள் சக்தி.

அவளை பார்த்த ஹரி, ஏன் என்னாச்சு என கேட்க..?

இல்ல கயல் சொல்லியிருந்தா ஊருக்கு போறோம் அப்டின்னு, அப்ப நான் கேட்டதுக்கு.. எங்க சிவா மாமா வரது மேக்சிமம் டவுட்தான் வரமாட்டார்ன்னு சொல்லியிருந்தா அதான் என்றாள் சக்தி.

உடனே ஹரி, ஹோ... என்று ராகம் போடயிலேயே, அங்கிருந்த வேலையாள் ஒருவன் தூக்கிச் சென்றிருந்த செங்கல்களை தவற விட அது கீழ்விழுந்து உடைந்தது. உடனே இன்ஜினீயர் திட்ட போகிறார் என்று செங்கலை கீழே போட்டவன் பதறயிலேயே,

ஏய்.. பார்த்துப்பா, பார்த்து வேலைய பாருங்க இப்படி பன்னா எப்படி..? பட்ஜெட்டை ஏத்திவிட்ருவீங்க போல.. ஏற்கனவே பெயிண்டிங் பட்ஜெட் அதிகமாகும்ன்னு பார்த்தா நீங்க வேற இப்படியா என்று கடியாமல் சிரியாதவனாய் சக்தியை ஒரு பார்வை பார்த்தபடி ஹரி சொல்ல...

வேலையாளையும் பேசும் ஹரியையும் மாறி மாறி பார்த்தபடி இருந்த சக்திக்கு ஏதோ ஞாபகம் வர, அடியே சக்தி இந்தாளு நம்மளதான் ஓடசல் கொடுக்கிறார்ரு என்று எண்ணியவளாய்...

ஹலோ சார் ஆமா.. நீங்கதான் அன்னைக்கு என்னைய கிண்டல் பண்ணீங்களா..? எனக்கு மேக்கப் ஓவர்ரு அதுனால எங்க வீட்டுக்கும் பெயிண்டிங் அதிகமாகும் பட்ஜெட் கூடும்ன்னு அப்படி இப்படின்னு என்று அவள் கேட்க...?

என்னது மேக்கப்பு, பெயிண்டிங்கா.. என எதுவும் தெரியாத மாதிரி நடித்த ஹரி, ஆமா நீ மேக்கப் போடுவியா பார்த்தா அப்படி தெரியலையே என்று அப்பாவி போல் சொல்ல...

நடிக்காதீங்க சார்... நீங்கதான் அன்னைக்கு என் மேக்கப் ஓவர்ன்னு அத வச்சி கமாண்ட் அடிச்சீங்கன்னு எனக்கு தெரியும். அத ரவி கயல்கிட்ட சொல்ல அவ என்கிட்ட சொல்லிட்டா என்று சக்தி சொல்ல,

லேசாய் சிரித்தவன், ஓ.. அன்னைக்கா என்று ஹரி இழுக்க... அன்னைக்குத்தான் என்றாள் சட்டென சக்தி.

உடனே, ஏய் அப்படி சொன்னதுக்கு எதும் கோபமா..? கோபம்ன்னா சாரிப்பா..!! என வருத்தமானவனை போல் ஹரி சொல்லயிலேயே, கோபம்லாம் ஒன்னும் இல்லை என்றாள் சக்தி.

ஆமா.. ஆமா.. இதுல கோபப்பட ஒன்னுமில்ல.. நான் எதும் தப்பா சொல்லலைல கரெக்டாதானா சொல்லியிருக்கேன் என்று சிரியாதவனாய் ஹரி சொல்ல அவன் கிண்டல் புரிந்தவளாய் சிறு சீற்றத்துடன் அவனை பார்த்தாள் சக்தி.

பாரு.. இன்னைக்கு கூட அன்னைக்க விட அதிகமா மேக்கப் போட்ருக்க மாதிரி இருக்கு என்று ஹரி மேலும் அவளை கேலி செய்பவனாய் சொல்லவும்,

உடனே, ஆமா.. ஆமா.. கரெக்டா கண்டுபிடிச்சிட்டீங்க அதான் இன்ஜினீயர் போல என்று சக்தி சொல்ல..

பின்ன.. உங்கப்பா வேற சக்திக்குள்ள பன்னனும், காசு கைய பிடிக்காம தன் சக்திக்குள்ள வீட்டை கட்டனும்ன்னாரு. ஆனா அவரு பொண்ணு சக்தி-ய பார்த்தா கஷ்டம் போல அதான் பட்ஜெட்டை எங்க எறக்கணும் எங்க ஏத்தனும்ன்னு இன்ஜினீயரா அனலைஸ் பண்ணி வச்சிருக்கோம். என்ன சொல்ற? என்று விடாமல் ஹரியும் கிண்டலாய் பேச..

சக்தி.. இந்தாளு நம்மள ரொம்ப சீன்றாருடி. எதாவது பன்னனுமே.. என்று எண்ணியவள், கரெக்ட் கரெக்ட் சூப்பர். இன்ஜினியர்னா இன்ஜினியர்தான் என்றவள், இன்னைக்கு இவ்வளவு மேக்கப் போட்டுட்டு வந்து என்ன? ஒரு யூஸூம் இல்லாம போச்சு என்று சலித்தவளாய் சக்தி சொல்லவும்,

ஹோ..ஹோ.. அப்ப மேக்கப் போடுறதுக்கு ரீசன்லாம் இருக்கா..? ஆமா எதுக்கு இன்னைக்கு இந்த ஓவர் டோஸ் என்று ஹரி கேட்க?

அத சொல்லி என்ன ஆகப் போகுது, ஹீரோ இருப்பார்ன்னு வந்தேன் பார்த்தா ஹீரோ ப்ரெண்டுதான் இருக்காரு என்ன பன்ன என்று சக்தி சொல்ல..

ஹோ.. அப்ப மேடம் ஹீரோயினியா என்றான் ஹரி??

ஏன் பார்த்தா தெரியலையா..? என அவள் கேட்கவும், யோசிப்பதை போல் ஹரி பாவனை செய்ய..

ஹலோ ரொம்ப யோசிக்காதீங்க, என்ன பார்க்க பார்க்க தெரியும் என்றாள் சக்தி.

உடனே ஹரி, அப்படியா என கேட்க..? ஆம் என்று தலையசைத்து ஆமோதித்தவளாய், அவர் இருந்திருந்தா இன்னியாரம் இப்படி வெட்டி பேச்சு பேசாம வந்த விசயத்தை சொல்லியிருப்பேன், அது எப்படியோ இருந்திருக்கும்.. என்று கண்களில் கனவு மின்ன பேசிய சக்தி, நல்லா-தான் இருந்திருக்கும் ஆனா இவருல வந்து நிக்கிறாரு.. என்ன பன்ன என்று மனதிற்குள் நினைத்தவளாய் வருத்தம் காட்டி பெருமூச்சு விட்டு நின்றாள்,

எத? என்ன சொல்லியிருப்ப? அது எப்படி இருந்திருக்கும்..? என புரியாதவனாய் ஹரி கேட்க?

எதையா..? அதத்தான் லவ்வ!! அவர்ட்ட ஐ.லவ்.யூனு சொல்லியி-ருப்பேன் என்று வெட்கம் காட்டி சக்தி சொல்ல, என்னது!!?? என்றான் அதிர்ந்தவனாய் ஹரி.

ம்ம் ஆமா... ஐ.லவ்.யூனு சொல்லியிருப்பேன் என்று அழுத்தமாய் மீண்டும் சொல்லிவிட்டு அமைதியாய் அதிர்ந்திருந்த ஹரியை சில நொடிகள் பார்த்த சக்தி,

ஹலோ.. சார் மூச்சு விடுங்க ஏன் இவ்வளவு ஷாக் என்றவள், அவர்கிட்ட இப்படி சொல்லி உங்கள மாதிரி அவரும் எப்படி ரியாக்ட் பன்றாருன்னு பார்த்துட்டு ஏப்ரல் ஃபூல்னு சொல்லலாம்ன்னு இருந்தேன் என்று குறும்பாய் சொல்லிவிட்டு எதையோ சாதித்தவளாய் சக்தி சிரிக்க...

அவளையே புரியாமல் பார்த்திருந்த ஹரி, என்ன ஏப்ரல் ஃபூலா என்று கேட்கவும்..?

ஆமா.. இன்னைக்கு ஏப்ரல் ஃபர்ஸ்ட் இது தெரியலையா..? என்-றவள், அங்க பாருங்க என்று கை நீட்டி அவனுக்கு பின் திசையை காட்ட அவன் திரும்பி பார்த்து அங்கு ஒன்றுமில்லை எனவும் இவளை பார்க்க, ஏப்ரல் ஃபூல் என்றாள் சிறுமியாய் சிரித்தபடி. அடுத்து, என்ன செம பல்ப்பா.. என்று அவனிடம் கேட்க...?

இதை நீ அவன்ட பன்னிருக்கணும் உன் கண்ணம் மேக்கப் போடா-மலேயே சிவந்திருக்கும் என்று மனதிற்குள் நினைத்தவனாய் ஹரி அமைதியாய் நிற்கவே, சரி அதைவிடுங்க எங்கப்பா எங்க என்றாள் சக்தி அவனிடம்.

தெரியல.. இந்தா பக்கத்துல போயிட்டு வந்திட்றேன்னு சொல்லிட்டு போனாப்ள என்று ஹரி சொல்லயிலேயே, அவளது அப்பா அங்கு

பைக்கில் வந்துகொண்டிருந்தார்.

அவள் தன் அப்பாவை கவனிக்கவும், ஓகே சார் உங்கள அப்பறம் பார்க்கிறேன் என்றுவிட்டு நகர போனவள், சார் இதை சிவா சார்கிட்ட சொல்லிராதீங்க.. நான் தான் சொல்லனும் என கண்ணடித்துவிட்டு போனாள் சக்தி.

போகும் அவளையே சிறிது குழப்பமாய் பார்த்தபடி நின்றான் ஹரி.

என அன்றைய நாளில் சக்தியுடன் நடந்த நிகழ்வை இப்போது ரவி-யிடம் சொன்ன ஹரி..

இதை மட்டும் அது சிவாக்கிட்ட சொல்லியிருக்கனும் மூஞ்சி சிவந்-துதான் போயிருக்கும் என்று சொல்லி லேசாய் சிரிக்க... ரவியும் சிரித்-தான்.

ஆனால், அவர்கள் பேச்சை கவனித்தப்படி அருகில் அமர்ந்திருந்த நிலாவுக்குதான், தனக்கு யார் என்றே தெரியாத அந்த சக்தி மேல் கோபம் கோபமாய் வந்தது. சிவாவிடம் லவ் சொல்லியிருப்பேன் என அவள் சொன்னதாய் ஹரி சொல்லியதில் அந்த சக்தி மேல் ஆத்திரம் வர மனதிற்குள்ளேயே அவளை கருவியபடி இருந்தாள். சிவாவின் மேல் தன் கணவன் மேல் காதல் கொண்ட அவளின் பொசசிவ் மனதால் அதை தாங்கி கொள்ள முடியவில்லை, உள்ளுக்குள் அந்த சக்தியை நினைத்து புகைந்தபடியே இருந்தாள் நிலா.

ஆனா மாம்ஸ் இப்ப நீ அந்த சக்திய பாத்தேன்னு வச்சுக்க அதுவா இதுன்னு கேப்ப அப்படி இருக்கு என ரவி சொல்லிக் கொண்டிருக்கை-யிலேயே, போன் பேசி முடித்துவிட்டு வந்த சிவா வேலை சம்பந்தமாய் சொல்ல மூவரும் அது பற்றி பேச ஆரம்பித்திருந்தனர்.

பின் அடுத்து வேறு சில விஷயங்கள் ஜாலியாய் பேச நிலாவும் அதை அந்த சக்தியை அப்போது மறந்து இயல்பாகியிருந்தாள்.

ஆனால் இன்று மீண்டும் அந்தப்பெயரை கேட்கவும் அதுவும் சிவாவே அதை சக்தி என முனகவும் ஏனோ அந்த சக்தியின் ஞாபகம் மின்னலாய் தோன்றவே துடித்து போனாள்...

ஏனோ சிவாவையும் அந்த முகம் தெரியா சக்தியையும் அவள் மூளை இணைத்து பார்த்து யோசிக்க..

அன்று ஒருநாள் சிவாவின் போனிற்கு வந்த அந்த (S.S) எஸ்.எஸ் அழைப்பில் கேட்ட பெண் குரல் சக்தியாக இருக்குமோ..!?? அந்த எஸ்.எஸ்-க்கான அர்த்தம் சிவா(S) சக்தி(S)-யா..???

அய்யோ, அன்று துணிக்கடைக்கு போய்விட்டு வரும்போது ரோட்டில் சிவா ஒருவளுடன் அந்த சிவப்பு சுடிதார்க்காரியுடன் பேசிக்கொண்டிருந்தாரே அவள்தான் சக்தியா..?? என அவளது மூளை தனக்குள் இருந்த காட்சிகளையெல்லாம் ஒன்று சேர்த்து ஒருவாறு ஒரு சேதி சொல்ல உடைந்துப்போனாள் நிலா.

தன் மாமா வேறு ஒரு பெண்ணுடன் தொடர்பில் இருக்கிறாரா..? என்று யோசிக்கையிலேயே தன் உயிர் போய் விடக்கூடாதா என்று எண்ணி துடித்தாள்!!! அவளுக்கு அய்யோ என்று இருக்க அழுதபடி கிடந்தாள். இப்போதுதான் தன் மாமாவுடன் நெருக்கமாகிறோம் என்று நினைத்தவளுக்கு, அவன் முனங்கிய சக்தி, அதனால் தன் மூளை சொன்ன செய்தி என எல்லாம் சேர்ந்து அவளது மனதை உடைத்து நொறுக்க.. துடி துடித்தாள்.

காலையில் ரவி தனது அப்பா அம்மா நிலாவிற்கு உணவுடன் மருத்துவமனைக்கு வந்திருக்க அவனுடன் பாக்யாவும் ராஜும் வந்திருந்தனர். எவ்வளவு சொல்லியும் நிலா சாப்பிட மறுத்துவிட்டு அந்த அறையில் கிடந்த மர பெஞ்சிள் சுவற்றில் சாய்ந்து அமர்ந்தபடி எங்கேயோ வெறித்துக் கொண்டிருந்தாள் வேதனை சுமந்த முகமாய்..

பிறகு, ஹரியும் சுபாவும் வர அங்கிருந்த நிலாவை கண்ட சுபா கவலையாகி அவளை அணைத்துக்கொள்ள அதுவரை மவுணமாய் அழுத நிலா, சுபாக்கா சுபாக்கா என விசும்பி அழ ஆரம்பித்தாள்..

சிவாவை பார்த்துதான் இப்படி பெரிதாய் அழுகிறாள் என்று நினைத்தவளாய் நிலாவை தாங்கி அணைத்தபடியே அந்த அறையை விட்டு வெளியே அழைத்து வந்தாள் சுபா.

ஏய்.. நிலா என்னடா..? ஏன் இவ்வளவு அழுகை அதான் உன் சிவா மாமாக்கு ஒன்னும் இல்லைல, இன்னும் கொஞ்ச நேரத்துல முழிச்சுருவாரு.. உன் மாமா முழிக்கயில நீ இப்படி அழுதுக்கிட்டு இருக்கலாமா என விசும்பிய நிலாவை அணைத்தபடி சுபா ஆறுதலாய் பேச..

எக்கா.. மா...ம்.. மாமா... என்று ஆரம்பித்த நிலா, சிவா சக்தி என பெயர் சொல்லி முனகியது, அந்த எஸ்.எஸ் காலிங், ரோட்டில் ஒருத்தியுடன் பார்த்தது என எல்லாவற்றையும் அழுகையாய் சொல்லி துடிக்க..

அவள் சொல்வதை கேட்ட சுபா, அதிர்ந்தவளாய் அமர்ந்திருந்தாள். நிலா சொல்வதை பார்த்தால் சிவா, சக்தி என்ற பெண்ணுடன் தொடர்-

பில் இருப்பது போல சுபாவுக்கு தோன்ற சிவா அப்படி பட்டவரா என யோசிக்கவும் செய்தாள். அமைதியாய் இருந்த சுபாவை பார்த்தபடி இருந்த நிலா, எக்கா அப்ப என் மாமா எனக்கு இல்லையாக்கா.. என்று அழுபவளாய் கேட்க...???

வேகமாய் அவளை அணைத்துக்கொண்ட சுபா, ஏய் லூசு உன் மாமா உனக்குத்தாண்டி. யார் வந்தாலும் உன் மாமா உனக்குத்தாண்டி என்று சொல்ல..

தேம்பி அழுதவள், ஆனா மாமா.. அந்த சக்திய என்று ஏதோ நிலா செல்ல வர, அவளை தடுத்தவளாய் ஏய் எதுவும் சொல்லாத உன் மாமா உனக்குத்தான். நீ உன் மாமாவ லவ் பன்றதான சொல்லு.? லவ் பன்றதான..? என்று சுபா கேட்க..?

ஆம் என்பதாய் நிலா தலையசைக்கவும், அப்பறம் என்ன உன் மாமா உன் புருஷன் உனக்குத்தான் என்ற சுபா, அன்னைக்கே நீ லவ் பன்ற விஷயத்தை சிவாக்கிட்ட சொல்லியிருக்கனும். அவர்தான் கேட்ருக்கார்ல நீ யாரையும் லவ் பன்னியான்னு..? மாமா உங்களாதான் லவ் பன்னேன்னு சொல்லியிருந்தா இப்படி அழுது இருக்க தேவை இருந்திருக்காதோ என்னவோ என சுபா பேசிக்கொண்டிருக்க..

அப்போது அங்கு அவர்கள் அருகில் வந்த ஹரி, சுபா.. இந்தா இந்த ஜூஸ்ஸ நிலாக்கு குடு. இன்னும் எதுவும் சாப்பிடாம இருக்காம் என்று ஜூஸை சுபாவிடம் நீட்ட,

அதை வாங்கி, நிலா.. இந்தா என சுபா அவளிடம் கொடுக்க வேண்டாம் என்றாள் நிலா.

நிலா.. என்னம்மா? சிவாக்கு ஒன்னும் இல்லை இப்ப அவன் முழிச்சுருவான் டாக்டர் சொல்லிருக்காரு. நீ அழாம ஜூஸை குடி என்று ஹரி சொல்ல, பின் சுபாவும் ஏதோ சொல்லி ஜூஸை அவள் வாயருகே எடுத்துச்செல்ல பெயருக்கு சிறிது குடித்தவள் போதும் என்றுவிட்டாள்.

குழம்பி புலம்பி தவிக்கும் நிலாவை பார்த்த சுபா, அவள் தன்னிடம் சொன்னதை அனைத்தையும் தன் கணவன் ஹரியிடம் சொல்ல, அவன் நிலாவுக்கு சமமாய் அதிர்ந்து போனான்.

இவர்களைப்போல் சிவாவையும் சக்தியையும் நினைத்து அல்ல!!! சிவாவையும் நிலாவையும் நினைத்துதான் அதிர்ச்சியாகினான்!!! இருவரும் இத்தனை நாட்களாய் சேர்ந்து வாழவில்லையா..?? தன் நண்பன் இத்தனை நாளாய் சந்தோசமாய் இருக்கிறான் என்று நினைத்தோமே

முன்பு போல் நடித்துக்கொண்டுதான் இருந்தானா..?? இன்னும் பழைய வலியில் துடித்து கொண்டுதான் இருக்கிறானா என்று யோசித்து அதிர்ந்து போயிருந்தான் ஹரி.

ஆனால் சக்தி என்ற புது செய்தி முழுதும் புரியாமல் இருந்தது. இந்த நிலையிலும் சிவா, சக்தி என முனகியிருப்பது தீவிரமானது என்று புரிந்தவனுக்கு, ஏனோ இவர்கள் சிவாவையும் சக்தியையும் இணைத்து சொல்வதை அப்படியெல்லாம் இருக்காது என்று சொல்ல முழுதாய் இயலவில்லை அவன் உயிர் நண்பன் ஆன இவனுக்கே.

சிவாவும் சக்தியுமா..!? இது என்ன எப்படி என யோசித்தவன் தன் மூளையை கசக்கி தன் நினைவுகளை தனக்குள்ளே காட்சி படுத்த ஆரம்பித்தான் ஹரி.

தங்களுக்கு சக்தி, கயலின் தோழி என ரவியால் அறிமுகமாகியது-தான் என்றெண்ணியவனின் நினைவில் அந்த சக்தியை முதல் முறை பார்த்த நாள் ஞாபகமாய் வந்தது.

அன்று ஒருநாள் தனது ஆபிஸில் சிவா கம்ப்யூட்டரில் ஒரு கட்-டிடத்திற்கான வரைபடத்தை வரைந்துக்கொண்டிருக்க அப்போது அந்த அறையின் கண்ணாடி கதவை திறந்துக்கொண்டு உள் நுழைந்தாள் சக்தி.

அதிக வேலைப்பாடுகள் நிறைந்த வெள்ளை நிற டைட் சுடிதாரில் கூந்தலை பின்னல் போடாமல் லூசாக விட்டிருக்க, காதுகளில் இருந்த ஜிமிக்கிகள் ஆட, முகத்தில் ஒரு கவர்ச்சி புன்னகையுடன் கண்ணை குளிரச்செய்யும் அழகும் வடிவமுமாய் உள்ளே வந்தவளை, கம்ப்யூட்டர் திரையில் கவனமாய் இருந்த சிவா நிமிர்ந்து பார்க்க.. இவன் அல்லாது மீதமிருந்த ஹரியும் ரவியும் அவளையே பார்த்தனர்.

வந்தவளை, வா சக்தி என்று சிறு சிரிப்புடன் ரவி வரவேற்கையி-லேயே அவளுக்கு பின்னாலே அவள் அப்பாவும் அறையினுள் நுழைந்-தார்.

அவர்கள் கேட்டிருந்தபடி புது வீட்டிற்கான பிளான் அமைத்திருக்க, அதை அவர்களிடம் விவரித்து சொன்ன சிவா. பிளான் உங்களுக்கு ஓகே தான..!? நீங்க கேட்ட எல்லாம் கவர் ஆயிருச்சுல என்று கேட்க...?

தாங்கள் கேட்டபடி ஐந்து செண்டில் ரெண்டு ப்ளோர் வீடு இன்சைட் ஸ்டெர்கேஸ் உடன் வாஸ்து படி அறை தேர்வு என எல்லாம் சரியாய் நிறைவாய் இருந்த பிளானை பார்த்தவர்களுக்கு பிடித்து போயிருக்கவே,

ம்ம் ரொம்ப நல்லாயிருக்குங்க தம்பி.. எனக்கு பிடிச்சிருக்கு. சக்தி உனக்கும்மா என்று சக்தியின் அப்பா கேட்க?

ம்ம் எனக்கும் பிடிச்சிருக்குப்பா என்று சிவாவை பார்த்தபடி சக்தி சொல்ல அவளையும் அவள் அப்பாவையும் பார்த்திருந்த சிவா, பின் வேலை சம்பந்தமான விஷயங்களை சொல்லி பேசிவிட்டு, நீங்க சொன்ன டேட்லயே ஆரம்பிச்சிரலாம் சார் என்று சொல்ல..

ம்ம்.. ரொம்ப நல்லதுங்க தம்பி என்றுவிட்டு சக்தியின் அப்பா எழுந்துகொள்ள, சக்தியும் எழுந்தவள் ரவியிடம், பாய் ரவி என்று சொல்லிவிட்டு சிவாவிடமும் ஹரியிடமும் வரேன் சார் என்பதாய் தலையசைத்து விட்டு கிளம்பினாள்.

அவள் வெளியே போகவும் ரவியிடம், டேய் பார்த்து ப்ராஜெக்டை டேக் ஆன் பன்னு. வீட்டுக்கு பெயிண்டிங் பட்ஜெட்தான் எகிறும் போலடா என்று ஹரி சொல்ல..

என்ன மாம்ஸ் புரியல என்பதாய் ரவி முழிக்க, பார்த்தல ஆள, மூஞ்சிக்கே எவ்வளவு பெயிண்ட் அடிச்சு வச்சிருக்குன்னு? என்று, சக்தி தன் அழகான புருவத்தை மை தீட்டி மேலும் அழகாக்கியிருக்க, தனது சிவந்த உதடுகளில் பளபளக்கும் ஆயில் பூசி கவர்ச்சி ஆக்கியிருக்க.. சருமத்தை பொலிவேற்ற பேஸ் க்ரீம் அப்ளை செய்திருக்க, அதை பெயிண்ட் என குறிப்பிட்டு ஹரி கேலியாய் சொல்லவும்

அதை புரிந்தவனாய் ரவி சிரிக்க, இவர்களை பார்த்துக்கொண்டிருந்த சிவா லேசான புன்முறுவலுடன் டேய் வேலைய பாருங்கடா என்று சொல்லயிலேயே.. மீண்டும் கதவை திறந்துகொண்டு வந்தாள் சக்தி.

அவளை கண்ட மூவரும் அமைதியாகிட, வந்தவள் ரவியிடம், ரவி வீட்டு பிளானை மட்டும் எனக்கு மெயில் பன்னிட்ரீங்களா!? அம்மாக்கு காட்ட என்று சொல்ல..

ம்ம்.. மெயில் ஐ.டி சொல்லு அனுப்பிட்றோம் என்று ஐடியை அவளிடம் கேட்டு வாங்கிக்கொள்ள மீண்டும் மூவரிடமும் விடைபெற்றுக்கொண்டு கிளம்பினாள் சக்தி.

இதுதான் அவளை அந்த சக்தியை முதன் முறை சந்தித்த நேரம் இதற்கடுத்து, அவர்கள் சொன்ன தேதியில் **எஸ்.ஆர்.எச் கன்ஸ்ட்ரக்ஸன்** சார்பில் ரவியின் தலைமையில் சக்தியின் வீட்டிற்கான துவக்க பூஜை நாள் அன்றுதான் அவளை பார்த்தது.

பூஜை நாள் அன்று ஹரி சொன்னது போல் பெயிண்டிங் பட்ஜெட் எகிறத்தான் போகிறது என்பதற்கு சான்றாய் மேக்கப்பை அள்ளி தீட்டி தீயாய் வந்திருந்தாள் சக்தி.

அவளது ட்ரெண்டிங் லுக் வேற பார்ப்போரை கிறங்கடிக்க அன்றைய நாள் அவளை பார்க்கும் இளவட்டங்கள் இவள் என் 'டைவா' என்று சொல்லுமளவுக்கு மெழுகாய் வந்தாள். பூஜை செய்து கொண்டிருந்த அய்யரே கூட இவளை போலவே இவ்வீடும் அழகாய் எழும்பட்டும் என மந்திரம் சொல்லியிருந்தாலும் அதில் ஆச்சரியம் இல்லை!!!

அப்படி பூஜையுடன் தொடங்கிய அந்த வீட்டு வேலை ஆரம்பித்த மறாவது வாரம், கட்டும்பணி நடந்துகொண்டிருக்கும் சக்தி வீட்டின் நேர் பின்னால் உள்ள வீட்டுக்காரர், பொது பாதையை ஆக்கிரமித்து வீடு கட்டுகிறீர்கள் என வெட்டி பஞ்சாயத்து பேச ரவி, சிவாக்கும் ஹரிக்கும் போன் செய்திருந்தான்.

சக்தி வீட்டு பத்திரம் படி அனைத்தும் சரியாய் இருக்க பின்னால் உள்ள வீட்டுக்காரன் அவனுக்கு இத்தனை நாள் காலியாய் இருந்த இடம் தன் வாகனங்களை நிறுத்த அதில் வந்து போக வசதியாய் இருந்திருக்க இப்போது இவர்கள் வீடு கட்ட அந்த வசதி இல்லாமல் போய்விடும் என சண்டையாய் பேச..

வேற வேலையே இல்லடா எங்க வீடு கட்டினாலும் இப்படி ஒருத்தன் கரெக்டா கிளம்பி வர்றான் த்தா.. எங்க இருந்துதான் இப்படி வரான்களோ என்று எரிச்சல் ஆன சிவா பேச்சு நடக்கும் இடத்தில் இருந்து ஒதுங்கி கட்டிடத்தின் எலிவேசனை பார்வையிட்டு கொண்டிருந்தான்..

தனது அப்பா அந்த பஞ்சாயத்து பன்னும் ஆளுடன் வாதிட்டு இருக்க அங்கிருந்து நகர்ந்து சிவாவின் அருகே வந்த சக்தி, எழ ஆரம்பிக்கும் கட்டிடத்தின் அமைப்பை காட்டி, சார்.. இங்கதான மாஸ்டர் பெட் ரூம், இது ஹால் இங்கதான கிச்சன் என பிளான் டயக்ராமில் பார்த்து புரிந்து கொண்டவளாய் கேட்க...?

அவள் கேட்டதற்கு ம்ம் எஸ் என்ற சிவா, பரவாயில்லையே ட்ராயிங் நல்லா அன்டெர்ஸ்டண்ட் பண்ணிருக்கீங்க என்று சொல்ல..

உடனே, தன்னை பெருமையாக நினைத்துக் கொண்டவள், ஆனா இது இங்க என்னன்னு தெரியல என்று கட்டிடத்தின் ஒரு இடத்தை காட்டி சக்தி கேட்க?

அந்த இடம் ஸ்டெர்கேஸ் ஸ்பேஸ் என சொன்னவன் முழு இடத்தையும் சுட்டி காட்டி மொத்தமாய் விளக்கினான், பின், ம்ம் இப்ப ஓ.கேவா.. இல்ல எதுவும் டவுட்டா என்று சிவா கேட்கவும்?

ம்ம்.., இல்ல சார் எல்லாம் ஓகே என்றாள் சக்தி. அடுத்து சிவா அங்கிருந்து நகர போகையில், சார்.. ஒரு நிமிஷம் என்று அவனை சக்தி அழைக்க, உடனே நின்று திரும்பிய சிவா அவளிடம் என்ன என்பதாய் தலையைத்து கேட்க..?

சாரி சார்.. அன்னைக்கு அந்த ஆக்சிடெண்டுக்கு என நெளிந்தவாறு, அன்று நீயூ இயர் அன்றைக்கு அவன் பைக்கில் கயலுடன் சென்று மோதிய நிகழ்வுக்கு இன்று சக்தி சாரி சொல்ல..

ம்ம்.. இருக்கட்டும் அது தெரியாம நடந்ததுதான.. ஃபிரியா இருங்க கயலையும் ஃபிரியா இருக்க சொல்லுங்க என்றான் சிவா அவளை பார்த்தவாறு.

சிவாவின் சகஜமான பேச்சு சக்தியை இலகுவாக்கவும், நம்மளோட மீட்டிங்கும் சரி.. இந்த இயர்ரோட ஸ்டார்டிங்கும் சரி மோதல்ல ஆரம்பிச்சிருக்கு எப்படி போகப்போதோ என்று சக்தி பேச கேட்டிருந்த சிவாவை என இருவரும் பேசுவதை தூரத்தில் இருந்து கவனித்தவனாய் இருந்த ஹரி, இவன் என்ன அந்த மேக்கப் கிட்ட இவ்வள நேரம் பேசிக்கிட்டு இருக்கான் என யோசித்தவன், அவனை அழைக்க அங்கிருந்து இவனை நோக்கி வந்தான் சிவா.

சிவா வரவும் அவனிடம் என்ன மச்சி என்ன சொல்லுது அது என்று ஹரி கேட்க..?

அது ஒன்னுமில்ல மச்சி சும்மா என்றவன், பஞ்சாயத்து பற்றி கேட்கவும் அது முடிந்தது என சொல்லி அது பற்றி பேச ஆரம்பித்தனர்.

அதை, அந்த நிகழ்வுகளை இப்போது ஹாஸ்ப்பிட்டல் வராண்டாவில் இருந்த சேரில் அமர்ந்து நினைத்து பார்த்த ஹரி, நிலாவும் சுபாவும் சொன்னது போல் இருக்க கூடுமோ என முதன் முதலாய் தன் நண்பனை சந்தேகித்தான். அன்னைக்கு அவ்வளவு நேரம் அவளுடன் பேசியிருக்க என்ன என்று கேட்டபோது சிவா ஒன்றுமில்லை என்று சொல்லியிருந்தது ஏனோ மழுப்பியது போல் தோன்றியது ஹரிக்கு இப்போது. இடையில் சில முறை சிவா அங்கு சக்தி சைட்டிற்கு போனது நினைவுக்கு வர அப்ப ஏதோ இருக்கு என்று யோசித்தான். அதுவும் அந்த சக்தி, சிவாவிடம் லவ் சொல்லியிருப்பேன் அத சொல்ல வந்தேன் என்று

அன்று சொன்னது இன்று ஏனோ சீரியசாய் தோன்றியது இவனுக்கு.

உடனே, மருத்துவமனையை விட்டு வெளியே வந்த ஹரி நேராய் அருகில் இருந்த டீ கடைக்கு சென்று சிகெரெட்டை வாங்கி யோசனையாய் புகைக்க அவனுக்கு இப்போது வேறொன்று நினைவுக்கு வர இதயத்துடிப்பு பன்மடங்கு அதிகரித்துப்போனது.

சிவாவின் கல்யாணத்தன்று சக்தி வராமல் அவள் அப்பா மட்டும் வந்திருக்க, கயலிடம் சக்தி ஏன் வரவில்லை என கேட்ட போது..?

சக்தியின் காதலனுக்கு இன்று கல்யாணமாம், தன் காதல் தோல்வியில் மனம் உடைந்துப்போய் இருக்கிறாள் என்று கயல் அன்று சொன்னது இப்போது நினைவுக்கு வர எல்லா புள்ளிகளும் சரியாய் இணைவது போல இருக்க ஹரி அதிர்ந்துதான் போனான்.

நிலாவை போல் இப்போது ஹரிக்கும், தனது மூளை சேமித்து வைத்திருந்த காட்சிகளை எல்லாம் கோர்வையாய் ஒன்று சேர்க்க, ஏதோ பிடிபட்டது போல் உணர்ந்தான்.

முழு சிகெரெட்டையும் யோசனையாய் அடித்து முடித்தவனுக்கு, இது பற்றி கயலிடம் கேட்டால் மொத்தமோ!? மீதியோ!? தெரிந்துவிடும் என்று தோன்ற.. கயலிடம் சக்தியின் காதல் பற்றி பேச வேண்டும் என முடிவெடுத்தான்.

கும்பிட போன தெய்வம் குறுக்கே வந்தது என்ற சொல்லுக்கு பொருத்தமாய், கயல் அங்கு தனது அம்மா அப்பாவுடன் சிவாவை பார்க்க மருத்துவமனைக்குள் நுழைந்து கொண்டிருந்தாள். அவளை கண்ட ஹரிக்குள் சிறு வேகம் வர வேகமாய் அவனும் மருத்துவ மனைக்குள் நுழைந்தான்.

*

அடிபட்டு கிடக்கும் சிவாவையும் அழுதபடி இருக்கும் நிலாவையும் கண்டு கவலையுற்று இருந்த கயலிடம், சிவாவை பற்றி அவளை பற்றி என மேம்போக்காய் சில விஷயங்கள் பேசிய ஹரி மெதுவாய் சக்தியை பற்றி கேட்க ஆரம்பித்தான்..

அப்பறம், உன் ஃபிரெண்டு சக்திக்கு, வீடு பிடிச்சிருக்காம்மா..? எதும் சொல்லுச்சா உன்கிட்ட என்று கேட்க..?

ம்ம், அதுலாம் சூப்பரா இருக்காம், அந்த புது வீட்டுக்கு போனதுல இருந்து அவளே இப்ப கொஞ்சம் நார்மல் ஆகியிருக்கா என்றாள் கயல்.

ச்சே.. நல்லா துறு துறுன்னு இருந்த பொண்ணு, ரவி அது சூசைட் பண்ண ட்ரை பன்னுச்சுன்னு சொன்னப்ப எனக்கு உண்மையிலே கஷ்டமா போச்சுமா என்று உண்மையாய் வருந்தியவனாய் ஹரி சொல்ல..

தன் தோழி சக்தியை நினைத்து சோகமான கயல், ஆனா இப்ப கொஞ்சம் நார்மல் ஆயிட்டாண்ணே என்றாள்.

ம்ம், ஆமா.. யாரு அந்த பையன் என்று மொட்டையாய் ஹரி கேட்க? புரியாமல் பார்த்த கயலிடம், அதாம்மா சக்தி லவ் பன்ன பையன் என்று தெளிவாய் கேட்டான்...!?

தெரியலண்ணே!! எனக்கே அது யாருன்னு என்று கயல் சொல்லவும்..

நம்பாதவனாய் அவளை பார்த்தவன், என்ன கயல் உனக்கு தெரியாதுன்னு சொல்ற, உன் பெஸ்ட் ப்ரெண்ட் உனக்கு தெரியாமையா இருக்கும் என்றான் ஹரி?

உடனே, அண்ணே உண்மையிலேயே எனக்கு அது யாருன்னு தெரியாது. ஆனா உங்கள மாதிரிதான் எங்க ப்ரெண்டுகளும் என்ன நம்பல, இதபத்தி நாங்க அன்னைக்கு அவக்கிட்ட கேட்டப்பவும் அவ சொல்லல என்று கயல் சொல்ல, என்னைக்கு என கேட்டன் ஹரி?

அன்னைக்கு பைனல் செம் எக்ஸாம் ஹால் டிக்கெட் வாங்க காலேஜுக்கு போயிருந்தோம் அன்னைக்குத்தான் என்ற கயல் அன்றைய நிகழ்வை சொல்ல ஆரம்பித்தாள்...

காலேஜில் தங்களது டிபார்ட்மெண்ட் சென்று தங்களுக்கான எக்ஸாம் ஹால் டிக்கெட்டை வாங்கிய சக்தியும் கயலும், ஸ்டடி ஹாலிடே என்பதால் வீட்டில் இருந்தவர்கள் சிறிது நாட்களுக்கு பின் நேரில் சந்திக்கும் தங்கள் தோழிகளுடன் காலேஜ் கேண்டியனில் அமர்ந்து நொறுக்கு தீனிகளை அசைபோட்டபடி அரட்டை அடிக்க ஆரம்பித்திருந்தனர்..

ஏய்.. சக்தி என்னடி வர வர லவ் சாங்ஸா ஸ்டேட்டஸ் வைக்கிர என்னவாம்..? என சக்தியிடம் அவள் தோழி அபர்னா கேட்க..?

உடனே, ஏய் என்னடி ஒரு சாங் ஸ்டேட்டஸ்ஸா வைக்க கூடாதா..? என்னா என்னான்றீங்க.. என சலிப்பாய் சக்தி பேசவும்..

ம்ம்.. சாங் வைக்கிறது தப்பில்லை. நீ புதுசா வைக்கிற.. அதுவும் எல்லாம் லவ் சாங்ஸ்.. என்று அவள் தோழி அபர்னா சொல்ல.

ஏய் பாட்ட. விடு அதோட எஸ்.எஸ் ன்னு (S.S) ரெண்டு லெட்டர் வேற வைக்கிறாடி அதை சொல்லு என இன்னொரு தோழி ரேணு

சொல்லவும்..

சக்திக்கு ஏனோ உடனடியாய் முகத்தில் ஒரு வெட்கச்சிரிப்பு வர ஏதும் பேசாமல் அமைதியாய் இருக்கவே..

ஏய் இப்ப சொல்ல போறியா என்ன? என்றாள் அபர்னா.

இப்ப என்ன உங்களுக்கு நான் ஆமான்னு சொல்லணும் அப்படித்தானே? ஆமா..!! நீங்க நினைக்கிற மாதிரியே வச்சுக்கோங்க என்று சக்தி சொல்ல,

எம்மா.. சக்தி, இப்படி சொன்னா எப்படி? லவ் பன்றேன்! அதான் லவ் சாங் ஸ்டேட்டஸா வைக்கிறேன்! அப்டின்னு சொல்லு என்று அபர்னா பிடித்தப்பிடியாய் நின்றாள்.

அதற்கு வெட்கப்புன்னகையுடன், ஏய் அதான் ஆமான்னு சொல்றேன்ல என்று சக்தி சொல்லயிலேயே,

ஏய் சக்தி.. நீ லவ் பன்றியா..? என்ற கயல், நான் கேட்டப்ப என்கிட்ட சொல்லவே இல்லை என்று சக்தியிடம் கேட்க...?

ஏய்.. நீ என்னடி புதுசா ஒரு டிராமா சொல்ற? உனக்கு தெரியாம எப்படி இருந்திருக்கும் என்று ரேணு நம்பாதவளாய் கயலை பார்த்து சொல்ல..

வாம்மா.. வா.. நானும் அப்படித்தான நினைச்சிக்கிட்டு இருந்திருக்கேன் இத்தனை நாளா.. நம்ம ப்ரெண்டு நம்மகிட்ட எத மறைக்க போறான்னு, இப்பத்தான எனக்கே தெரியுது இவ கேடி வேலை என்று சக்தி தன்னிடம் சொல்லாமல் விட்ட கோபமாய் கயல் சொல்ல..

சரி சரி இத விடுங்க என்ற ரேணு, சக்தி நீ சொல்லுடி எப்ப இருந்து இந்த லவ்வு என்றாள்..?

அதா.. என்று நானியவளாய், அது ஒரு ஆக்ஸிடன்ட்-டி என்று மனதில் தன் காதலை நினைத்து நிறைந்தவளாய் சக்தி சொல்ல..

எம்மா எம்மா.. நீ அப்பறம் பீல் பன்னு உன் லவ்வ. இப்ப யார் அந்த எஸ்.எஸ்-ன்னு சொல்லு என்றாள் அபர்னா..?

உடனே, ஏய் ஒரு எஸ்(S) இவடி சக்தி, இன்னொரு (S) யாருன்னு கேளு என்று ரேணு வேகமாய் சொல்ல, ஏய் அதைதான்டி கேக்குறேன் என்றாள் அபர்னா.

ஏய் அத மட்டும் இப்ப கேக்காதீங்க. அது யார்ன்னு இன்னொரு நாள் சொல்றேன்.. சொல்றதென்னா போட்டோவோட வந்து காட்றேன் என்று சக்தி சொல்லி அந்த பேச்சிற்கு முற்றுப்புள்ளி வைத்தாள்.

அடுத்தடுத்து தோழிகள் நால்வரும் சிறிது நேரம் கதை பேசிவிட்டு காலேஜில் இருந்து கிளம்பினர்..

சக்தியின் ஆக்டிவாவை கயல் ஓட்ட அவள் பின் அமர்ந்திருந்த சக்தி, தன்னிடம் எதுவும் பேசாது அமைதியாகவே வண்டியை செலுத்தி கொண்டிருந்த கயலிடம், ஏய் கயலு.. என்ன பேசாமையே வர என்னடி என்று கேட்க?

என்ன பேச..? என்றாள் கயல் பிடிப்பில்லாமல். ஏய் என்னடி கோபமா இருக்கியா? உன்கிட்ட சொல்லாததுக்கு.. சொல்ல வேணாம்ன்-லாம் இல்லடி என்று சக்தி சொல்ல..

நான் ஒன்னும் சொல்லலம்மா உன்னை. கோபமும் படல சரியா என்றாள் கயல், அவள் பேச்சுலயே கோபம்தான் என்று புரிந்தவளாய் சரி அது யார்ன்னு உன்கிட்ட மட்டும் சொல்றேன் என்று சக்தி சொல்ல அமைதியாகவே இருந்தாள் கயல்.

உடனே, பார்டா இவளுக்கு இவ்வளவா என்று மனதிற்குள் எண்-ணியவளாய், அவரை கூட உனக்கு தெரியும்.. நீ பார்த்திருக்க என்றாள் சக்தி.

உடனே, ஆக்டிவாவின் வேகத்தை குறைத்தவளாய் தலையை திருப்பி யாரு..? என்றாள் கயல், தெரிந்து கொள்ளும் ஆவலில்.

அவளது ஆர்வத்தை கண்ட சக்தி, ம்ம் அது யார்ரா..? அது அது அவரு அவர்ரு ஒரு மனுசண்டி என்று சிரியாதவளாய் சக்தி சொல்ல..

வண்டியை சட்டென பிரேக் பிடித்து நிறுத்திய கயல் திரும்பி அவளை முறைத்து பார்க்க..

சாரி.. சாரி.. சும்மா விளையாட்டுக்கு என்ற சக்தி, வண்டிய எடு சொல்றேன் என சிறு சிரிப்புடன் சொல்ல வண்டியை முறுக்கினாள் கயல்.

ம்ம்.. அது யார்ன்னா அது.. என் லவ்வர் யார்ன்னா.. உனக்கு ஒரு க்ளூ சொல்றேன் கண்டுபிடி பார்ப்போம் என்ற சக்தி, அவர் முடி கருப்பா இருக்கும் என்று சொல்லி சிரிக்க...

கடுப்பான கயல், இவள் நம்மிடம் சொல்ல போவதில்லை இப்படி கொல்லத்தான் போகிறாள் என்பது புரிந்தவளாய் வண்டியை ஓரம் நிறுத்தி வேகமாய் இறங்கிக்கொள்ள..

ஏய்.. என்னடி பன்ற என்ற சக்தி பேலன்ஸிற்கு வண்டியின் ஹாண்ட்-பாரை பிடித்துக்கொண்டாள்.

அம்மாடி நீ எதும் எந்த Sஎஸ்ஸயும் என்கிட்ட சொல்ல வேணாம்.. நீ கிளம்பு நான் வீட்டுக்கு போய்க்கிறேன் என்று கயல் சொல்ல..

சிரிப்பாகவே, சரி சரி வாடி செல்லம் கோவிச்சுக்காத என சக்தி அழைக்க, ஒன்னும் வேணாம், நீ.. மொத கிளம்பு என்றாள் கயல்.

உடனே, ஏய் நான் போயிட்டா யார் கூடடி வீட்டுக்கு போவ என்று சக்தி கேட்க?

ம்ம் யார்கூடயா.. அது அவர் முடி கருப்பா இருக்கும் என்று அவளை போலவே சொல்லிவிட்டு தனது மொபைலை எடுத்து யாருக்கோ கயல் கால் செய்ய..

சிறிதாய் சிரித்த சக்தி, ரவியை அழைத்து அவர் கூட சென்றிடுவாள் வீடும் பக்கம்தானே என்று புரிந்தவள் அங்கிருந்து கிளம்பினாள்.

என்று அன்றைய நிகழ்வை இப்போது ஹரியிடம் சொன்ன கயல். அன்னைக்கு யார்டி அதுன்னு கேட்டதுக்கு இப்படி மழுப்பிட்டு போயிட்டா என்று சொல்ல..

கயலுக்கு தெரிந்திருக்க வாய்ப்பு இல்லை என்பதே இப்போதுதான் ஹரியின் மூளைக்கு எட்டியது. இதில் அவளுக்கு சக்தியின் காதலன் யார் என தெரியாதது ஏனோ இப்போது சிவாவின் மேல் சந்தேகத்தை உயர்த்தியது அவனுக்கு.

கயல் சொன்னதில் இன்னும் ஒன்றை கண்டுகொண்டான் ஹரி. சிவாவின் நம்பருக்கு வந்த அழைப்பும் எஸ்.எஸ் என்று சேவ் செய்யப்பட்ட நம்பர் கயலின் தோழி சக்தி வைத்த வாட்ஸ்சப் ஸ்டேட்டஸ்களிலும் எஸ்.எஸ் என்ற கேப்சன்.. இருந்திருக்க அதை யோசித்தவனாள் சந்தேகிக்காமல் இருக்க முடியவில்லை.

சரி அதுக்கப்பறம் சக்தி உன்கிட்ட சொன்னதே இல்லையா.. நீங்களும் யாரும் திரும்ப கேட்டதே இல்லையா என்று கேட்டான் ஹரி..?

இல்லண்ணே.. ஆனா ஒரு நாளு, நாங்க ஊருக்கு போயிருந்தோம்ல திருச்செந்தூருக்கு அன்னைக்கி சக்தி போன் பன்னி...

ஏய் கயலு.. என்னடி எங்க இருக்க..? டோட்டல் ஃபேமிலியும் ஊருக்கு போயிருப்பீங்க போல என போனில் எதிர்முனையில் இருந்த கயலிடம் சக்தி கேட்க?

ம்ம்.. இப்ப திருச்செந்தூர்ல இருக்கோம், ம்ம் ஆமா அதான் சொன்னேன்ல ஃபேமிலியாதாண்டி போவோம்ன்னு என்று கயல் சொல்லவும்..

ம்ம்.. இல்ல உங்க சிவா மாமாவும் வந்திருக்கிறார் போலயே என்று சக்தி கேட்க..?

ஆமடி உனக்கு எப்படி தெரியும் என்று இவள் கேட்டதற்கு? சைட்ல உங்க சிவா மாமா இல்லை.. ஹரி சார் இருந்தாரு, அவர்ட்ட கேட்ட-துக்கு சொன்னாரு என்று சக்தி சொல்லவும்,

ஹோ.. சரி சரி.. ஆமா எங்க மாமாவும் வந்திருக்கார்ரு என்று கயல் சொன்னபிறகு இருவரும் சில வார்த்தைகள் பேசிக்கொண்டிருந்தனர்..

ஏய் கயலு... என் ஆளு யார்னு கேட்டையில இப்ப சொல்லவா அவரு யாருன்னு என்று சக்தி சொல்லயிலேயே..

ஆத்தாடி.. என்ன அவர் முடி கருப்பா இருக்குமா இல்ல, என்னை அறிந்தால் தல அஜித் மாதிரி சால்ட் அன்ட் பெப்பர்ரா என்று கயல் கேட்க...?

எதிர்முனையில் சிரித்தவாறு இருந்த சக்தி, ஏய் இப்ப இன்னைக்கு சீரியஸ்ஸா சொல்றேன். இன்னைக்கு எனக்கு என்னவோ இதை உன்-கிட்ட சொல்ல ஒரு தைரியம் வந்திருக்குடி.. இப்ப இன்னைக்கு உன்-கிட்ட சொல்றேன் கேட்டுக்க என்று சக்தி பேசிக்கொண்டிருக்க...

அடுத்த முனையில் இருந்த கயலுக்கு, இன்னைக்கு இன்னைக்கு என்பது மட்டும் ஏனோ அழுத்தமாய் கேட்டிருக்க, சிறிது நேரத்திற்கு முன்பு தன் போனில் பார்த்த ஏப்ரல் ஃபூல் மீம்கள் ஞாபகம் வர உடனே பேசிய சக்தியை நிறுத்தியவளாய்..

ஏய் என்னடி, ஏப்ரல் ஃபூல் சொல்ல போறியா.. மரியாதையா போனை வச்சிரு.. நாங்க கடலுக்கு குளிக்க கிளம்பிட்டோம் என்று சொல்ல..

ஏன்டி இன்னைக்கு எது சொன்னாலும் அது ஏப்ரல் ஃபூலாத்தான் இருக்கனுமா என்று சக்தி கேட்க..?

இருக்காதுதான் ஆனா இப்ப நீ சொல்றத கேக்க நான் இல்லை போனை வச்சிட்றேன் என்று சொல்லிவிட்டு போனை வைத்து விட்டாள் கயல்.

இதை இப்போது நினைவுப்படுத்தி ஹரியிடம் சொன்னவள், அன்-னைக்கு ஏப்ரல் ஒன்னு வேறயா.. ஏதாவது விளையாட்டுக்கு சொல்-லுவான்னு நான் பேசாம போனை வச்சிட்டேன். அதுக்கப்பறம் நான் அவக்கிட்ட இது பத்தி கேட்டுக்கல, ப்ரெண்டுன்னு நினைச்சானா அவளா சொல்லட்டும்ன்னு விட்டுட்டேன் அவ கடைசி வரைக்கும்

சொல்லல... என்று கயல் சொல்ல அமைதியாய் கேட்டபடி இருந்தான் ஹரி.

அந்த அவனுக்காண்டி.. இவள விட்டுட்டு வேற ஒருத்தியை கல்யாணம் பன்னிக்கிட்ட அவனுக்காண்டி இந்த லூசு சாக போயிருக்கா... லவ் பெயிலியர்தான் அதுக்காண்டி இப்படியா பண்ணனும்??? என்று நொந்தவளாய் புலம்பிய கயல்,

சிவா மாமா லவ் பெயிலியர்ன்னு சொன்னப்ப கூட உங்க மாமா இதுக்கு எதுக்கு இப்படி பீல் பண்ணி கஷ்டப்பட்டுக்கிட்டு இருக்காருன்னு சொன்னவ அவளே இன்னைக்கு அப்படி இருக்கா யார்கூடயும் சரியா பேசாம பழகாம.. என்று சொல்லி வருத்தப்பட

அமைதியாய் இருந்த ஹரி விழித்தவனாய், என்னது சிவா ஏன் பீல் பன்னிக்கிட்டு இருக்கான்னு கேட்டுச்சா..? என்று கேட்டவன் அதுக்கு எப்படி தெரியும் சிவா லவ் பெயிலியர்ன்னு என்று கேட்க..?

அது நான்தான் அன்னைக்கு ஒரு நாள் சிவா மாமாவ வெளிய ரோட்ல பார்த்தப்ப சொன்னேன் என்றவள், அது என்றைக்கு எப்போது என்றும் சொல்ல ஆரம்பித்தாள்....

அன்று ஞாயிற்றுக்கிழமை தங்கள் தோழி ரேணு வீட்டிற்கு போக எண்ணி சக்திக்காக சாலையில் கயல் காத்துக்கொண்டிருக்க..

அன்று நண்பர்களுடன் கிரிக்கெட் விளையாடி முடித்துவிட்டு அங்கிருந்து தனது பைக்கில் கிளம்பி பல்ஸரை சரியான வேகத்தில் செலுத்தி வந்துக் கொண்டிருந்த சிவா, எதேச்சையாய் சாலையின் இடது புறத்தில் அங்கு ரோட்டோரமாய் நின்றுக்கொண்டிருந்த கயலை பார்த்துவிடவும், என்ன இங்க நிக்கிது என்று யோசனையாய் அவளை கடந்தவன் பின் என்ன நினைத்தானோ வண்டியை திருப்பி அவளிடம் வந்து நிறுத்தி, என்ன கயல்.. இங்க நிக்கிற என்று கேட்க..?

அவனை காணவும் சிறிது பயந்த விழியாய் நின்ற கயல்விழி, இல்ல மாமா.. ப்ரெண்டு வரா.. அவளுக்கு வெயிட் பண்றேன் என்று சொல்லவும்,

பிரண்டுன்னா யாரு ரவிதான.. அவன்தான் இங்க நிக்க சொல்லியிருக்கானா என்று சிவா கேட்க..?

உடனே, இல்லை மாமா என வேகமாய் தலையசைத்து மறுத்தவள், இது என் ப்ரெண்டு சக்திக்காக வெயிட் பன்றேன் எனவும்,

ம்ம், சக்தியா.. என்றவன்!? ரொம்ப ஊர் சுத்துவ போல நீ என்ன என்று கேட்டுக் கொண்டிருக்கையிலேயே அங்கு தனது ஆக்டிவாவில் வந்து நின்றாள் சக்தி.

வந்தவள், சிவாவை சில முறை பார்த்த போதும் பேண்ட் சட்டையில் பார்மலாய் இருந்திருக்க இப்போது முதல் முறை அவனை டீ-சர்ட் டிராக் பேண்டில் பார்த்தவள் வியந்தவளாய்.. சார் டீ-சர்ட்ல சும்மா பயங்கர மேன்லியா சூப்பரா இருக்கீங்க என்று புன்னகை முகமாய் சொல்ல..

அதற்கு பதிலாய், தனது சீரியஸ்ஸான பார்வையையே காட்டிவிட்டு ஏதும் பேசாது பல்ஸரை திருக்கி அங்கிருந்து கிளம்பினான் சிவா.

அவன் கிளம்பவும், ஏன்டி கயல் உங்க சிவா மாமா சிரிக்கவே மாட்டாரா..? எப்ப பார்த்தாலும் சீரியஸ்ஸாவே இருக்காரு என்று தன் தோழி கயலிடம் சக்தி கேட்க..?

ஏய்.. லூசு நீ ஏன்டி இப்ப அவர்ட்ட அப்படி சொன்ன சூப்பர் கீப்பர்ன்னு. இதுலாம் அவருக்கு பிடிக்காதுடி என சக்தியை கடிந்தாள் கயல்.

ம்ம்.. பிடிக்காதா? அதுலாம் பிடிக்கும்! அத வெளிய காட்டிக்காம இருக்காரு என்று சக்தி சொல்லவே...

நீயா வேணும்ன்னா அப்படி நினைச்சிக்க. அவருக்கு இது பிடிக்காது என்ற கயல், இன்னைக்குத்தான் ரொம்ப நாள் கழிச்சு அதிசயமா அவரா வந்து பேசுனாரு என்று வருத்தம் கலந்தவளாய் கயல் சொல்ல...

என்னடி.. இவ்வளவு ஃபீல் பண்ணி பேசுற.. ஏன் உங்க மாமாக்கு சோக ஸ்டோரி எதும் இருக்கா என சக்தி கேட்க..?

ம்ம் ஆம் என்பதாய் கயல் தலையசைக்கவும். சோக ஸ்டோரின்னா லவ் பெயிலியர் எதும்மா என்று சந்தேகமாய் சக்தி கேட்க..?

ஆமடி உனக்கு எப்படி தெரியும் என்று கயல் வேகமாய் கேட்கவும், அதை விட வேகமாய், என்னடி சொல்ற..? உண்மையிலேயே லவ் பெயிலியர்ரா..!? நான் சும்மா கேட்டா.. என அதிர்ந்தவளாய் சக்தி கேட்கவும்.

உண்மையிலேயேதான்.. ஆமா நீ ஏன் ஷாக் ஆகுற என்றாள் கயல்..? அதவிடு நீ என்னன்னு முழுசா சொல்லு என சக்தி சொல்ல..

முழுசா என்னன்லாம் எனக்கு தெரியாது, ஒரே காலேஜ்ல ஒரே க்ளாஸ்ல ஒன்னாதான் படிச்சிருக்காங்க. பார்த்து பேசி புடிச்சு போயி லவ்

பண்ணியிருக்காங்க.. காலேஜ் படிச்சு முடிக்கிற வரைக்கும் லவ்தான்.. அவுங்க டிபார்ட்மெண்ட்ல ஸ்டாப்ஸ் உட்பட எல்லாருக்கும் தெரியுமாம் இவுங்க ரெண்டு பேரும் லவ்வர்ஸ்ன்னு அவ்வளவு க்ளோஸா இருந்திருக்காங்க. அப்பெல்லாம் எங்க மாமா நல்லா செம்ம ஜாலியா இருப்பாங்க.. நாங்க கோவிலுக்கு எங்க ஊருக்கு போகையில எல்லாம் நல்லா கிண்டல் பண்ணி ஜாலியா பேசுவாரு.. திருச்செந்தூர் கடல்ல குளிக்கையிலலாம் நாங்க பயந்துகிட்டு உள்ள வரலேனா.. பயப்படாம வாங்கன்னு உள்ள நல்ல ஆழமில்லாத இடத்துக்கு கூட்டி போயி குளிக்க விடுவாரு.. அப்பெல்லாம் உண்மையிலேயே ரொம்ப ஜாலியா இருப்பாரு.. ஆனா இந்த சிவா மாமாவை ஏன்தான் அது விட்டுட்டு வேற ஒருத்தரை கல்யாணம் பண்ணிக்கிடுச்சோ!!?? என்று கயல் சொல்ல..

என்னடி சொல்ற என்று சக்தி கேட்க...?

ஆமா.. சிவா மாமா லவ் பண்ண பொண்ணு இவரை விட்டுட்டு வேற ஒருத்தரை கல்யாணம் பண்ணிக்கிடுச்சு. அப்ப இருந்து எங்க மாமா இப்படி டல்லாயி.. வீட்ல யார்கூடயும் பேசாம சாப்பிடாம எல்லாரையும் அவாய்ட் பண்ண ஆரம்பிச்சிட்டாரு.. தினமும் குடிக்க ஆரம்பிச்சு பொண்ணுங்களாளே வெறுக்க ஆரம்பிச்சிட்டாரு என்ற கயல், எனக்கு இதான் தெரியும். ரவி மாமாவும் இவ்வளவுதான் என்கிட்ட சொல்லி இருக்கார்ரு என்று கயல் சொல்லி முடிக்க...

தன் தோழி சொன்னதை முழுதும் கேட்ட சக்தி, ஆமா அவர் லவ்வர் பேரு என்ன என்று கேட்க?

அது பேரு... என்று யோசித்த கயல் நினைவு வந்தவளாய் சீதா.. ம்ம் **சீதா** என்று சொல்ல.

சீதா என்று வாயில் சொல்லி பார்த்த சக்தி, ஏண்டி சிவா சீதா பேர்ரே நல்லா இல்லை. இதுக்கு போயி ஏண்டி உங்க மாமா தேவையில்லாம ஃபீல் பன்றாறு... ஃபிரியா விடு மாறுவாரு. விடு அடுத்த தடவை நான் கேக்குறேன் ஏங்க இப்படின்னு என்று சக்தி சொல்ல..

உடனே பதறியவளாய், ஏய் லூசு மாதிரி எதும் கேட்றாதடி என்று கயல் சொல்லவும். சரி சரி பதறாத வண்டில ஏறு கிளம்புவோம் என்ற சக்தி, கயல் அமரவும் கிளம்பினாள்.

இதை இப்போது சொன்ன கயல், அன்னைக்கு அப்படி சொன்னா, மாமா ஏன் பீல் பண்ணிக்கிட்டு இருக்காருன்னு ஆனா இன்னைக்கு அவளே இப்ப அப்படி இருக்கா என்று சொல்ல, கேட்டுக்கொண்டிருந்த

ஹரிக்கு ஏனோ தலை வலிப்பதாய் ஆனது..

ஏனோ சிவாவும் சக்தியும்தான் என்று அவன் மூளைக்குள் தோன்ற எரிச்சலானான். சிவாவை எண்ணி அவனுக்குள் ஆத்திரமே வர.. இது உண்மை இல்லாமல் இருக்க வேண்டும் என்று எண்ணமும் இருந்தது. நடந்தது எதையும் மாற்ற முடியாது என்பதை அறியாதவனாய்.

*

10

சிவாவுக்கு ஆக்சிடெண்ட் செய்தி கேட்டு திருநெல்வேலியில் இருந்து நிலாவின் அம்மா, அப்பா, உதயா எல்லோரும் பதறியடித்து வந்திருந்தனர். அவன் கண்முழிக்க அனைவரும் காத்திருக்க..

கொஞ்ச நேரத்திலே கண்முழித்தான் சிவா. அவனுக்கு தான் எங்கு இருக்கிறோம் என்று பிடிபடவே சில நொடிகள் பிடிக்க ஹாஸ்பிட்டலில் இருக்கிறோம் என்று புரியவே, பர்வையை அந்த அறையை சுற்றி சூழலவிட்டான், தன்னை சுற்றி தன் குடும்பத்தினர் கண்ணீருடன் நிற்க தன் அம்மா, அப்பா, பாகி, ரவி, கயல், ஹரி, சுபா, என பார்த்தவன் கடைசியாய் நிலாவின் மேல் பதியவிட்டான் தன் பார்வையை, தேடியது கிடைத்துவிட்ட திருப்தியாய்..

அழுது அழுது வீங்கிய முகமாய் இப்போதும் கண்ணீருடன் நின்றிருந்த நிலாவை பார்த்தவனுக்குள் வலிக்க செய்தது.

தன்னை பார்த்தபடி இருக்கும் தன் மாமாவை பார்த்தவளுக்குள் அவனது வலி நிறைந்த முகமும் அந்த பார்வையும், அவன் மேல் உண்டாகியிருந்த கோபத்தையும் வருத்தத்தையும் புறம் தள்ளி வைக்க செய்ய கட்டிலை ஒட்டி அவனை நெருங்கி நின்றாள் நிலா..

ஏனோ, வேகமாய் அவனது கையின் மேல் தன் கையை வைத்துக்கொண்டவள் அமைதியாய் கண்ணீர் வடிக்க, அழாத என்று மெல்லமாய் சொன்னான் சிவா. ஏனோ அதன்பிறகுதான் அவளுக்கு அழுகை அதிகமாய் வந்தது.

அடுத்தடுத்து அவன் அப்பா அம்மா ரவி கயல் உதயா என அவனிடம் பேச வலி மறந்து ஏதோ கணம் குறைந்து சிறிது இயல்பாகினான். பின் மதியத்திற்கு மேல் தினேஷ் முத்து ஜீவன் என அவன் நண்பர்கள் அவனை மேலும் இயல்பாக்க காமெடியாய் பேச அவன்

முகத்தில் வலியை தாண்டிய சிரிப்பின் ரேகைகள். ஆனால் அதில் வழக்கத்திற்கு மாறாய் ஹரி பேச்சில் ஒட்டாமல் இருக்க அவனை கவனித்த சிவாவிற்கு அவனது அமைதி தனது இந்த நிலை எண்ணித்-தான் வருத்தமாய் இருக்கிறான் என்பதாய் தோன்றியது, அவன் தன் மேல் கோபமாய் இருக்கிறான் என்ற உண்மை தெரியாமல்.

வலது கை முறிந்து கட்டு போட்டிருக்க சாப்பிட முடியாது என்பதால், மதியம் பாக்யா சமைத்து கொண்டு வந்திருந்த உணவை தட்டில் போட்டு குழம்பூற்றி பிசைந்து சிவாவின் அம்மா லெட்சுமி அவனுக்கு ஊட்ட அமைதியாய் வாய் திறந்து வாங்கி சாப்பிட்டான் சிவா.

இரவிற்கு லெட்சுமி வீட்டிற்கு போயிருக்க இரவு உணவாக இட்-லியை தட்டில் வைத்து சாம்பார் ஊற்றி பிய்த்து சிவாவிற்கு ஊட்டிவிட நிலா தயாராக ஏனோ சங்கடமாய் நெளிந்தான்.

பின், மறுப்பேதும் சொல்லாமல் அவள் ஊட்டிவிட சாப்பிட்டான். மதியம் தன் அம்மா ஊட்டிவிட்டது ஒரு மாதிரியான உணர்வு என்றால் இப்போது இது வேறு மாதிரியான உணர்வை அவனுக்குள் தந்தது..

ஆனால் நிலாவோ முகத்தில் எந்த உணர்ச்சியையும் காட்டாமல் கடமையை செய்பவள் போல் செய்தாள்.

இது அடுத்த மூன்று நாட்களுக்கு பின் ஹாஸ்ப்பிட்டலில் இருந்து டிஸ்சார்ஜ் ஆகி தங்கள் வீட்டிற்கு சென்ற பின்னும் நீடித்தது.

ரவி-கயல் கல்யாணத்திற்கு ஒரு மாதம் கூட இல்லாத நிலையில், லெட்சுமியும் சேகரனும் அந்த வேலையாய் இருக்க சிவாவை முழுக்க முழுக்க நிலாவே கவனித்துக்கொண்டாள்.

நேரத்திற்கு அவனை எழுப்பி சாப்பாடு கொடுத்து மருந்து மாத்திரை எடுத்துக்க வைப்பவள், வெந்நீரில் துணி நனைத்து அவனுக்கு உடல் துடைத்து வேறு உடை மாற்றிக்கொள்ள உதவி செய்து, பின் அவன் படுக்க வசதி செய்து கொடுத்து, மருந்தின் தாக்கத்தில் அவன் உறங்கு-கையில் வீட்டு வேலைகளை கவனித்துக்கொண்டாள் நிலா.

இதுபோல் நிலாவுடன் அதிக நேரம் இருந்தது இல்லை என்பதால் இந்த நாட்களில் அவளின் ஒவ்வொரு நடவடிக்கைகளையும் முழுதாய் கவனித்து ரசித்தான் சிவா.

காலை நேரமே எழுந்திருப்பவள், குளித்து மாற்றுடை அணிந்து காபி போட்டு எடுத்துவந்து அவனிடம் கொடுத்து.. அவனுக்கான உடையை முதல் நாளே தயார் செய்து வைத்திருப்பது.. பின் காலை உணவு

கொடுத்து உடனிருந்து பரிமாறி அவனையே பார்த்திருப்பது பின் தங்கள் அறையை ஒதுக்குவது, படுக்கையை சரி செய்வது, துணிகளை துவைத்து மடிப்பது.. என நிலா அவனுக்காய் செய்ததையெல்லாம் கவனித்தவன் அவை எல்லாம் தன் மேல் அவளுக்கு உள்ள காதலை சொல்ல அவனுக்குள் ஏற்கனவே துளிர்விட்டிருந்த ஒரு உணர்வு இப்போது இன்னும் அதிகமாய் ஏற்பட்டு அவனை நிறைத்தது. தன் அழகு மனைவியின் ஒவ்வொரு செயலிலும் அழகையும் காதலையும் கண்டவனுக்கு இதோ இப்போதே அவளை பார்க்க வேண்டும் என்று தோன்ற..

சரியாய் நிலா மதிய உணவை எடுத்துக்கொண்டு அறைக்குள் வந்தாள் அவளை காணவும் உற்சாகமாகிப்போனான் சிவா.

வந்தவள் தட்டில் இருந்த சாதத்தை ஸ்பூனில் அள்ளி ஊட்ட ஏனோ ஏமாந்தவனாய் முதல் இரண்டு வாய் வாங்கிக்கொண்டவன், நிலா ஸ்பூன்ல எனக்கு சாப்பிட ஒரு மாதிரி இருக்கு, சாப்பாடும் சாப்பிட்ட மாதிரி இருக்காது என்று சொல்ல..

வித்தியாசமாய் அவனை பார்த்தவள் ஏதும் சொல்லாமல் ஸ்பூனை ஓரம் வைத்துவிட்டு சாதத்தை கையில் அள்ளி அவனுக்கு ஊட்ட ஆரம்பித்தாள்.

தனது வாய்க்கு வரும் உணவோடு அவள் விரல்களையும் சேர்த்து விழுங்கும் முயற்சியாய் உதடு கொண்டு மெதுவாய் கடித்தவாறு அமைதியாய் ஊட்டும் அவளையே இமைக்காமல் பார்த்தபடி சாப்பிட்டான் சிவா.

அடுத்த மூன்றாவது வாரம் கையில் போட்டிருந்த கட்டை பிரித்துவிட்டு மருத்துவர் கைக்கு சில பயிற்சிகள் செய்ய சொல்லி அனுப்ப உடல் தேறியதில் சுறுசுறுப்பானவனாய் இருந்தான். ரவியின் கல்யாண வேளைகளில் தன்னை ஈடுபடுத்திக்கொண்டு முழுக்க அதில் கவனமானான்.

ரவி கயல் திருமணம் குறித்த தேதியில் சிவா நிலாவை போல திருப்பரங்குன்றம் முருகன் சன்னிதானத்திலேயே தங்கள் அத்தனை சொந்தங்கள் பந்தங்கள் நண்பர்கள் சூழ பல மனங்களின் மகிழ்ச்சியில்.. முப்பத்து முக்கோடி தேவர்களின் ஆசிர்வாதத்தோடு.. அம்மி மிதித்து அருந்ததிப் பார்த்து அக்னி சாட்சியாய்.. ராஜ குமாரனை போல் இருந்த ரவிக்குமார் தாரகையாய் பட்டில் ஜொலிக்கும் கயல்விழியன் கழுத்தில் தாலி கட்டி தன் மனைவியாய் ஆக்கிக்கொண்டான்.

அந்தக் கல்யாணத்தில் அழகிய பிங் நிற பார்டர் வைத்திருந்த பச்சை பட்டுச் சேலையில், மின்னும் தங்க நகைகளுடன் பேரழகியாய் வளையவந்த நிலாவை பார்த்த சிவாவின் மனது கூச்சமில்லாமல் ரசித்தது..

வீட்டின் மூத்த மருமகளாய் வந்திருந்த சொந்தங்கள் அனைவரையும் வரவேற்று மாப்பிள்ளை பொண்ணுடன் புகைப்படம் எடுத்துக்கொள்ள செய்த நிலா, அவர்களை கையோடு அழைத்துச்சென்று பந்தியிலும் அமர்த்தினாள். அப்படி அங்கும் இங்கும் ஓடித்திரியும் தன் மனைவியை கண் கொட்டாமல் ரசித்தான் சிவா.

வெகுநேரம் அவளை தூரம் நின்றே ரசித்தவன் பொறுமை இழந்துவிட்டவனாய், அங்கு மண்டபத்தில் நிலா எங்கு சென்றாலும் அவள் அருகில் போயி போயி நின்றான். அவள் அமுதனை தூக்கி வைத்திருந்த போது அவனுடன் விளையாடுகிறேன் என்ற பேரில் அவளை ஒட்டி உரச நிலாதான் சங்கட்டமாய் நெளிந்தாள். இவர்கள் ஒரே குடும்பமாய், ரவி-கயல் அவர்கள் இருவரின் பெற்றோர்கள் இவர்களுடன் சிவா-நிலா, நிலாவின் பெற்றோர்கள் பாக்யா-ராஜ், அமுதன் என குடும்பமாய் புகைப்படம் எடுக்க, அப்போது நிலாவை நெருங்கி அவள் தோள்மீது கைப்போட்டு அணைத்தப்படி சிவா சிரிப்பாய் போட்டோவிற்கு ஸ்டில் கொடுக்க நிலா தன்னை கட்டுப்படுத்திக்கொண்டு அமைதியாய் இருந்தாள்.

அவளுக்குள் பல கவலைகள் வேதனைகள் வலிகள் என இருந்தும் இத்தனை நாள் சிவாவின் உடல்நலம் கருதியும் இந்த திருமணத்தை எண்ணியும் அமைதியாய் இருந்தவளுக்கு சிவாவின் இன்றைய செயல்கள் உள்ளுக்குள் கோபத்தை விளைத்தது இருந்தும் அதை காட்டாது சூழல் உணர்ந்து அமைதியாய் இருந்தாள்.

பின், திருமண நிகழ்வுகள் அனைத்தும் நல்லபடியாய் முடிந்து அவர்கள் மண்டபத்தில் இருந்து வீட்டிற்கு வரும்போது நேரம் மதியத்தை தாண்டி இருந்தது.

நிலாவுடன் நெருக்கமாய் இருக்க விரும்பிய சிவாவுக்கு அதற்கான வாய்ப்பு இல்லாமலே இருந்தது. வீட்டில் சொந்தங்கள் நிறைந்திருக்க, அடுத்த இரண்டு நாளும் விருந்து மறுவிருந்து என பரபரப்பாகவே இருக்க நிலாவுடனான தனிமைக்கு வாய்ப்பு கிடைக்காமலே இருந்தது. இரவும் கூட நிலா கீழே அவள் அம்மா மற்றும் உறவுகளுடன் படுத்துக்கொள்ள சிவா மாடியில் உதயாவுடன் படுத்திருந்தான்.

கல்யாணம் முடிந்த ஐந்தாவது நாள் தன் காதல் மனைவி கயலை அழைத்துக்கொண்டு ஹனிமூன் என ஏதோ ஒரு குளிர் பிரேதேசத்திற்கு பயணித்தான் ரவி. அதன்பிறகு வீட்டை நிறைந்திருந்த சொந்தங்களும் கிளம்பிவிட்டிருந்தனர்.

அன்றைய இரவு எப்போது வரும் என மதியத்திலிருந்தே எதிர்-பார்த்தபடி இருந்த சிவாவுக்கு, நேரம் ஏனோ வேகமில்லாமல் இருந்தது. சலித்தபடி வீட்டிலேயே அமர்ந்திருந்தவனுக்கு ஏதோ நினைவு வர அவசரமாய் வீட்டிலிருந்து வெளியே கிளம்பினான்.

அங்கு அந்த ஃபுட் கோர்ட்டில் தனியாய் அமர்ந்து காத்துக்கொண்-டிருந்த சிவா சிந்தனையாய் இருந்தான். வீட்டில் இருந்து கிளம்பும் வரை நிலாவை மட்டும் நினைத்தபடி இருந்தவனின் மூளை இப்போது அவளை விடுத்து, இங்கு தான் பார்க்க வந்திருக்கும் சக்தியை எண்-ணியபடி அவளுடனான ஞாபகங்களை அசைபோட்டது.

முதல் முறை பைக்கில் வந்து மோதி மோதலில்தான் ஆரம்பித்தது சக்தியின் அறிமுகம். அன்றைய அந்த ஆரம்பித்தினால் இன்று முடி-வொன்றை முடிவாய் சொல்ல வந்திருந்த சிவாவின் நினைவுகளில் நிறையவே இருந்தாள் அவள். ஒவ்வொன்றாய் அவன் நினைவுக்கு வர ஆரம்பித்தது..

அன்று ஒருநாள் ரவியை வேறு ஒரு வேலையாய் வெளியே அனுப்-பியிருந்த சிவா, அவனுக்கு பதிலாய் சக்தியின் வீடு கட்டும் இடத்திற்கு அவன் வந்திருந்தான்.

சிவா வேலையாட்கள் அனைவரையும் வேகப்படுத்திக் கொண்டி-ருக்க, மதியம் ஒரு மணியளவில் தனது ஆக்டிவாவில் தனது அம்மா-வுடன் வந்திறங்கினாள் சக்தி.

வந்தவர்கள் அவர்கள் கட்டிடத்தில் இருந்து நான்கு வீடு தள்ளி இருந்த அவளின் மாமா ஒருவர் வீட்டிற்கு சென்று அங்கிருந்த அவள் அப்பாவிடம் சிறிது நேரம் பேசிக்கொண்டிருத்துவிட்டு நேராய் சிவா இருக்கும் இடம் நோக்கி வந்தாள் சக்தி.

அவள் வருவதை சிறிது தூரத்திலேயே பார்த்த சிவா நகரலாம் என்று முயல..

ஹாலோ சார் நில்லுங்க, என்ன? என்னைய பார்க்கவும் ஓடுறீங்க என்று கேலியாய் அவள் கேட்கவும்..?

உடனே நின்று, சலிப்பாய் அவளை திரும்பி பார்த்தவன் என்ன என்று பார்வையாலயே கேட்க..?

அவனது படுசீரியஸ்ஸான பார்வையை பார்த்தவள் சிறிது தயங்கியவளாய், இல்லை என்னைய பார்க்கவும் நகர்ர மாதிரி தெரிஞ்ச்சு அதான் என்றவள், காலையில உங்கள காளவசல் மார்க்கெட் கிட்ட பார்த்தேன், அப்பவே பேசலாம்ன்னு வர நினைச்சா.., உங்கக்கிட்ட ரெண்டு ட்ரான்ஸ் ஜெண்டர் காசு கேட்டு பேசிக்கிட்டு இருந்த மாதிரி இருந்துச்சா.. அதான் வர பயந்துக்கிட்டு அப்படியே கிளம்பிட்டேன் என்று சக்தி சொல்ல..

ம்ம்.. என்று தலையசைத்து கேட்டவன், பயந்துக்கிட்டு போயிட்டீங்களா ஏன் அவுங்களுக்கு பயப்படுறீங்க என்றான் சிவா கேள்வியாய்..?

அது பயம்னா.. பயம் இல்ல அது ஒரு மாதிரி.. ஆங்.. எப்படி சொல்ல... என்று அவள் இழுக்கையிலேயே இடைமறித்தவனாய், ஆமா, காலேஜ் உங்களுக்கு கிடையாதா இல்ல போறது இல்லையா.. என்று கேட்க?

இப்ப, ஸ்டடி ஹாலிடேய்ஸ் என்று சக்தி சிரித்த முகமாக சொல்லவும்,

ஹோ.. ஸ்டடி ஹாலிடேய்ஸ், படிக்கிறதுக்கு விட்ட லீவுல அத தவிர எல்லாம் பன்னுவோம் என்ன என்று அவளிடம் சிவா கேட்க..?

ஹலோ சார் நாங்களாம் படிக்கத்தான் செய்யுறோம் என்று அவள் வேகமாய் சொல்லவும்,

ம்ம்.. ஆமா ஆமா நல்லா தெரியுது என சீரியஸ்ஸாய் சொல்வது போல் சிவா சொல்ல..

பார்டா, இந்தாளு நக்கல்லாம் அடிக்கிறாப்ல என்று மனதிற்குள்ளே நினைத்தவள், நீங்க நம்புனா நம்புங்க நம்பலாட்டி போங்க என்றாள் சக்தி.

அதற்கு அவன், அய்யய்யோ நான் நம்புறேன்மா... நீ நல்லா படி என நக்கல் தொனியில் சிவா சொல்லிவிட்டு நகர முற்பட,

அவனது பேச்சு சக்தியை உள்ளூர சீண்டவும், ஹலோ சார்.. காலையில உங்கக்கிட்ட பேச வந்தேன்னு சொன்னேன்ல அது என்னன்னு கேட்காமலே போறீங்க என்று அவனிடம் சொல்ல..

மீண்டும், நின்று திரும்பி அவளை பார்த்து என்ன என்று பார்வையாலே சிவா கேட்கவும்?

அது என்ன பேச வந்தேன்னா.., பேச வரல உங்களுக்கு சிரிக்கவே வராதான்னு கேக்க வந்தேன் என்று சிரித்தவாறு சக்தி சொல்லவும், வழக்கம்போல் சிவா அவளை முறைப்பாய் பார்க்க..

உடனே, ஹய்யா!! அவனை கடுப்படித்துவிட்டோம் என ஏதோ சாதித்தவளாய் உள்ளுக்குள் மகிழ்ந்த சக்தி, சார்.. சார் அதான் உங்களுக்கு சிரிக்க வராதுன்னு தெரிஞ்சிடிச்சு, இப்ப முறைச்சு ஏன் இன்னும் கண்பார்ம் பண்றீங்க என்று அவனை கேலியடித்தவள், சரிங்க சார் நான் கிளம்புறேன் என முறைப்பாகவே நின்றிருந்த சிவாவிடம் சொல்லிவிட்டு சிறுபிள்ளையாய் தாவியோட, போகும் அவளையே பார்த்தபடி இருந்தான் சிவா.

தரையில் இருந்து கட்டிட மேட்டிற்கு வேலையாட்கள் ஏறி இறங்க மணல் மூட்டைகளை வைத்து படி போல் அமைத்திருக்க, குழந்தையாய் துள்ளி ஓடி வந்த சக்தி அதில் அசால்ட்டாய் கால் வைத்து இறங்க.. போட்டிருந்த செப்பல் வழுக்கி க்ரீப் இல்லாமல் பொத்தென்று கீழே விழுந்தாள்...

நல்ல வேளையாக கீழே கொட்டியிருந்த மணலில் விழுந்ததால் காயம் ஏதும் ஏற்படாமல் இருக்க, கையூன்றி மெதுவாய் எழுந்தவள் விழுந்ததை யாரும் பார்த்திருக்கிறார்களா என பார்வையை சுழற்ற, அங்கு சரியாய் இவளையே பார்த்தபடி நின்றிருந்தான் சிவா.

அய்யோ, போச்சே.. இவர் பார்த்திட்டாரு போல என்று சங்கட்டமானவளாய் நெளிந்தபடி சக்தி இருக்கையிலேயே, அவள் அருகில் வந்தான் சிவா.

வந்தவன், அய்யோ எதும் அடிகிடி படலையிலம்மா.. நீ வேற படிக்கிற புள்ள.. எக்ஸாம் வேற வருது என சிறு புன்முறுவலுடன் அவளிடம் கேட்க..?

ஏற்கனவே இவன் தான் விழுந்ததை பார்த்துவிட்டது அவமானமாய் போகவே நெளிந்தபடி நின்றிருந்தவள், இவன் இப்படி கேட்கவும் என்ன சார் கிண்டல் பண்றீங்களா.. ஒரு பொண்ணு விழுந்துருச்சு சிரிக்கிறீங்க என்று கேட்க..?

உடனே, என்னம்மா ஒரு நிமிஷத்துக்கு முன்னாடித்தான் எனக்கு சிரிக்கவே வராதுன்னு சொன்ன இப்ப நான் சிரிக்கிறேன்னு சொல்ற.. என்னம்மா விழுந்ததுல எதும் ஆயிருச்சா... என்று சிறு சிரிப்பாய் சிவா கேட்கவும்..?

என்ன சொல்றது என்று தெரியாமல் கையையும் காலையும் உதறி அசைத்து சிணுங்கியவள், இருங்க உங்கள அப்பறம் வச்சிக்கிறேன் என்று முறைப்பாய் சொல்வது போல் சொல்லிவிட்டு அங்கிருந்து நகர..

அவளையே பார்த்திருந்த சிவாவுக்கு முகத்தில் இருந்த சிறு புன்முறுவல் சிரிப்பாய் மாற தன் வேலையை கவனிக்க சென்றான்.

அதை இப்போது நினைத்த போதும் முகத்தில் புன்னகை பூக்க, அவளுடனான நினைவுகளில் திளைத்தவனை, அவனுக்கு எதிரில் வந்து அமர்ந்த சக்திதான் களைத்தாள்.

கடமைக்கு ஏதோ ஆர்டர் செய்துவிட்டு பேச ஆரம்பித்தார்கள். கண்ணீராய் கதரலாய் பேசிய சக்தியை, முடிவாய் தடுத்து நிறுத்திய சிவா,

ப்ளீஸ் சக்தி புரிஞ்சுக்க!! தயவு செய்து எல்லாத்தையும் மறக்க முயற்சி பண்ணு. இனியும் பழசெல்லாம் நினைச்சு பேசிக்கிட்டு இருந்தா நமக்குத்தான் கஷ்டம். நான் நடந்த பழச எல்லாத்தையும் மறந்துட்டேன். எனக்கு என் குடும்பம் ரொம்ப முக்கியம், அவுங்க கஷ்டப்படுற மாதிரி நான் எந்த தப்பும் பண்ண கூடாதுன்னு நினைக்கிறன். நான் என்ன மாத்திக்கிட்டேன், ப்ளீஸ் நீயும் உன்ன மாத்திக்கோ, உனக்கு கண்டிப்பா பெட்டரா ஒரு நல்ல வாழ்க்கை அமையும் என சிவா தெளிவாய் அவளிடம் சொல்லி பேச..

மறப்பதா...!? அய்யோ என்னால் முடியவில்லையே.. காதல் கொண்ட என் மனம் வலிப்பது எனக்குத்தானே தெரியும். இன்னொரு வாழ்க்கை உனக்கு அமையும் என்று அவன் சொன்னதை நினைத்தவளுக்கு தன் காதல் இதயம் கத்தியால் குத்தி கிழிக்கப்படுவதாய் உணர்ந்தாள். அவனால் மனதை மாற்றிக்கொள்ள முடியும்போது தன்னாலும் மாற்றி கொள்ள முடியாதா என்று தனக்குள்ளே கேட்டவளுக்கு பதில் தெரியவில்லை கண்ணீர்தான் பெருக்கெடுத்தது..

கண்களில் நீர் வழிய அமர்ந்திருந்தவளிடம், ஏய்.. சக்தி அழாத எல்லாத்தையும் புரிஞ்சுக்க முயற்சி பன்னு சரியா, எதையும் யோசிக்காத.. ஒரு ப்ரெண்டா உனக்கு நான் எப்பவும் இருப்பேன் சரியா என்று சிவா சொல்ல..

ஏற்கனவே பேசி தீர்த்த ஒன்றுதான்.. இன்னும் பேச பேச என்ன ஆகப்போகிறது என்று எண்ணியவளாய் கண்ணீர் வழிந்த முகத்தை துடைத்துக்கொண்டவள், அழுகையை அடக்க முயன்றவளாய் அவனி-

டம் சிறிது நேரம் பேசிவிட்டு தாங்க முடியாத வேதனையை மனதில் சுமந்தபடி எழுந்து கிளம்பினாள் சக்தி.

அழுத முகமாய் போகும் சக்தியை பார்த்தவனுக்கு மனம் பாரமாகி மண்டையை குடைய அவசரமாய் மதுவை நாடி பாருக்கு சென்றான்.

மூன்று ரவுண்ட் அடித்து முடிக்கும் வரை மனது போட்டு குழம்பிக்கொண்டே இருந்தது. கலங்கிய விழியாய் வேதனை சுமந்த முகமாய் இருந்த சக்தி நினைவிலேயே நிற்க, பின் அவள் புரிந்துகொள்வாள் என்று நினைக்கவும் நினைவில் இருந்து மறைந்து போனாள் அவள். அவள் நினைவு போகவும் மறைத்த மேகம் விலகிய நிலவாய் வந்த நிலா அவன் நினைவை ஆக்கிரமிக்க..

நிலாவின் மீது இதுவரை இல்லாத அளவுக்கு ஆழமான காதல் வந்து தன் மனதில் நிறைந்திருப்பதாய் உணர்ந்தவன், அடுத்த நொடி குடிக்க மனம் வராமல் அவளை தேடி செல்ல சொல்ல பாரை விட்டுக் கிளம்பினான்.

பின், அவன் வீட்டிற்கு வந்த போது தங்கள் அறையில் நைட் லாம்ப் மட்டும் எரிந்துக்கொண்டிருக்க, கீழே தரையில் படுக்கை விரித்து படித்து நன்றாக உறங்கிக் கொண்டிருந்தாள் நிலா.

பழையது அனைத்தும் தொலைத்து புதியவனாய், மனதில் நிலாவின் மேல் மட்டும் காதலை சுமந்துக் கொண்டு வந்த சிவாவுக்கு ஏனோ உறங்கும் நிலாவை காணவும் சப்பென்று ஆகிவிட்டது..

பின், ஒரு ஏக்க பெருமூச்சு விட்டவன் கட்டிலில் ஏறி படுத்துக்கொள்ள கண் அயர்ந்தான். பின் பாதி தூக்கத்தில் கட்டிலை விட்டு கீழே விழ போவது போல் பிரம்மை தோன்ற சட்டென பதறி விழித்தான் சிவா.

சில நொடிகளில் அமைதியாகியவனுக்கு இருட்டில் கண்கள் பழகிவிட, கீழே அசதியில் அழகோவியமாய் படுத்துறங்கும் நிலாவை பார்த்தான். குறுக்குவாட்டில் இவனுக்கு முதுகு காட்டி படுத்திருந்தவளை கண்டவனுக்குள் ஏதோ தோன்ற கட்டிலை விட்டு வேகமாய் இறங்கியவன் அவள் தூக்கம் கலையாதவாறு மெதுவாக அவளருகில் சரிந்து படுத்தான்.

தனது ஒரு கையை எடுத்து அவள் இடுப்பை சுற்றி போட்டு லேசாக அணைத்துக்கொண்டு அவள் பின் கழுத்தில் தன் முகம் உரச படுத்துக்கொண்டான் சிவா.

அவனுக்கு நிலாவிடம் தன் மனமாற்றத்தை, அவள் மீது காதல் கொண்டிருக்கும் மனதை எப்படி சொல்லி புரிய வைத்து இருவரும் புது வாழ்க்கை துவங்குவது என்று தெரியாமல் இருக்க.. இது போல் செய்கைகளில் தன் காதலை நேசத்தை வெளிப்படுத்தி அவளுக்கு உணர்த்தலாம் உணரச்செய்யலாம் என அவளை நன்றாய் ஒட்டி அணைத்தபடி படுத்து கிடந்தவனுக்கு சிறிது நேரத்திலேயே சுகமான உறக்கம் தழுவிக்கொள்ள நிலாவை அணைத்தபடியே உறங்கிப்போனான்.

காலையில் கண்விழித்த நிலா, தன்னை ஒட்டி அணைத்தபடி உறங்கும் சிவாவை கண்டு எதிர்பார்க்காதவளாய் லேசாய் அதிர்ந்து போனாள். இவரு எப்படி கீழ என்றவாறு யோசித்தபடி அந்த அணைப்பின் சுகத்தை உணர்ந்தபடி இருந்தவளுக்கு என்ன தோன்றியதோ சட்டென அவனை உதறி எழுந்துக்கொண்டாள்.

அதில் பதறி கண்விழித்த சிவா, தன்னை பார்த்தபடி நின்றிருந்த நிலாவை பார்த்து என்ன நிலா என்று தூக்கமாய் கேட்க..?

அவள், நீங்க என்ன கீழ படுத்திருக்கீங்க? என்று கேட்கவும், இவ்வளவு நேரம் நிலாவை அணைத்து உறங்கியது நினைவுக்கு உரைக்க, முழுதும் விழித்தவன் நீ என்ன கீழ படுத்திருக்க என்றான்? என்னமோ அவள் புதிதாய் படுத்திருப்பது போல.

உடனே, நான் எப்பவும் கீழத்தானே படுப்பேன் என்று அவள் சொல்லவும்,

இனிமே, படுக்காத.. நானும் படுக்கல.. மேலேயே படு என்று அவளை அழுத்தமாய் பார்த்தபடி கட்டிலை காட்டி சொல்லிவிட்டு அவளுக்கு முன்னதாய் பாத்ரூமிற்குள் புகுந்துக்கொண்டான் சிவா.

சிவா சொல்லிவிட்டு சென்றதை கிரகித்து புரிந்துக்கொள்ளவே நிமிடம் ஆகியது நிலாவுக்கு. தன்னை அணைத்து படுத்திருந்ததும், இனி மேலேயே படு என சொல்லியிருந்ததும் அவளுக்கு ஒரு செய்தியை தெரிவிக்க யோசனையானாள்..

அவளுக்கும் அதுதான் வேண்டும், தன் மாமாவுடன் ஒன்றாய் வாழத்தானே இத்தனை நாள் காத்திருக்கிறாள், அவன் மனம் மாறி அதில் தான் குடியேறி இன்பம் காணத்தானே ஏங்கித்தவிக்கிறாள்..

ஆனால் அந்த சக்திக்கும் சிவாவுக்குமான தொடர்பு என்ன அது எத்தகையானது மரணத்தின் பிடியில் இருந்து மீண்டு வந்த அந்த நொடியிலும் மறக்காமல் சக்தி என அவள் பெயரை உச்சரித்தது

எதற்கு..? அவன் வாழ்க்கையில் அப்படி முக்கியமானவளா அவள்..? அவரின் நெருங்கிய நண்பன் ஹரியாலே கூட இதை மறுத்து சொல்ல முடியவில்லையே மவுனித்துதானே இருக்கிறார். காரணம் என்ன என்ற கேள்விகள் அவள் மனதை குடைய சிவாவின் நெருக்கங்களை ஏற்க முடியாமல் தவித்து, கடந்த சில நாட்களாய் அவன் நெருக்கத்தை கவனமாய் தவிர்த்தாள்.

அவளுக்கு அவள் கணவன் அவளுக்கு மட்டுமே கணவனாய் வேண்டும். அவருக்கு தான் மட்டுமே மனைவியாய் இருக்க வேண்டும்.

தன் கணவனை யாருடனும் பங்கு போட்டுக்கொண்டு வாழ எந்த பெண்தான் விரும்புவாள், வெறும் மனதளவில் வலியாய் மட்டுமே இருந்த சீதாவுடனான காதலை கூட அவன் முழுவதுமாய் மறந்து தன்னை முழுதாய் ஏற்றுக்கொள்ளத்தானே இத்தனை நாள் தன் மனதினை அடக்கி ஒரே அறையில் அவள் கணவன் சிவாவுடன் இருந்தாள். அதற்கே அப்படியெனில் மனதில் அல்லாது நிஜத்திலும் வேறு ஒருவளுடன் தொடர்பு என்றாள் எப்படி ஏற்றுக்கொள்வாள்..? அந்த சக்தி யார் இருவருக்கும் என்ன சம்பந்தம் என்று அவனிடமே கேட்டுத் தெரிந்துகொள்ள் ஒரு நாளை எதிர்பார்த்திருந்தாள் நிலா.

ஆனால் அப்படி ஒரு உறவு இருந்து அது உண்மையெனில் இவளிடம்தான் தன் உயிர் இருக்குமா..? இல்லை!!!!????

சிவா இப்போதுதான் தெளிவாகியிருந்தான், தனது மனதிலும் வாழ்க்கையிலும் இருந்த கசப்புகள் அனைத்தும் நீங்கியவனாய் இருந்தான். காலத்தின் சூழ்நிலையிலும், சந்தர்ப்பத்திலும் சிலவற்றுக்குள் சிக்கி இருந்தவனுக்கு இப்போது ஏனோ அதில் இருந்து முழுதாய் வெளி வந்த மாதிரியான உணர்வு. இது நிலாவால்தான் என்றுணர்ந்தவன் இனி நிலாவை தாண்டி வேறு எதுவும் எவையும் யாரும் தேவையில்லை என்று அவன் மனம் தீர்க்கமாய் சொல்லியது. தனது கடந்த கால நிகழ்வுகளை கொண்டு தன்னை ஒருவாறு கண்டு கொண்டிருந்த நிலாவை பற்றி அறியாதவனாய்..

ஒருவேளை நிலா தான் கண்டுகொண்டதை பற்றி சிவாவிடம் கேட்கையிலாவது உண்மை சொல்லிவிடுவானா...? ஆனால் இனி தன் கடந்த காலத்தை துளியும் நினைக்க கூடாது இன்னும் அதை இதை என சொல்லி நிலாவை வருத்தக்கூடாது என்று எண்ணியிருப்பவன் தன் நிலை சொல்லிவிடுவானா..?? உண்மையை சொல்வதில்தான் என்ன

தவறிருக்க போகிறது.. தற்போது இவனுக்குத்தான் மனமும் உடலும் நிலாவை தவிர வேறு யாரையும் தேடி நினைப்பதில்லையே.. முழுதாய் நிலா மட்டும்தானே இருக்கிறாள்.

அவளுக்கு என்ன தன் புருஷனை வேறு யாருடனும் பங்கு போட்டுக் கொள்ள கூடாது அதுதானே!? இதோ இந்த நொடி இவன் மனதில் அவள் மட்டுமே இருக்கிறாள் ஏற்றுக் கொள்ள வேண்டியதுதானே!!!

ஆனால் தன்னை மனந்தபிறகும் தான் அல்லாது வேறு ஒருவள் மீது நேசம் கொண்டிருக்கிறான் என்பதை எப்படி ஏற்றுக்கொள்வாள்..?

என்னது புல்லானாலும் புருஷன்..!! கல்லானாலும் கணவனா..!! அய்யோ பெண் இவள் கல் இல்லையே துடி துடித்துப் போவாளே.. தன் மாமனை எண்ணி.

*

மெட்டீரியல் வர வேண்டி இருக்கவே கட்டிடத்தில் வேலை நடக்காமல் இருந்தது அதனால் வேறு ஒரு வேலையாய் ஒருவரை பார்க்க பெரியார் நிலையம் வரை சென்றிருந்த சிவா, அவரை சந்தித்து பேசிமுடித்து வீட்டிற்கு கிளம்புகையில் ஏதோ ஞாபகம் வந்தவனாய் தனது பல்ஸரை கிளப்பி ரயில்வே ஸ்டேஷன் எதிரில் இருந்த பிரேமா விலாஸ் மிட்டாய்க் கடை முன் வந்து நிறுத்தினான். இறங்கி கடைக்குள் போனவன், அல்வாவை பார்சல் வாங்கிக்கொண்டு வெளி வர..

எய்யா.. தம்பி, அல்வாவை மட்டும் வாங்கிட்டு போற..? வீட்டுக்காரிக்கி பூ வாங்கிட்டு போய்யா.. என அந்த பூக்காரக்கா அல்வா கடை அருகே பூக்கடை போட்டு பயங்கர நேக்காய் வியாபாரம் பார்க்க..

தன் மனைவியான திருநெல்வேலிகாரிக்கே அல்வாவுடன் மதுரை மல்லிகையை வாங்கிக் கொண்டு ஆசையாய் வீட்டிற்கு விரைந்தான்.

வீட்டின் முன் பைக்கை நிறுத்திவிட்டு இறங்கி உள்ளே போக வீடே அமைதியாய் இருந்தது. டிவி அனைந்து இருக்க தன் அம்மா அப்பாவும் வீட்டில் இல்லையோ என்று எண்ணியபடி வந்தவனுக்கு சமையல் அறையில் இருந்து ஏதோ சத்தம் வருவது கேட்க, மெதுவாய் சமையல் அறையை எட்டி பார்த்தான்..

அங்கு, சேலை கொசுவம் ஏத்தி சொருகி தன் சிற்றிடை தெரிய நின்றவாறு சிங்கில் கிடந்த பாத்திரங்களை துளக்கி கொண்டிருந்தாள் நிலா. அவளின் பளிச்சென்று இருந்த இடுப்பில் துளிர்த்த வியர்வை வழிந்து புடவை மடிப்பில் இறங்க, அவளையே ரசனையாய் பார்த்தபடி

இருந்த சிவாவுக்குள் ஏனோ பல ரசாயண மாற்றங்கள்..

அய்யோ நம்மள இவ ரொம்ப கொல்லுறாட சிவா.. இன்னும் பொறுமையா இருந்தோம் இவ அழகுல மூச்சு முட்டியே செத்து போய்டுவோம் போலடா... என பெருமூச்சொன்றை இழுத்து விட்டவனாய் அவளை பார்த்தபடி நின்றிருந்தவனுக்கு இப்படியே போயி வேகமாய் அவளை அள்ளிக்கொள்ள வேண்டும் என்று ஆர்வம் தோன்ற அதை செல்படுத்தும் யோசனையில் இருந்தவனை தடுக்கும் விதமாய் அவன் பேண்ட் பாக்கெட்டில் இருந்த போன் வைப்ரேட் ஆகியது அய்யோ என்றவனாய் சிரமப்பட்டு அங்கிருந்து நகர்ந்து தன் அறைக்கு சென்றான்.

போனில் பேசி முடித்த சிவா, வேறு உடைக்கு மாறி அங்கிருந்த டிவியை ஆன் செய்தபடி தன் கட்டிலில் சாய்ந்து அமர்ந்துகொண்டான்.

♬♩♪♩ ♩♪♩♬

சொக்குபொடி கொண்ட சுடர் விழியா
திக்கி திக்கி வந்த சிறுமொழியா
எது எது என்னை இழுத்தது நீ சொல்லடி..
8 மில்லிமீட்டர் புன்னகையா
முத்து பற்கள் சிந்தும் முதல் ஒளியா
எது எது என்னை இழுத்தது நீ சொல்லடி..
முகத்தில் இருந்த பிள்ளை குறும்பா
மூடிகிடந்த ஜோடி திமிரா
என்ன சொல்ல எப்படி சொல்ல
எதுகை மோனை கை வசம் இல்ல
உன்னை எண்ணிகொண்டு உள்ளே பற்றிகொண்டு
உள்ளம் நோகுதடி என் உச்சி வேகுதடி

♬♩♪♩ ♩♪♩♬

என்ற பாடல் டிவியில் ஓட அதை ரசித்து பார்த்தபடி இருக்கையிலேயே கீழே வேலையை முடித்துக்கொண்டு அங்கு அறைக்குள் வந்தாள் நிலா...

வந்தவள் அங்கு சிவாவை காணவும் என்ன இவ்வளவு சீக்கிரம் வந்துட்டார் என்று ஆச்சரியம் ஆனவள், யோசனையாகவே பாத்ரூம் சென்று முகம் கழுவி வெளியே வந்தாள்.

தன் ஈர முகத்தை கண்ணாடி முன் நின்று துண்டால் துடைத்தவள், லேசாய் பவுடரை எடுத்து பூசிக்கொண்டாள். கண்ணாடியில் ஒட்டி வைத்திருந்த ஸ்டிக்கர் பொட்டை எடுத்து புருவ மத்தியில் வைத்துக்-கொண்டு எல்லாம் சரியாய் இருக்கிறதா என்று கண்ணாடியில் தெரிந்த தன் உருவத்தை பார்க்க..

கட்டிலில் அமர்ந்து அவளை ரசித்து பார்த்தபடி இருந்த சிவா, நிலா அங்க பூ இருக்கு எடுத்து வச்சிக்கோ என்றான்..

அவனை திரும்பி ஒரு பார்வை பார்த்துவிட்டு அவன் காட்டிய இடத்தில் டேபிளின் மீது இருந்த மல்லிகை சரத்தை எடுத்து தன் கையை பின்னால் கொண்டுவந்து பூ வைக்க நிலா போக, கட்டிலை விட்டு வேகமாய் எழுந்து அவளை நெருங்கிய சிவா, அவள் கையில் இருந்த பூவை வாங்கி தானே அவள் தலையில் வைத்துவிட்டான்.

நிலா தன் முகத்தை கண்ணாடியில் பார்க்க, அவளுக்கு பின்னால் அவளை நெருங்கி நின்றிருந்த சிவாவும் தெரிந்தான்.

கண்ணாடியில் நிலாவின் முகத்தை பார்த்த சிவா அவளை இன்னும் நெருங்கி அவள் தோள் மீது கைவைத்து தன்னை ஒட்டி நிறுத்திக்-கொண்டு அவள் காதின் அருகில் குனிந்து, நிலா... நீ ரொம்ப அழகா இருக்க என மென்மையாய் அவள் காதுமடலில் தன் உதடுகள் உரச ஒரு மாதிரியான குரலில் சொல்ல..

அவனது தொடுகையும் அந்தக் குரலும் அவளை ஏதோ செய்ய, தன்னை மறந்தவளாய் அவனுக்கு இணங்கி நின்றாள் நிலா.

அவளின் தோள் மீது வைத்திருந்த கையை எடுத்து இப்போது அவளின் இடுப்பை சுற்றி பிடித்துக்கொண்டு நெருங்கி நின்றவன், அவள் வாசம் இழுத்தவாறு பிடரியில் முத்தமிட சிலிர்த்தாள் நிலா. இது அவள் அனுபவிக்கும் ஒரு புதுவித சுகம், சில நொடிகள் அந்த சுகத்தில் தன்னை மறந்து நின்றிருந்தவளுக்கு அவளது மூளை அவசரமாய் ஏதோ சிக்னல் செய்ய..

அடுத்த நொடியில் அவளுக்குள் பொசசிவ் உணர்வும் சந்தேக உணர்வும் ஒருசேர எழ, தன்னை அணைத்தபடி நின்றிருந்த சிவாவின் மேல் எரிச்சல் பரவ உடனே உடல் விரைத்தவளாய்.. அவனை விட்டு வேகமாய் விலகி நின்றாள்.

ஆசையாய் சாப்பிட்டுக் கொண்டிருந்த பண்டத்தை சட்டென யாரோ பிடிங்கிவிட்டது போல் இருக்க ஏமாற்றமானவனாய் நிலாவை பார்த்தான்

சிவா.

அவள் இவனிடம் இப்போது ஏதோ பேச மனதிற்குள்ளேயே ஒத்திகை பார்த்துக்கொண்டிருக்க,

அவளை பார்த்த சிவாவுக்கு வெட்கப்படுகிறாள் போல என்று தோன்ற விட்ட இடத்தில் இருந்து தொடங்குபவனாய் அவளை நெருங்கி பின் பக்கமாய் அணைத்துக் கொண்டவன் இந்த முறை தனது கைகளை ஆடையில்லாத அவளின் வயிற்றின் மீது நேரடியாய் வைக்க..

ஹக்.. என வித்தியாசமாய் சத்தம் எழுப்பியவளுக்கு உடலில் வேகமாய் ஒரு உணர்வு பரவி அடிவயிற்றுக்குள் கூசி சிலிர்த்தது..

சிவாவின் அணைப்பு அவளை பலவீனப்படுத்த, தான் பேச வேண்டியதை பேச முடியாமல் போய் விடுமோ என்று எண்ணியவள், எரிச்சலான குரலில் விடுங்க என்னை என சொல்லியபடி வேகமாய் தன் உடலை அசைத்து அவன் பிடியில் இருந்து விலக முயற்சிக்க, சிவா அவளை தன்னோடு இறுக்கமாய் அணைத்திருந்தான்.

ஏனோ அவளை சட்டை செய்யாதவனாய் பெண்களின் இயல்பான கூச்சம்தான் இது என எண்ணியவனாய் விலக போராடியவளின் வெற்று முதுகில் அழுத்தமாய் முத்தம் வைக்க..

ஆத்திரமானவளாய் இப்ப விட போறீங்களா இல்லையா என எரிச்சலாய் கத்தியபடி அவனை தள்ளிவிட்டு நிலா விலகி நிற்க.

ஏனோ இப்போது சிவாவும் எரிச்சலடைந்து போனான். அவனுக்கு தன் மனைவியின் அழகை அள்ளி அருந்த வேண்டும் என்று இருக்க அவள் முரண்டியது எரிச்சலை ஏற்படுத்தியது. ஏனோ அவள் தன்னை தவிர்க்கிறாளோ என்று இப்போது சற்று அழுத்தமாய் அவனுக்குள் தோன்றியது.

கடந்த நாட்களில் இவன் இனங்கிச்செல்ல போகையில் எல்லாம் அவள் விலகி விலகி போயிருக்க வெட்கம் என்று நினைத்திருந்தவனுக்கு ஏனோ இப்போது, தான் நினைத்தது தவறோ என்று தோன்ற.. புரியாதவனாய் தன்னை விலக்கி நின்றவளை பார்த்து என்ன நிலா என்று கேட்டான்..?

சட்டென, என்னை தொடாதீங்க, நீங்க இப்ப இப்படி தொடுறது எனக்கு பிடிக்கல என இயலாமையில் வந்த ஆத்திரத்தில் நிலா சொல்ல..

என்னை தொடாதீங்க, நீங்க தொடுறது எனக்கு பிடிக்கல என்ற வார்த்தையும் அவள் குரலில் இருந்த ஆத்திரமும் நேராய் அவனது மூளையை சென்றடைய உச்சபட்ச வலியை உணர்ந்தான் சிவா. அந்த வலி கோபத்தை கிளப்ப..

ஏய்.. தொடாதீங்கன்னா என்னடி..? நான் தொட்டா பிடிக்கலையா..? நான் உன் புருஷன்தானடி என்று கேட்டபடி சிவா அவளை நெருங்க...

சட்டென, எனக்கு மட்டும் புருஷனா இருந்தா பரவாயில்லை, வேறொருத்திக்கும் புருஷனா இருந்தா..?? என்று கண்ணில் நீருடன் நக்கல் தொனியில் நிலா பேசவும்,

அவள் கையை பிடித்து வேகமாய் இழுத்து தன் மீது சாய்த்தவன், என்னடி உளர்ற என்றான்..?

ஆமா.. கட்டுனவ நான் இருக்கையில என்ன விட்டுட்டு இன்னொருத்திய நினைச்சிக்கிட்டு அவ கூட இருந்தா அதுக்கு என்ன அர்த்தம்..?? என் புருசன்னா எனக்கு மட்டும் புருஷனா இருக்கணும் அவருக்கு நான் மட்டுந்தான் பொண்டாட்டியா இருக்கணும்..!! என்று அழுதபடி கண்ணீருடன் அழுத்தமாய் சொன்னவள், நீங்க வேறொருத்திய நினைச்சு அவ கூட பழகிக்கிட்டு என்ன இப்படி தொடுறது எனக்கு அறுவருப்பா இருக்கு.. இந்த சுகத்துக்கு மட்டும் அலையிற வேசி கிடையாது நானு என்று நிலா கதரலாய் சொல்ல..

அவள் சொன்னதில் தான் தொடுவது அவளுக்கு அறுவருப்பாய் இருக்கு என்று சொன்னது மட்டும் புரிய உள்ளுக்குள் உடைந்து துடி துடித்து போனான். வேறேதும் புரியாமல் இருக்க புரியாதவனாய், நிலா.. நீ என்ன சொல்றேன்னே எனக்கு புரியலை என கேட்கவும்...

அழுதபடி இருந்தவளுக்குள் அப்படி ஒரு ஆத்திரம். ஒன்னும் தெரியாதது போல் நடிக்கிறானே என்று கோபம் கிளம்ப, இன்னும் ஏன் தெரியாத மாதிரி நடிக்கிறீங்க... நான் ஏமாறுவேன்னா...? அந்த சக்தியதான் விரும்புறீங்கன்னா என்னை எதுக்கு கல்யாணம் பன்னிக்கிட்டீங்க..? என்னை கல்யாணம் பண்ணிக்கிட்டு அவ கூட இருக்கிறது.. ச்சை.. என நிலா இரைந்து கத்திய அடுத்த நொடி..

அவள் கன்னத்தில் தன் கையை இடியென இறக்கினான் சிவா. அவன் அறைந்ததில் கண்ணம் தீயென எரிய கண்கள் சொருகியது போல் ஆக நிலை தடுமாறிப்போனாள். அந்த ஒரு அரையிலேயே.. துவண்டு போனவளாய் டேபிளை தாங்கி சரிந்து விழுந்தாள்.

என்ன போயி எப்படி-டி இப்படி நினைச்ச? என்றவனுக்கு அடுத்த வார்த்தை பேச வராமல்போக, வலியால் துடித்தவன் கோபத்தை அடக்கியபடி ச்சை என்றுவிட்டு அறையின் கதவை ஆத்திரமாய் அறைந்து அடைத்துவிட்டு கோபமாய் வெளியேறினான்.

அடிவாங்கி கிடந்தவள் அவனின் உண்மையை கண்டுக்கொண்டோம் என்ற ஆத்திரத்தில் தன்னை அடித்து விட்டு பதில் ஏதும் பேசாமல் ஓடுகிறான் என்று எண்ணி நினைத்து அறை வாங்கிய கண்ணத்தை கையால் தாங்கியபடி அமர்ந்திருந்தவளுக்கு கண்ணில் நீர் பெருக்கெடுத்தது.

வீட்டிலிருந்து கோபமாய் கிளம்பியவன் நேராய் பாருக்குத்தான் சென்றான். எவ்வளவு குடித்தும் உள்ளத்தில் இருந்த எரிச்சல் மட்டும் அடங்கவே இல்லை அவனுக்கு, ஆசையாய் அவ்வளவு காதலுடன் நிலாவை நெருங்கியிருக்க அவள் பேசிய வார்த்தைகள் இதயத்தை குத்தி கிழித்தது போல் இருந்தது இது வரை காணாத வலி அவனை வதைக்க துடித்தான். நான் வேறொருவளை காதலிக்கிறேன் என்கிறாளே.. காதலிக்கவே கூடாது என்றிருந்த எனக்கு உன்மேல்தானே காதல் வந்தது.. அது தெரியாமல் இப்படி சொல்லிவிட்டியேடி..? உன்னை விடுத்து இன்னொருவளுடன் நான் தொடர்பில் இருக்கிறேனா.. இதை நினைக்கையில் அய்யோ என்றிருந்தது அவனுக்கு. என்னைப் போய் இவ்வளவு கேவலமாக நினைத்துவிட்டாளே... சக்தியா யார் அந்த சக்தி..?யாரை சொல்கிறாள்..? எனக்கு ஒன்றுமே தெரியலையேடி.. என்னப் போய் இப்படி அசிங்கமா நினைச்சிட்டியே.. இப்படி என்ன நினைச்சதுக்கு கொண்ணுருக்கலாமேடி வலிச்சிருக்காதே. இப்ப வலிக்குதேடி.. என புலம்பியவனாய், வாங்கிய முழு மது பாட்டிலையும் காலி செய்தவன் மேலும் வாங்கிக்கொண்டு எங்கு போக என்று தெரியாமல் தனது ஆபிஸ்ஸிற்கே சென்றான்.

நிலா பேசியதே நினைவுக்கு வர அதை மறக்க விளைந்தவனாய் அங்கு ஓய்வறையில் அமர்ந்து மதுவை பாட்டிலோடு அப்படியே தொண்டையில் சரித்தான்.

மதுவின் காட்டத்தில் தொண்டையில் இருந்து வயிறு வரை கபகபவென எரிந்தது. ஆனால் உள்ளத்தின் எரிச்சலில் அது பெரிதாய் தெரியாமல் போக, அவளை அடித்துவிட்டோமே அவளுக்கு வலித்திருக்குமே என்றும் துடித்தவன் அதற்காகவும் குடித்தான்.

இவனோ சக்தியா..? அப்படி ஒருத்தி தனக்குள் அவள் சொல்வது போல் இல்லவே இல்லையே என்று மறுத்தவனாய் புலம்பி கொண்டிருக்க..

நிலவோ, இரவு உணவிற்கு கீழ் அழைத்த தன் அத்தையிடம் வயிற்று வலி என ஒரு பொய்யை சொல்லி தங்கள் அறைக்குள்ளேயே முடங்கியிருந்தாள். சிவாவை நினைத்து நினைத்து துடித்து துடித்து அழுதுக் கொண்டிருந்தாள்.

சிவா அடித்துவிட்டு போனதில், தான் நினைத்தது சரிதான்.. அந்த சக்தியும் இவரும் காதலர்கள் அது எனக்கு தெரிந்துவிட்டதில்தான் இந்தக்கோபம் என அவளின் மூளை சிந்தித்திருக்க, அவன் மனம் மாறி தன்னை ஏற்றுக்கொள்ள காதல் செய்து காலம் காலம் வாழலாம் என்று ஆசையில் இருந்தவளுக்கு அது நிராசை ஆகிவிட்டதோ என்று தோன்ற அதை எண்ணி எண்ணி துடித்தாள் நிலா.

ஏனோ தன் மாமா தன் வாழ்க்கையில் இனி இல்லை என்பதாய் தோன்ற அய்யோ என அழுதாள். மண்டை முழுவதும் சிவா சக்தி சிவா சக்தி என்றே குடைய..

ஏன் மாமா இப்படி.?? என்னை உங்களுக்கு ஏன் பிடிக்கல..? என்று புலம்பி தவித்த அவள் மனது,

தன்னை பிடிக்காமலா.. தன் மீது நேசம் இல்லாமலா கட்டிலில் படுக்க சொன்னதும் இப்போது கட்டி அணைத்ததலாம் காதலால் இல்லையா..? இது காதல் இல்லாமலா..? என்பதை ஏனோ யோசிக்க மறந்திருந்தது.

கண்ணால் காண்பதும் பொய்.. காதால் கேட்பதும் பொய்.. தீர விசாரிப்பதுதானே மெய்..!! என இருக்கும் பட்சத்தில் எப்படி சிவாவை கயலின் தோழி சக்தியுடன் சம்பந்தப்படுத்தி அழுத்தமாய் சந்தேகிக்கிறாள்..?? அந்த சக்தியை இவள் பார்த்தது கூட கிடையாது பின் எப்படி..?

அவன் மயக்கத்தில் முனங்கிய சக்தி என்ற வார்த்தைக்காகத்தானே இவ்வளவு சந்தேகம். சிவாவின் போனில் கேட்ட குரல், ரோட்டில் சிவாவுடன் பார்த்த அவள் என இவளாய் நினைத்து குழம்பி தவிப்பது சரியா..?

அன்றொருநாள் ஹரியிடம் பேசிய அந்த சக்தி, சிவாவிடம் லவ் சொல்ல வந்தேன் என்று சொன்னதை கேட்டும், அது போக, அந்த

சக்தியும் சிவாவும் பேசி பழக பார்த்திருக்கிறேன் ஆனால் அது காதல் வரைக்குமா என்றால் இருக்காதுதான் ஆனால் உறுதியாய் சொல்ல முடியவில்லை என்று ஹரி சொன்னதை வைத்தா..?? இப்படித்தான் என்றால் இது சரியா..?

இல்லையே தீர விசாரித்திருக்க வேண்டுமே. அதை விடுத்து சந்தேகித்து அவனிடம் பேசி காயப்படுத்தி இதோ இப்போது தன் மாமா தனக்கு இல்லையோ.. இல்லையோ.. என்று எண்ணி தானும் துடித்துக் கொண்டிருக்கிறாளே.

*

11

சிவாவை நினைத்தே விடிய விடிய பொட்டு தூங்காது படுக்கையி-லேயே கிடந்து அழுது அழுது துடித்த நிலா, காலையில் அவள் அத்தை லெட்சுமி வந்து கதவை தட்டவும்தான் படுக்கையில் இருந்து எழுந்தாள்.

அழுத தன் முகத்தை துடைத்தவளாய் கதவை திறக்க, என்னம்மா ரொம்ப முடியலையா.. என அக்கறையாய் கேட்ட லெட்சுமி, கீழ உங்-கண்ணன் உதயா வந்துருக்கான் பாரு என்று சொல்ல..

அப்போதுதான் தன் அண்ணன் நேற்று காலை போனில் பேசியது ஞாபகம் வந்தது நிலாவுக்கு. தனது நண்பனை பிளைட் ஏற்றிவிட மதுரை ஏர்போர்ட் வர வேண்டியிருக்கிறது என்று உதயா சொல்லியிருக்க..

இவள், சரி மதுரை வரைல இங்க வந்துட்டு போண்ணே என்ற-தற்கு.., அவன், இல்ல ஊர்ல சோளி இருக்கு என முதலில் சொன்ன-வன் சரி வந்து பார்த்துட்டுனா கிளம்பிர்றேன் என்று அவன் சொல்லியி-ருந்தது இப்போது நினைவுக்கு உரைத்தது.

சரி வாம்மா.. என்றுவிட்டு லெட்சுமி கீழே போக, வேகமாய் பாத்ரூ-முக்குள் சென்ற நிலா, தனது அழுது வடிந்த முகத்தை நீர் பிடித்தடித்து கழுவியவள்.. தனக்குள் ஒரு தீர்க்கமான முடிவெடுத்தவளாய் கீழிறங்கி-னாள்.

கீழிறங்கி வந்த தன் தங்கை நிலாவின் கலையிழந்த முகத்தையும் சோர்ந்த நடையையும் பார்த்தவன், வருந்தி சிறு பதட்டத்துடன் என்ன நிலா என்றான் உதயா...?

தன் அண்ணனை பார்க்கவும் அடக்கியிருந்த அழுகை மீண்டும் வருவது போல் இருக்க அழாது தன்னை கட்டுப்படுத்தியவளாய் ஒன்-னுமில்லண்ணே என மலுப்பலாய் பதில் சொன்னவள், தன் அத்தை கொடுத்த டீயை மனம் ஒவ்வாது குடித்தவாறு, அவனுடன் சிறிதாய்

பேசியபடி இருந்தாள்.

உதயா இன்னும் சிறிது நேரத்தில் கிளம்புகிறேன் என்பதாய் சொல்ல, அண்ணே நானும் உன்கூட அங்க நம்ம ஊருக்கு வரேன் என்றாள் நிலா...

அங்க வர்ரியா..!? என்று சிறு ஆச்சரியத்துடன் அவளை உதயா பார்க்க, ஆமண்ணே என்று அவள் சொல்லவும்,

உடனே, மாப்ளை கூட வாம்மா நீ மட்டும் வந்தா நல்லாருக்காது. உன்னை மட்டும் கூட்டிட்டு போனாலும் உன் அம்மையும் அப்பனும் என்ன ஏசுங்க என்று உதயா ஏதேதோ சொல்ல..

அதுலாம் நான் பார்த்திக்கிறேன் என்று நிலா முடிவாய் ஏதோ முடிவெடுத்தவளாய் சொல்லவும், சரி மாப்ளைய எங்க..? போன் போட்டா எடுக்கவே இல்லை..? என்று உதயா கேட்க..

லேசாய் பதறியவள், அவரு வேலையா வெளிய போயிருக்கார்ரு.. நேத்தே நான் நீ வரவும் உன் கூட ஊருக்கு போறேன்னு அவர்கிட்ட கேட்டப்ப போயிட்டு வான்னு சொல்லிட்டார்ரு.. என்று சரளமாய் பெரிய பொய்யை சொன்னாள் நிலா.

ஏனோ நிலாவை சிவா உடன் இல்லாமல் ஊருக்கு அழைத்து செல்ல தயக்கமாகவே இருந்தது உதயாவிற்கு. சிவாவும் போன் அடித்தால் எடுக்காமல் இருக்கவே அது நிலா சொன்ன பொய்க்கு தோதாய் அமைந்து போனது. பின், யோசனையாகவே நிலாவை தன்னோடு கூட்டிச் செல்ல முடிவெடுத்திருந்தான்.

தன் அண்ணனிடம் சொன்ன பொய்யையே, அத்தை லெட்சுமியிடமும் மாமா சேகரனிடமும், சிவா மாமா என்ன ஊருக்கு போயிட்டு வர சொல்லியதாய் சொல்லி உதயாவுடன் திருநெல்வேலிக்கு கிளம்பி சென்றாள் மதுரையை மறக்க நினைத்தவளாய்..

மதுரையில் இருந்து ராஜபாளையம் பஸ் ஏறி அங்கே போயி இறங்கியவர்கள் அங்கிருந்து தங்கள் ஊர் வழியாய் திருநெல்வேலிக்கு செல்லும் பேருந்திற்கு காத்திருந்த நேரத்தில்,

இதுநாள் வரை சுபாவிடம் எதையும் மறைக்காமல் சொல்லியிருந்த நிலா, இப்போதும் தான் எடுத்த முடிவை அவளிடம் போனில் வலியுடனும் கண்ணீருடனும் சொல்லி தீர்த்தாள். அதற்கு சுபா சொல்லியவைகளில் சமாதானம் எதுவும் ஆகாமல் இணைப்பை துண்டித்தவள் கடைக்கு சென்றிருந்த தன் அண்ணன் வரவும் அவன் அருகில் போயி

நின்றுக்கொண்டாள். நிலா போனில் பேசியதை கவனித்தவனாய் யாரு மாப்ளையா என்று உதயா கேட்க..? பல்லை கடித்து தன் அழுகை உணர்வை எழ விடாமல் அடக்கியவள் இல்லை என்பதாய் தலையசைத்தாள்.

*

டேய்.. நிலாவ ஏண்டா அடிச்ச? ஆங் அந்தப்பிள்ளைய எதுக்கு அடிச்சிருக்க..? என தங்கள் ஆபிஸில் குடித்து போதையில் படுத்திருந்த சிவாவை எழுப்பி அவனது சட்டையை கொத்தாய் பிடித்து ஆத்திரமாய் அவனது கண்ணத்தில் அறைந்தபடி இருந்த ஹரி,

போயிட்டா.. நீ வேணாம் போறேன்னு போயிட்டா, இப்ப உனக்கு நல்லாருக்கும்லடா.!? இனி அந்த சக்தி கூட நினைச்ச நேரம் நீ பாட்டுக்க எப்டினாலும் சுத்தி திரியலாம், கருமம் இஸ்ட்டத்துக்கு இருக்கலாம் என்ன!? என இரைந்தவன் அவனை அப்படியே தூர தள்ளிவிட்டான்..

சிறிது நேரத்திற்கு முன் அழுதபடி நிலா பேசியதை ஒன்றுவிடாமல் சுபா இவனிடம் சொல்லவும் நிலாவை நினைத்து வருந்திய ஹரி சிவாவின் மேல் கொள்ள வெறியோடு வந்திருந்தான்...

ச்சை.. நீ இவ்வளவு கேவலமானவன்னு நான் நினைக்கவே இல்லடா. அந்த பொண்ணு நிலா.. உன்ன எவ்வளவு விரும்புறா தெரியுமா..? ஆனா நீ அந்த சக்தியை என ஏதோ சொல்ல வந்தவன் எழுந்த ஆத்திரத்தில் இவன் தள்ளிவிட்டதில் கீழே கிடந்த சிவாவின் மேல் வேகமாய் பாய்ந்து தாக்க ஆரம்பித்தான்.

நிலா போய்ட்டா, போறேன்னு போயிட்டா என ஹரி சொன்னதில், நிலா போய்ட்டாளா என்னை விட்டு போய்ட்டாளா என சிவாவின் உள்ளம் துடிக்க, அடுத்ததாய் சக்தி என ஹரி சொன்னது அவனை பெரும் குழப்பத்தில் ஆழ்த்தியது. நிலாவும் சக்தி என்ற பெயரை சொல்லித்தானே ஏதோ சொன்னாள் இவனும் அதையே சொல்கிறான் என்றவனுக்கு எந்த சக்தி என்று புரியாமல் குழம்பி தவித்த சிவா, தன்னை தாக்கும் ஹரியை சிரமப்பட்டு விலக்கி எழுந்தான்.

எழுந்தவன், டேய் சக்தியா எந்த சக்திடா? என்றான் குழப்பம் தந்த ஆத்திரத்தில்.

அவனை தீயென முறைத்தபடி நின்ற ஹரி, எந்த சக்தியா என்று முறைப்பாகவே கேட்க..?

ஆமடா.. எந்த சக்தி கூடடா நீங்க சொல்ற மாதிரி நான் இருக்கேன்? அவளும் சக்தின்னு சொல்லி என்னை அசிங்கமா பேசுறா நீயும் இப்ப சக்தின்னு சொல்ற, எனக்கு நீங்க என்ன நினைச்சு பேசுறீங்கன்னே தெரியலடா.. என்று இயலாமையில் சிவா கத்த.

தெரியலையா.. எங்களுக்குத்தாண்டா இத்தனை நாளா நீ இப்படின்னு தெரியலை என்ற ஹரி, உனக்கு அந்த சக்திய தெரியாது..? கயல் ப்ரெண்டு வீடு கட்டுனமே அந்த சக்தியை உனக்கு தெரியாது..? நடிக்காதடா..!! அவளும் நீயும்தான கல்யாணம் ஆனதை மறந்து அசிங்கம் பண்ணிக்கிட்டு இருக்கீங்க என்று சொன்னதுதான் தாமதம்

ஹரியின் கண்ணத்தில் பொளேர் என அறைந்தான் சிவா. தனது அத்தனை வெறியையும் அந்த அறையில் காட்டினான்.

சிவாவுக்கு இப்போதுதான் புரியவே செய்தது, அது புரியவும் தன்னை இப்படி கேவலமாய் சொல்கிறார்களே என கொதித்தெழுந்தவன் ஹரியின் கண்ணத்தை எரிய செய்தான்..

அவன் அறைந்ததில் கண்ணம் தீயாய் எரியவே கண்ணத்தை தாங்கியபடி நின்றிருந்த ஹரியை பார்த்து,

என்னை போயி எப்படிடா இப்படி நினச்சீங்க..? என்னைய நல்லா புரிஞ்சவங்கன்னு நான் நினைச்ச நீங்க என்னைய இப்படி கேவலமா நினைச்சிருக்கீங்களேடா...!! என்னை அந்த சக்தி கூட சொல்லவே அசிங்கமா இருக்குடா என வலி உணர்ந்தவனாய் சிவா பேச..

என்ன இவன் நாமாய் நினைத்துக்கொண்டது போல் பேசுகிறான்.. இவன் நடத்தைகள் தானே இவனை காட்டி கொடுத்திருக்கிறது.. இவனும் அந்த சக்தியும் சைட்டில் பேசிக்கொண்டதை பார்த்திருக்கிறோம்.. அடிபட்டு ஹாஸ்ப்பிட்டலில் மயங்கி கிடந்த போதும் மறக்காமல் சக்தி என்ற பெயரை உச்சரித்திருக்கிறான்.. எஸ்.எஸ் என்ற பெயரில் வந்த அழைப்பும் பெண்குரல்.. அது யாராய் இருக்கும் என்று பார்த்தால் கயல் சொன்னது படி சக்தியின் லவ் ஸ்டேட்டசில் எஸ்.எஸ் என எழுத்திருக்க.. அது அப்ப அவள்தானே..? அந்த எஸ்.எஸ்ஸே சிவா சக்தி-தானே..? எதுவும் தெரியாதது போல் நடிக்கிறான் என்று எண்ணிய ஹரி, இதை அனைத்தையும் எடுத்து சொல்லி இதுலாம் என்னடா..? இதுலாம் இல்லைன்னு சொல்ல போறியா..? என்று எரிச்சலாய் கேட்க..

ஹரி சொன்னதை எல்லாம் கேட்ட சிவாவுக்கு அய்யோ என்று இருந்தது. தான் இவர்களிடம் மறைத்திருந்த ஒரு விஷயம்!! இல்லை

இல்லை மறைத்தது என்று சொன்னால் கூட தவறாகிவிடும், பகிராமல் வைத்திருந்த ஒரு விஷயம்!! இப்படி எங்கோ சுற்றி ஏதோ ரூபில் வரும் என்று சிவா நினைத்து பார்க்கவில்லை. இதோ இப்போது இதை பற்றி பேசித்தான் ஆக வேண்டும். இதுவரை வெளியே சொல்ல முடியாத விஷயத்தை சொல்லியே ஆக வேண்டும் என்று முடிவெடுத்தவன்,

ஆமடா.. இதலாம் இல்லைதாண்டா!! நீங்களா நினைச்சிக்கிட்டா அது உண்மையாகிருமா என்று சீற்றமாய் கேட்டான் சிவா..?

உடனே, இல்லையா? ஏன்டா இன்னமும் ஒத்துக்க மாட்ற உன் தப்பை!? ரெண்டு நாளைக்கு முன்னாடி கூட உன்ன அந்த சக்தி கூட விஷால் மால் புட்கோர்ட்ல பார்த்தேன். அன்னைக்கு அப்பவே உன்னை தொவைக்கிற வெறியில இருந்தேன் நான் வேற வேலையா ஒருத்த-ரோட கிளம்பிட்டேன், அதுனால தப்பிச்சிட்ட. கையும் களவுமா அப்ப பிடிச்சிருந்தா இல்லைன்னு சொல்லிருக்க முடியாது என கடுப்பாய் ஹரி சொல்ல..

அவன் பேசியது மேலும் எரிச்சலை கூட்ட, அன்னைக்கே வந்து தொலைச்சிருக்கலாம்ல என்ற சிவா, ஆனா பாவம்டா அன்னைக்கு வந்து இப்படி அந்த பொண்ணோட என்ன இணைச்சு அசிங்கமா பேசி-யிருந்தா தாங்கியிருக்காதுடா அது, துடிச்சு போயிருக்கும். ஏற்கனவே லவ் பெயிலியர்ன்னு இயல்பை தொலைச்சிட்டு நிக்கிது, நீ அந்த சக்-திய என்ன சொல்லுவ..? மேக்கப் போட்ருக்குன்னு நீ சொன்னப்ப அது போட்டுச்சோ இல்லையோ இப்ப போட்ருக்குடா..!! உடைஞ்ச மனசோட அழுத முகமா இருக்க கூடாதுன்னு உணர்ச்சியை காட்டாம இறுக்கமா இருக்க தினம் தினம் இயல்பாய் இருக்கிற மாதிரி தன்னை காட்டிக்க நடிச்சுக்கிட்டு இருக்கு இதுக்கு பேர்தான் மேக்கப்!!!

லவ் பெயிலியர், லவ்வர் வேறொருத்திய கல்யாணம் பண்ணிக்கிட்டா-னாம் அதுல என்னை மாதிரி உடஞ்சு போன அந்தப்பிள்ளை சூசைட் பன்னிக்க முயற்சி பன்னியிருக்கு வீட்ல எப்படியோ காப்பாத்திட்டாங்க. ரவி இதை என்கிட்ட சொல்லியிருந்தான்.. அது ரவி கல்யாணத்-துக்கும் வரலையா அன்னைக்கு அதுக்கு போன் போட்டு பேசுனேன் அப்ப நேர்ல பேசனும்ன்னு சொல்லுச்சு அதுனால அன்னைக்கு அங்க மால்க்கு போனேன்.

சக்திய பார்க்கையிலத்தான் எனக்கு இன்னொன்னு தெரிஞ்சுச்சு இங்க பசங்களும் ஏமாத்றாய்ங்கன்னு. காதல் தோல்வியில பொண்ணு-

களும் இருக்காங்கன்னு. அது போக எல்லா பொண்ணும், பையனும் ஏமாத்துறது இல்லைன்னு!!! அன்னைக்கு கூட சக்திக்கிட்ட, பழசை மறக்க முயற்சி பன்னு, நான் என் காதல் தோல்வில இருந்தப்பவும் இப்படித்தான் கஷ்டமாத்தான் இருந்துச்சு ஆனா என் குடும்பத்துக்காக சூசைட் மாதிரி நான் எந்த தப்பான முடிவும் எடுக்காம இருந்தேன். பழசு எல்லாத்தையும் இப்ப மறந்து சந்தோசமா இருக்கேன் உனக்கு ஒரு நல்ல வாழ்கை அமையும் அது உன் எல்லாத்தையும் மாத்தும் என் நிலா போலன்னு சொல்லி அவளுக்கு ஆறுதலா பேசிக்கிட்டு இருந்தேன்.

கயல் எனக்கு எப்படியோ அப்படிதான் சக்தியும்.. அய்யோ கயல் மாதிரி இல்ல அவ கொழுந்தியா முறை நாளைக்கு இதையும் நீங்களா ஒரு மாதிரி நினைச்சிக்கிட்டு ஏதேதாவது பேசிருவீங்க.. அந்த சக்தி எனக்கு பாக்யா மாதிரி என்று சிவா சொல்ல..

டேய் அது என ஹரி ஏதோ சொல்ல வரையிலேயே அவனை தடுத்த சிவா, நான் முழுசா சொல்லிட்றேன் அப்பறம் பேசு என்றுவிட்டு பேச ஆரம்பித்தான்...

அப்பறம் என்ன அந்த எஸ்.எஸ்-தான..? ம்ம் நீங்க நினைச்ச மாதிரி அது சிவா சக்திதான் ஆனா கரெக்டா சொல்லனும்ன்னா சிவசக்தி! என்றவன் வா பக்கத்துல பைக்ரா வரைக்கும் போயிட்டு வருவோம் என ஹரியை அழைத்துக்கொண்டு அவன் பைக்கிலேயே அந்த ஊனமுற்றோர் ஹோம் வந்தான் சிவா. அங்கு வருவதற்கு இருபது நிமிடத்திற்கு மேல் ஆகியிருக்கும், அந்த இருபது நிமிடமும் ஹரியிடம் ஒரு வார்த்தை பேசாது உம்மென்றே வந்திருந்தான் சிவா.

அந்த ஹோமின் முன்பு பைக்கை நிறுத்தி இருவரும் இறங்கி நிற்க தனது போனை எடுத்த சிவா, ஹரியிடம் காட்டியபடி அந்த எஸ்.எஸ் என்ற நம்பரை அழுத்தி கால் செய்தான்..

எதிர்முனை அட்டெண்ட் செய்யவும், சக்தி நான் உங்க ஹோம்க்கு வெளிய நிக்கிறேன் வரியா என்று கேட்க எதிர்முனை இந்தா வரேன் என்று சொல்லியிருக்க வேண்டும், ம்ம் வா என்றுவிட்டு போனை அனைத்த சிவா சக்தியை, சிவசக்தியை எதிர்பார்த்திருந்தான்..

சக்தியை காட்டுகிறேன் என சிவா இங்கு கூட்டி வந்திருக்க என்னடா என்று கேட்டால்..? பேசாத நான் பேசி முடிக்கலைன்னு சிவா சொல்வதை நினைத்தபடி அந்த ஹோமின் வாசலை பார்த்தபடி இருந்தான் ஹரி.

அப்போது உள்ளிருந்து வெளியே வந்த அந்த சிவ சக்தியை கண்டவன் விழி விரித்தான், இவர்களை நோக்கி சிரித்த முகமாய் வருபவளுக்கு வயது இவர்கள் வயதேதான் இருக்கும். தலைவாரி பின்னலிட்டு பூவைத்திருக்க அந்த பின்னலை முன்னால் தன் நெஞ்சின் மேல் பட போட்டுக்கொண்டு, அகன்ற நெற்றியில் ஸ்டிக்கர் பொட்டு வைத்து கழுத்தில் ஒரு பெரிய டாலர் வைத்த ஜெயின் தொங்க, பூக்கள் நிறைந்த ஊதா கலர் சேலை உடுத்தி அதற்கு மேட்சாய் டார்க் கலரில் ரவிக்கை உடுத்தி வந்தவளை தூரத்தில் இருந்து பார்த்தால் யாரும் பெண் என்றே நம்பலாம்... அவள் நெருங்கி வர உதட்டிற்கு மேல் இருந்த மீசைக்கான அச்சை பார்த்தால் மட்டும் "திருநங்கை" என்று தோன்றும் அளவுக்கு பெண்ணை போல் பேரழகி.. இந்த சிவசக்தி. இல்லை இல்லை சக்தி.

வரும் சக்தியை பார்த்தபடி இருந்த ஹரியிடம், இவதான் சக்தி அந்த எஸ்.எஸ்ன்ற சிவசக்தி. நீங்களாம் இவள பெண் என நினைத்துக் கொண்டதற்கு ரொம்ப சந்தோசம் அப்படியே நெனச்சுக்கோங்க. இவளும் இந்த சக்தியும் அதைத்தான் விரும்புறா என்று சிவா சொல்லிக் கொண்டிருக்கையிலேயே..

இவர்கள் அருகில் அந்த சக்தி வந்துவிட வந்தவள், என்ன சிவா இங்க..? என பெண்ணுக்கான பாவத்தில் கேட்க..

இல்ல சும்மாத்தான் என்ற சிவா, இங்கிட்டு வந்தேன்.. சரி அப்படியே உன்னையும் பார்த்துட்டு போலாம்ன்னு என்று சொல்லவும்,

இவர்களின் பேச்சை கவனித்த ஹரியை காட்டி ஆமா இது யாரு.. என சக்தி கேட்க..?

ஏய்.. இது ஹரி, எத்தனை தடவ போட்டோல பார்த்திருப்ப உனக்கு தெரியலையா என்று சிவா சொல்ல..

ஹரியா.. எனக்கு சத்தியமா தெரியல.. என சத்தியம் செய்து காட்டியபடி சொன்ன சக்தி, சாரி ஹரி நம்ம பேசுனது இல்லைல அதுனால எனக்கு தெரியல என்றபடி அவனது கையை பிடித்துக்கொள்ள ஏனோ சங்கடமாய் நெளிந்த ஹரி, இருக்கட்டும் என்று மட்டும் சொன்னான்.

பின், சிவாவிடம் இரண்டு நிமிடம் பேசிய சக்தி, சரி சிவா நான் போறேன், மிஷின்ல ஆள் இல்லைன்னா மேரியக்கா கத்தும் நான் போறேன் என்றவள் ஹரியிடமும், ஹரி அப்பறம் பாப்போம் என்றுவிட்டு ஓட்டமும் நடையுமானாள்...

அவள் போகவும் தன் அருகில் நின்ற ஹரியிடம், பார்த்துட்டல இவதான் அந்த எஸ்.எஸ் என்று சொன்ன சிவா, தனது மொபைலை அவனிடம் நீட்டி என் மொபைல்ல நேம் போட்டு பொண்ணுக நம்பர் சேவ் பன்னியிருக்க மாட்டேன்னு உனக்கு தெரியும்ல, இதுல சுபா நம்பர் எடு என்று மொபைலை அவனிடம் கொடுத்தான்..

சிவாவின் மொபைலில் காண்டாக்ட் லிஸ்டில் சுபா நம்பரை தேடியவன் எடுத்தான் அதில் சுபாவின் நம்பர் எஸ்.எச் (S.H) என்று சேவ் செய்யப்பட்டிருக்க அதை சிவாவிடம் காட்டவும், அவன் எஸ்.எச்-னா என்ன என்றான்..?

உடனே ஹரி, சுபா(எஸ்) ஹரிஹரன் (எச்) என்று சொல்ல...

இப்படித்தான் எல்லா பொண்ணு நம்பரும் என BLR-னா பாக்ய லக்ஷ்மி ராஜ்குமார், KR-னா கயல்விழி ரவிக்குமார் என தனது உறவுகளில் உள்ள பெண்கள் நம்பர்களை யாரும் எளிதில் இது பெண்களின் நம்பர் என அடையாளம் காண முடியாத வகையில் சார்ட் பார்மில் சேவ் செய்து வைத்திருந்தான். அப்படித்தான் இந்த எஸ்.எஸ்-ம் சிவசக்தியே... இவளை பெண் என முழுதாய் ஏற்றவனாய் பிற பெண் நம்பர்கள் போல் சக்தியின் நம்பரையும் சேவ் செய்தான் இதை இப்போது சொன்ன சிவா..

இந்த சக்திய எனக்கு சின்ன வயசுல இருந்து தெரியும். எனக்கு இவ ப்ரெண்டு! எனக்கு மட்டுமில்ல பிரபு, தினேஷ், ஜீவன், முத்து, ரவி எல்லாருக்கும்தான். அப்ப எல்லாரும் ஒன்னாதான் விளையாடுவோம், அப்ப சிவசக்தி, பையன்தான். நாங்க டென்த் படிக்கையிலதான் அவன்கிட்ட நிறைய மாற்றம் தெரிஞ்சுச்சு.. அவன் கொஞ்சம் பொண்ணுக மாதிரி பிகேவ் பண்ண ஆரம்பிச்சான் எல்லாரும் அத சொல்லி கிண்டல் பன்னா பொண்ணுக மாதிரியே அழுது ஓடிடுவான் பாவம், இதுல அவன் தப்பு என்ன இருக்கு!? இது இயற்கை தானே.. அந்த ஆண்டவன் படைப்பு இது.

அப்படியே கொஞ்ச நாள்ல எங்கக்கிட்ட இருந்து ஒதுங்கிட்டான். எல்லாரும் அவன அலி, அஜக்கு, அரவாணி, ஒன்பது, கோடான கோடின்னு பேச வீட்டை விட்டு வெளியவே வரமாட்டான். ஸ்கூல் விட்டே நின்னுட்டான். கொஞ்ச நாள்ல அவுங்க வீடும் காலி பண்ணி போயிட்டாங்க. நாங்களும் அவனை மறந்துட்டோம். அடுத்து ரொம்ப வருசத்துக்கு அப்பறம் சிவசக்திய நான் நம்ம கம்பெனி ஸ்டார்ட் பண்ணி

முதல் ப்ராஜெக்ட் பண்ணோம்ல புதூர்ல.. அப்பத்தான் பார்த்தேன். சேலை கட்டிக்கிட்டு தீ மேக்கப்ல இவள மாதிரியே இருந்த இன்னும் ரெண்டு பேரோட அந்த பஸ்டான்ட் இருட்டுக்குள்ள நின்னுகிட்டு இருந்தான். பார்க்கவுமே எனக்கு அடையாளம் தெரிய அவன் கிட்ட போனேன் மொத என்னைய தெரியல, அப்பறம் பேசவும் தெரிஞ்சுக்கிட்டான்.

அப்ப பேசுனப்பத்தான் தெரிஞ்சுக்கிட்டேன் இவன் சிவசக்தியாய் அல்ல, இவள் சக்தியாய் வாழ ஆசைப்படுகிறாள் என. அதிலிருந்து அவன் எனக்கு அவள் ஆகிப்போனாள். **ஆம் இவர்கள் அவர்களை அவள்களாகத்தான் நினைக்கிறார்கள்!!! அப்படியே மற்றவர்களும் நினைக்க விரும்புகிறார்கள்!!!**

இவர்கள் செக்ஸ் என்ற ஒன்றை நாடி சாலைகளின் இருட்டில் ஆண்களை தேடிப்போவது..

ஆணிற்கோ பெண்ணிற்கோ இயற்கையான உடல் உறவு வைத்துக்கொள்ள எதிர்பாலினத்தார் தேவைப்படுகிறார்கள் அப்போதுதான் அது முழு உறவு என்பதால்!!!

அந்த செக்ஸ் உணர்வின் போதாவது ஒரு ஆண் தங்களுடன் உறவு வைத்து தங்களை பெண்ணாக பாவிக்கிறானே என்ற எண்ணத்தில்தான் அந்த செக்ஸை தேடிப்போகிறார்கள்!!! அது பெருந்தவறாகி போகிறது சமுதாயத்தில்.

எல்லா நேரமும் இவர்களை நாம் பெண்ணாக நினைத்து நடத்தினால்!!! புரிந்து கொண்டால்!!! இவர்கள் அந்த தவறை நோக்கி போகப்போவதில்லை.. சமுதாயத்தில் கேலி பொருளாகவும், அசிங்கமாகவும் பார்க்கப்படப்போவதில்லை!!!

என் ப்ரெண்டு என் கூட ஒன்னா விளையாண்டு திரிஞ்சவன், இப்படி தவறா எதுக்கும் போக கூடாது இந்த சமூகம் அவன தப்பா நினைச்சிற கூடாதுன்னு, அவன நான் அவளா புரிஞ்சுக்கிட்டேன்!! என்னுடைய தோழியாய் ஏத்துக்கிட்டேன்!! அன்னையிலிருந்து சக்திய நான் என்னோட தோழியா நினைச்சு பேசி பழகிக்கிட்டு இருக்கேன்..

இந்த ஹோம்ல சேர்த்துவிட்டு இப்ப இங்க இருக்கிற எல்லாரும் சக்திய ஒரு பெண்ணாத்தான் நினைக்கிறாங்க. இவுங்க எல்லாரும் அப்படி நினைக்க அவளும் இங்க தான் ஒரு பொண்ணுன்றத முழுசா உணர்ந்து இருக்கா!! இதுதான் இவள தப்பான வழில போக தோணாம வச்சிருக்கு.

இங்க துணிப்பை, க்ளவுஸ்ன்னு தைத்து அவ தேவைய அவளே பார்த்துக்கிறா.. எப்பையாவதுதான் ட்ரெஸ்ன்னு எதாவது தேவைன்னா ஒரு ப்ரெண்டா நான் வாங்கி கொடுப்பேன். இவள மாதிரியே இங்க ரோஸின்னு இன்னொருத்தியும் இருக்கா.. இந்த ஹோம்ல ரெண்டு பேரும் சந்தோசமா இருக்காங்க பொண்ணுகளா!!!

இத நான் உங்கக்கிட்ட சொல்லாம ஏன் இருந்தேனா..!? நீங்க இத எப்படி புரிஞ்சுக்குவீங்கன்னு தெரியலை. அதுவுமில்லாம நீங்க யாரவது இவள கிண்டல் பண்ணி ஏதாவது சொல்ல நான் கூட மாறி இவள ஒதுக்கிடுவேனோன்னு ஒரு பயம் அதான் சொல்லலை. ஆனா இப்ப சொல்றேன் புரிஞ்சுக்கோங்க!!!

அப்பறம், எனக்கு ஆக்சிடெண்ட் ஆனப்ப நான் அடிபட்டு கீழ கிடந்தப்ப அந்த கூட்டத்துல இருந்த இந்த சக்திதான் எனக்காக கதறி துடிச்சா..

அந்த நினைவுல நீங்க சொன்னமாதிரி ஹாஸ்ப்பிட்டல்ல, சக்தி அழாத எனக்கு ஒன்னும் ஆகாதுன்னு புலம்பியிருப்பனோ!? என்னவோ, என சிவா அனைத்தையும் சொல்லி தன்னிலை விளக்கம் கொடுக்க.

வேகமாய் அவனை அணைத்துக்கொண்டான் ஹரி. சாரிடா..மச்சி டேய் சாரிடா.. உன்ன பத்தி தெரிஞ்சும் நான் தப்பா நினைச்சிட்டேன்டா சாரிடா.. சாரிடா.. என உண்மையாய் வருந்தி தவிப்பாய் ஹரி கெஞ்ச..

சிவாவோ விரக்தியானவனாய், வலிக்குது மச்சி.. ரொம்ப வலிக்குதுடா.. என் ப்ரெண்டு நீயும் என்ன புரிஞ்சுக்கல.. என்னையவே எனக்கு திருப்பி தந்த என் நிலாவும் என்ன புரிஞ்சுக்கலன்னு நினைக்கிறப்ப கஷ்டமா இருக்குடா. கொஞ்சநாளா இருட்டுல மட்டுமே இருந்த நான் இப்பத்தான் வெளிச்சத்துக்கு வந்த மாதிரி இருந்துச்சு இப்ப திரும்பவும் இருட்டுல விழுந்த மாதிரி இருக்கு.!!

இத்தனை நாள்ல என் காதல் அவளுக்கு தெரியாம போச்சு.. என்ன முழுசா புரிஞ்சுகிட்டான்னு நினைச்சனே!!! ஆனா என் காதலை புரியாம போவான்னு நினைக்கலயே!!! அப்ப அவளுக்கு என் மேல காதல் இல்லையா..?? காதல் இருந்தா என்னை வேணாம்ன்னு ஏன் போக போறா என கவலைப்பட பேசியவனை கண்ட ஹரி,

டேய் மச்சி, நிலா உம்மேல உயிரே வச்சிருக்காடா.. அதுக்கு உன் மேல காதல் இல்லைன்னு மட்டும் தப்பா நினைக்காத.. இன்னைக்கு எந்த பொண்ணுடா புருசனுக்கு காதல் தோல்வி அதில் வந்த காயம்

ஆறி தன்னை முழுசா ஏத்துக்கிற வரைக்கும் காத்திருக்கேன்னு இருப்பாங்க...!? முதல் நாளே பர்ஸ்ட் நைட்லயே பஞ்சாயத்து பன்னிற மாட்டாங்க..??

ஆனா நிலா, அழுகைய கூட தொலைச்சிட்டு நின்ன உன்னை சிரிக்க வச்சிருக்கா..!! ரசிக்க வச்சிருக்கா..!! அவ உன் தேவதைடா மச்சி.. நிலாவை தப்பா நினைக்காத, அது சின்னபிள்ளைடா.. புருஷன் தன் பெயர் அல்லாது வேறு ஒருத்தி பெயர் சொல்லவும் துடிச்சுட்டா.. அவ பொசசிவ் மனசு உன்னை சந்தேகப்பட வச்சிருச்சு.. நான் வேற சில விஷயம் சொல்ல எல்லாம் தப்பாயிருச்சு. ஆனா நிலா பாவம்டா மச்சி.. அன்னையில இருந்து அது எப்படி துடுச்சு துடுச்சு அழுதான்னு தெரிஞ்சா இப்படி யோசிக்க மாட்ட, புரிஞ்சுக்க மச்சி என்று ஹரி எடுத்துரைக்க...

திருநங்கைகள் பற்றியே புரிந்து வைத்திருப்பவனுக்கு தன் உயிர் அவளையா புரிந்து கொள்ள இயலாது. என் மீது கொண்ட காதல் மனம்தான் என்னை வேறொருவளுடன் பார்த்து பேசியதை தவறாய் எண்ண வைத்திருக்கிறது தானும் அதற்கான சூழ்நிலையை உருவாக்கியிருக்கிறேன் என்பதை புரிந்து கொண்ட சிவா, ஆனா விட்டுட்டு போய்ட்டாளே மச்சி என்று கவலை தேய்ந்த குரலில் ஹரியிடம் சொல்ல..

அவ உன்னை விட்டுட்டு போலடா, உன் மேல இருக்குற லவ்வுல நீ உனக்கு பிடிச்ச மாதிரி சந்தோசமா வாழனும்ன்னு அவ வாழ்க்கைய விட்டுக் கொடுத்துட்டு போயிருக்காடா உன் மேல பைத்தியமானவ. ஆனா நீ விட்றாத உனக்கு பிடுச்ச அவள புடுச்சுக்கோ!!! என்று ஹரி சொல்லவும்,

இறுக்கமான மனது இப்போது லேசாய் ஆனது போல் இருக்க, விட்டுட மாட்டேன்.. எப்படி விடுவேன் அவ என் வெளிச்சம்.. என் நிலா என் இருட்டை விரட்ட வந்த வெளிச்சம்.. என்ன இப்ப தள்ளி போயிருக்கு.. நான் எட்டி பிடிக்கணும் பிடிக்கிறேன் என்று எண்ணிய சிவாவுக்கு புது சுறுசுறுப்பு வர,

தன்னவளைத் தேடி போயி தன் காதலை யாசித்து காலம் வாழ திருநெல்வேலி கிளம்ப முடிவெடுத்திருந்தான்.

அப்படியே அங்கிருந்தபடியே ஹரியை பஸ்டாண்டில் இறக்கிவிட சொல்லி திருநெல்வேலிக்கு பஸ் ஏறலாம் என்றுதான் நினைத்தான்.

ஆனால் இப்படியே கசங்கிய உடைகளுடனும் தன் மீது அடிக்கும் மது-வின் நெடியுடனும் போக முடியாதே என்றுணர்ந்தவன் முதலில் தனது வீட்டிற்கு செல்ல முடிவெடுத்திருந்தான்.

அதன்படி தன் வீட்டிற்கு வந்தவனிடம் அவனது அப்பா அம்மா, நிலா அவ ஊருக்கு அவ அண்ணன் கூட கிளம்பி போயிருக்கா நீதான் போக சொன்னியாம்ல என்று சொல்லி கேட்க..!?

ம்ம் ஆமா.. இந்தா நானும் கிளம்புறேன் என்றுவிட்டு உற்சாகமாய் படியேறி தன் அறைக்கு சென்றவனை கண்ட லெட்சுமிக்கும் சேகரனுக்-கும் ஏனோ சந்தோசம். அவர்கள் தங்கள் மகன் சிவாவை இதுபோல் உற்சாகமாய் பார்த்து நாளாயிருக்க மகிழ்ச்சி பொங்கியது..

*

12

திருநெல்வேலி செல்லும் பேருந்தில் ஏறியமர்ந்த சிவா, தனது போனை எடுத்து ஏழு முறையாக மிஸ்ட் கால் காட்டிய உதயாவின் நம்பருக்கு கால் செய்தான்..

எடுத்தவுடனேயே சொல்லு மாப்ள என்ற உதயாவின் குரலில் எப்போதும் இருக்கும் உற்சாகம் இருக்கவே, நிலா எதுவும் அவனிடம் சொல்லியிருக்கவில்லை என்று புரிய என்ன மச்சி எங்க இருக்க என்றான் சிவா...?

இந்தா நம்ம ஊருக்கு போற பஸ்ல போய்க்கிட்டு இருக்கோம் இன்னும் கால்மணி நேரத்துல நம்ம வீட்டுக்கு போயிருவோம் என்று உதயா சொல்ல..

ம்ம் சரி மச்சி, நிலா உன்கூடத்தான இருக்கு என்று சிவா கேட்க..?

ம்ம் ஆமா மாப்ள, அது முன்னாடி இன்னொரு பொம்பளையாளோட ஒரு சீட்ல உட்கார்ந்திருக்கு நான் பின் சீட்ல இருக்கேன் என்ற உதயா, சாரி மாப்ள உன்கிட்ட சொல்லி கேட்டுட்டுதான் நிலாவ ஊருக்கு கூட்டிட்டு போகனும். நீ வீட்ல இல்லை போன் அடிச்சப்பவும் எடுக்கல வேலையில இருந்துட்ட போல, அதுக்கப்பறம் நீதான் கூட்டி போகச் சொல்லியிருக்கேன்னு நிலா சொல்லவும், அத்தை மாமாட்ட சொல்லிட்டு கூட்டி வந்துட்டேன் என தயக்கமாய் அவன் சொல்ல..

உதயாவின் தயக்கமான பேச்சு சிவாவை சங்கடப்படுத்த, டேய் மச்சி உன் தங்கச்சிய உன் வீட்டுக்குத்தான கூட்டிட்டு போற.. அதுலாம் ஒன்னும் இல்லை என்றவன், ஆனா நிலா என்கூட கோவிச்சுக்கிட்டுத்தான் உன்கூட கிளம்பி வந்திருக்கா என்று சிவா சொல்லவும்,

பதறிய உதயா, மாப்ள என்னடா சொல்ற என்க..? ஆமடா ஒரு சின்ன பிரச்சனை அதுல கோவிச்சுக்கிட்டு நீ வரவும் உன்கூட அங்க

கிளம்பிட்டா என்று சிவா சங்கட்டமாகவே சொல்ல..

உதயாவிற்கு ஏனோ மனது பரிதவித்தது.. பெரிய பிரச்சனையா இருக்குமோ என்று யோசித்தவனுக்கு சோர்ந்த முகமாய் இருந்த நிலா நினைவுக்கு வர, டேய் மாப்ள என்னடா பிரச்சனை என்றான் பரிதவிப்புடனே?

அது.. அது.. வந்து..மச்சி என்னன்னா என சிவா தடுமாற்றமாய் பேச..

அதில் கணவன் மனைவிக்குள் வரும் ஏதோ சிறு பிரச்சனையாய் இருக்கும் அதை சொல்ல சங்கடப்படுகிறான் என புரிந்துகொண்ட உதயா, சரி மாப்ள உங்களுக்குள்ள என்ன சடவோ அது எனக்கு தெரியலை, ஆனா உங்க ரெண்டு பேரையும் தெரியும் அதுல சொல்றேன், எது பன்னியிருந்தாலும் நிலா தெரிஞ்சு பன்னியிருக்க மாட்டா தெரியாமத்தான் பன்னியிருக்கும் என்று வருத்தம் கலந்த குரலில் சொல்ல....

மச்சி பெரிய பிரச்சனைலாம் இல்லடா.. பேசுனாலே முடிஞ்சுடும் என்ற சிவா நானும் இப்ப அங்கதான் வந்துக்கிட்டு இருக்கேன் பஸ்ல, நீ நிலாட்ட எதும் கேட்டுக்காத என்று சொல்லவும்..

சிவாவும் இங்கு வருகிறான் எனும் போது பெரிய பிரச்சனை எதுவும் இல்லை நினைத்தது போல இருவருக்கும் சிறிதாய்தான் ஏதோ போல, இந்த சிறு பெண்ணும் தான் அங்கு வராமல் இருந்திருந்தால் திருநெல்வேலிக்கு வரும் முடிவில் இருந்திருக்க மாட்டாள்.. என்னை பார்க்கவும் கிளம்பிவிட்டாள் போல என தன் தங்கை நிலாவை நினைத்து புரிந்து கொண்ட உதயா, சரி மாப்ள.. நீ பார்த்து வா.. இந்தா நாங்க இறங்க போறோம் என்று சொல்லிவிட்டு இணைப்பை துண்டித்து கொண்டான்.

பின், நிலாவுடன் உதயா தங்கள் வீட்டிற்கு சென்றபோது வானதியும், விநாயகமும் தங்கள் மகனுடன் வந்த மகளை கண்டு மகிழ்ந்தாளும் தனியாய் அவள் மட்டும் வந்திருப்பதையும் அவள் முகத்தில் தெரியும் சோர்வையும் கண்டவர்களுக்கு ஏனோ உள்ளுக்குள் பயம் வந்தது..

அங்கு மதுரையில் தன் அண்ணனை பார்த்த போது உள்ளுக்குள் எழுந்த அழுகை இப்போதும் எழ சிரமப்பட்டு அடக்கி கொண்ட நிலா, எதார்த்தமாய் அவர்களிடம் தன்னை காட்டிக்கொள்ள முயன்றாள்..

அவளிடம் உடம்பு சரியில்லையா முகம் ஒரு மாதிரி இருக்கு என்று அவள் அம்மாவும் அப்பாவும் கேட்க? அதுலாம் ஒன்னும் இல்லை, பஸ்ல வந்தது டயர்டா இருக்கு என்று சொல்லவும், அடுத்தடுத்து

அவர்கள் சிவாவை பற்றி அங்கு வீட்டை பற்றி கேட்டபடி இருக்கவே தன் அம்மா கொடுத்த உணவை கொஞ்சமே சாப்பிட்டவள் அசதியாய் இருக்கு நான் போயி உறங்கட்டா என்று கேட்டு தனிமையை நாடி மேல் இருந்த அறைக்குள் சென்று படுத்துக்கொண்டாள்.

நிலா போகவும், என்னடா நிலா மட்டும் தனியா வந்திருக்கா எதும் பிரச்சனையா என்பதாய் வானதியும் விநாயகமும் தங்கள் மகன் உதயாவை கேள்வியாய் பார்க்க..

நிலாவே சண்டை என ஏதும் சொல்லாதபோது நாம் சொல்ல கூடாது என்பவனாய், அதுலாம் ஒன்னுமில்லை, மாப்ள பின்னாடி வந்துக்கிட்டு இருக்கான்.. இவளுக்கு பஸ் டிராவல் ஒத்துக்காதுல அதுல அப்படி இருக்கா.. என்று உதயா சொல்லவும் அவர்கள் நம்பியவர்களாய் நிம்மதி ஆகினர்..

மணி இரவு ஏழை நெருங்குகையில் மிகவும் களைத்தவனாய் அங்கு நிலாவின் வீட்டிற்கு வந்து சேர்ந்தான் சிவா. நேற்றைய தீவிர குடி.. சில வார்த்தைகளின் ரண வலி.. இன்று இன்னும் சாப்பிடாமல் இருப்பது.. நிலாவை எண்ணி தவித்திருந்தது.. இரண்டு பஸ் மாறி வந்ததன் அலைச்சல் என எல்லாம் சேர்ந்து அவனை பெரிதாய் களைப்படைய செய்திருந்தது. நல்லவேளை அந்த ஊரின் பஸ்டாப்பில் இருந்து பைக்கில் உதயா அழைத்து வந்துவிட்டான், இல்லை இங்கு வருவதற்கும் பஸ்ஸையோ ஆட்டோவையோ எதிர்பார்த்து காத்திருக்க வேண்டும். சிறு கிராமத்தில் உள்ள ஒரு பெரும் பிரச்சனையே குறிப்பிட்ட டயத்திற்கு மட்டும்தான் பஸ் என்பது.

வந்தவனை, வாசலிலே அமர்ந்து உறவுக்காரி ஒருவருடன் பேசிக்கொண்டிருந்த வானதி வேகமாய் எழுந்து வாங்க மாப்ள என மகிழ்வாய் அழைத்து வீட்டிற்குள் அழைத்துச்செல்ல உள்ளே வந்தவனின் கண்கள் நிலாவை தேடியது..

ஏல் உதயா.. அப்பா சீனி மாமா வீட்ல இருக்காவ பாரு, கூப்பிட்டு வா என்று சொன்ன வானதி வேகமாய் சமையல் அறைக்கு சென்று செம்பில் தண்ணீர் எடுத்து வந்து சிவாவிடம் கொடுத்தார்.

அடுத்து விநாயகம் வரவும் அவர்களுடன் சிறிது நேரம் பேசியபடி இருந்த சிவா, நிலா எங்க என்றான் உதயாவிடம்? மேல உறங்குறா என அவன் சொல்லவும், அவர்களிடம் சொல்லிவிட்டு எழுந்தவன் வீட்டை ஒட்டி மேலே செல்லும் படிகளில் வேகமாய் ஏறியவன் அவள் படுத்தி-

ருக்கும் அறையின் கதவை திறந்து கொண்டு உள் நுழைந்தான்.

அங்கு, கட்டிலில் கண்மூடி படுத்திருந்தாள் நிலா. அவள் அழு-திருக்கிறாள் என்பதற்கு சாட்சியாய் முகம் வீங்கி கண்களின் ஓரத்தில் கசிந்த நீரின் காய்ந்த தடம் இருந்தது. கவலையாய் படுத்திருந்தவளை பார்த்தவனுக்கு இதயம் கசிந்தது, மெல்லமாய் கட்டிலை நெருங்கி அவள் கால்மாட்டில் அமர்ந்தவன் நிலாவின் முகத்தை பார்த்தபடி இருக்க..

உறங்காமல் சும்மா கண்களை மட்டும் மூடி படுத்திருந்த நிலா, யாரோ கட்டிலில் வந்து அமர்வதை உணர்ந்தவளாய் திடுக்கிட்டு விழித்து பார்த்தாள்..

கட்டிலில் தன் அருகில் சிவாவை கண்ட அதிர்ச்சியில் வேகமாய் எழுந்தமர்ந்தவள், நீங்களா..? என்று திகைப்புடன் கேட்க...?

அவளை பார்த்தபடி இருந்த சிவா, நான்தான் நானேதான்.. மாமா உன்கூட போக சொன்னாருன்னு சொல்லி உங்கண்ணன் கூட கிளம்பி வந்துருக்கியே.. அந்த மாமாதான் என்று சொல்லியபடி தள்ளி அமர்ந்-திருந்தவளை நெருங்கி சிவா நகர...

அவன் நெருங்கி வர வேகமாய் தானும் நகர்ந்து சுவற்றை முட்டி அமர்ந்தவள். நீங்க ஏன் இங்க வந்தீங்க..? நான்தான் உங்களுக்கு பிடிச்சவ கூடயே இருந்துக்கோங்கன்னு நான் இடஞ்சலா இருக்க வேணாம்ன்னு முடிவெடுத்து கிளம்பி வந்துட்டனே.. அப்பறம் ஏன் இங்க வந்தீங்க என பட்டென நிலா சொல்ல.

ஏய்.. அதாண்டி கிளம்பி வந்துட்டேன். எனக்கு பிடிச்சவ கூடயே இருக்கனும்ன்னு என் பொண்டாட்டிய தேடி வந்துட்டேன் என்று சொல்லி சுவற்றை ஒற்றி அமர்ந்திருந்தவளின் மடியில் தலைவைத்து படுத்துக்கொண்டவன் அவள் முகம் அண்ணாந்து பார்த்து அவள் மேனி வாசம் நாசி இழுக்க..

நெருக்கத்தில் சிவாவின் முகம் கண்டு தடுமாறிய நிலாவுக்கு சொல்ல வந்த வார்த்தை தடுமாற எரிச்சலானவள், அவனது தலையை தன் மடி-யில் இருந்து விலக்கிவிட்டு வேகமாய் கட்டிலில் இருந்து கீழிறங்கி நின்-றாள். நின்றவள் நொடி நிதானித்து, அதுக்கு ஏன் இங்க வந்தீங்க..? என்று எரிச்சல் கலந்த குரலில் கேட்க..

விலகி கீழ் இறங்கி நின்றவளை பார்த்தவன், ஏய் எனக்கு உன்னை பிடிக்கும்ன்னுதாண்டி இங்க உன்னை தேடி வந்திருக்கேன் என்று சிவா சொல்ல அடுத்த நொடி, அய்யோ.. ஏன் இந்த பொய் சொல்றீங்க..?

அதான் அவ இருக்காளே சக்தி என சக்தி என்ற பெயரை எரிச்சலுடன் அழுத்தி இழுத்து நிலா சொல்ல...

ஏய் லூசாடி நீ..? நான் சொல்றத புரிஞ்சுக்காம பேசுற என சிறிது ஆதங்கமாய் சிவா கேட்கவும்..?

ஆமா.. நான் லூசுதான், லூசுன்றதாலத்தான என்ன கட்டிக்கிட்டு இன்னொருத்திக்கூட இருக்கீங்க, இவ என்ன கேட்ருவான்னு? என சொன்னவளை பார்த்த சிவாவுக்கு நேற்று போல் இன்றும் கோபம் வர கையை மடக்கி ஓங்கி சுவற்றில் குத்தியவன், ஏண்டி இப்படி புரிஞ்சுக்காம பேசி என்னை வதைக்கிற என்றவன் தொடர்ந்து சுவற்றில் குத்தியபடி பல்லை கடித்து தனது கோபத்தை கட்டுக்குள் கொண்டுவர முயல..

உண்மைய சொன்னா இவருக்கு இவ்வளவு கோபம் வருதா..? என எண்ணியபடி புரியாதவளாய் நின்றாள் நிலா.

சிரமப்பட்டு நிதானித்தவனாய், சரிடி நீ சொல்ற மாதிரியே இருக்கட்டும். நேத்து நீ சொன்ன மாதிரி உனக்கு மட்டும் இல்லாம நான் இன்னொருத்திக்கும் புருசன்னே வச்சிக்கோ! ஆனா உனக்கு நான் மட்டும்தானடி புருஷன்..!? என ஏரிச்சலாய் கேட்டு நிலாவை பார்க்க...

இந்த வார்த்தை அவள் இதயத்தை யாரோ சாட்டையால் அடித்தது போல் வலியாய் உணர, துடித்தவளாய் நிமிர்ந்து அவனை தீயாய் முறைத்தாள் நிலா.

அவளின் முறைப்பை பார்த்தபடியே, உன் புருஷனை எதுக்குடி நீ இன்னொருத்திக்கு விட்டுத்தர, இல்லை நான் புருஷன்ற உரிமை உணர்வே உனக்கு வரலையா..?? இல்ல இல்லையா..??

இல்லையே!! வந்திருந்தா உன் புருஷன்ன இன்னொருத்திக்கு விட்டுத்தர முடிவெடுத்திருக்கமாட்ட!! ஒரு பொண்டாட்டியா தன்னோட புருஷனுக்காக போராடியிருப்ப!! புருஷன் எங்க எப்படி இருந்தாலும் அவனை மீட்டு திருத்தி தன் கூட பத்திரமா வச்சிக்க பார்த்திருப்ப!! புருசன்ற உரிமையும் உணர்வும் வராததால.. இன்னொருத்திக்கு விட்டுக்கொடுக்க முடிவெடுத்து இங்க வந்துட்ட என்ன..? என வேதனை தாங்கிய முகத்தோடு கோபமானவனாய் சிவா சொல்லவும்,

விக்கித்து நின்றாள் நிலா. இவர் சொல்வதுபோல் நான் போராடியிருக்க வேண்டுமோ..? இல்லையே இவருக்கு என்மேல் காதல் இருந்தால் ஆசை இருந்திருந்தால் வேறொருவள் எதற்கு? என் காதலை இவரிடம் கட்டாயமாய் திணிக்க முடியாதே!! இப்போது கூட இவருக்காக இவர்

சந்தோசமாய் வாழட்டும் என்றுதானே இந்த முடிவெடுத்து இங்கு வந்தோம். ஆனால் இதை தவறு என்கிறார்? என்று அவள் மனம் இப்போதும் சிவாவின் மனம் என்ன!? உண்மை என்ன!? என்று அறியாததால் குழம்பி அவளுக்குள் பெரும் தவிப்பை ஏற்படுத்தியிருக்க...

அடுத்து சிவா பேசியது அவளுக்கு இதயத்தில் இடியையே இறக்கியது போல் ஆனது.

சரி, என்னை விட்டுக் கொடுக்கனும்ன்னு முடிவெடுத்து இங்க வந்துட்ட நான் ஏத்துக்கிறேன். ஆனா இப்படி இங்க வந்துட்டா மட்டும் நீ சொல்ற மாதிரி இன்னொருத்திக்கூட வாழ்ந்திற முடியாது. நீ முறைப்படி எனக்கு டைவர்ஸ் கொடுத்து என்னை பிரியனும்!! அப்பத்தான் நான் இன்னொருத்திய எனக்கு புடுச்சவன்றல அவள முறைப்படி கல்யாணம் பண்ணிக்கிட்டு வாழ முடியும் சரியா..? என உணர்வே இல்லாத வெற்றுக் குறலில் சிவா சொல்ல..

அதிர்ந்து போனாள் நிலா. கண்களில் நீர் பொலபொலவென வழிய ஆரம்பிக்க பேச திராணியற்று இருந்தாள். வந்த அழுகை ஆத்திரமாய் வெடித்தது. கதறி துடித்தவளை ஆறுதல் கூறவோ அதட்டவோ அங்கு சிவாவும் இல்லை, பேசிமுடித்து கீழிறங்கி சென்றிருந்தான்.

டைவர்ஸ் கொடுக்கணுமா...? என் மாமா வேறோருத்திய கல்யாணம் பன்னிக்குவாறா..? என்று நினைக்க நினைக்க தன் உயிர் போய்விடக் கூடாதா என்று எண்ணி துடித்தாள். இப்போதுதான் தன் மாமாவை விட்டுக்கொடுப்பது எவ்வளவு கடினம் என்பதே அவளுக்கு புரிந்தது. அதில் அந்த டைவர்ஸ் என்ற வார்த்தை அவளை கொல்லாமல் கொன்றது. அறிவீனமாய் தன் கணவனை தன் காதலனை வேறொருத்திக்கு விட்டுக் கொடுக்க நினைத்ததை எண்ணி எண்ணி துவண்டாள்.

சிவா அவளின் கணவனையும் தாண்டி காதலன் அல்லவா!? ஏனோ தன் முதல் காதல்.. தன் மாமாவின் மேல் தான் கொண்ட உயிர் காதல் தோற்பதை, தன்னாளே தொலைவதை நினைத்தவள் கண்ணீர் வற்றிப்போகும் வரை அழுதாள். ஏனோ இந்த நொடி, தான் எடுத்த முடிவு தவறு என்று அவள் மனம் ஒப்புக்கொண்டது. அதே நேரம் இன்னும் சிவாவுக்கு சக்தி என்ற காதலி உண்டு என்பதையும் அழுத்தமாய் நம்பவே செய்தது.

பின், கீழிருந்து அவள் அம்மா வானதி அழைக்கவும் இயந்திரமானவளாகவே கீழ் சென்றாள் நிலா. அங்கு சிவா அமர்ந்து சாப்பிட்டுக்-

கொண்டிருக்க, வாடி மாப்பிள்ளையோட அப்படியே சேர்ந்து உட்கார்ந்து சாப்பிடு என வானதி சொல்ல..

சிவாவை பார்த்து உள்ளுக்குள் வருந்தி ஏங்கியபடியே நிலா வந்து அமர எனக்கு போதும்த்தை என்று சொல்லி, வைத்த நான்கு இட்லிகளை மட்டும் சாப்பிட்டு முடித்து வேகமாய் எழுந்துக்கொண்டான் சிவா.

பின், கடமைக்கு சாப்பிட்ட நிலா, மேலே இருந்த அறைக்கு சென்றவள் அங்கு சிவா இல்லாததை கண்டு யோசனையானவளாய் அப்படியே கட்டிலில் விழுந்தாள் மீண்டும் கண்ணீர் வர ஆரம்பித்தது.

தன் சிவா மாமா தனக்கு வேண்டும் என இப்போது ஒரு மனம் முரண்டு பிடிக்க, இன்னொரு மனம் மாமவே டைவர்ஸ் கேட்டதற்கு அப்பறம் நாம என்ன பன்ன முடியும் அவர் சந்தோசமா இருக்கட்டும் என, ஆனால் என் மாமா என்று மாறி மாறி இருதலை கொள்ளியாய் துடித்தாள் நிலா.

சிவாவிற்கு தெரியாமல் இல்லை நிலா தன் மீது கொண்ட காதல் எவ்வளவு என்று. பின்ன அவனுக்காய் அவள் செய்த அத்தனைகளிலும் அவள் காதல் அவனுக்கு தெரியத்தான் செய்தது. இருந்தும் அவள் காதலை முதலில் அவளே உணர வேண்டும், எந்த சூழ்நிலையிலும் தன் கணவனை வேறொருவருக்கு விட்டுத்தர கூடாது என்பதை புரிந்து கொள்ள வேண்டும் என்பதால்தான் சிவா அவளிடம் டைவர்ஸ் கொடு என சொல்லி அப்படி பேசி வந்ததே..

என் மேல் கொண்ட காதல் தந்த உணர்வில் ஏற்பட்ட பொறாமையில்தான் தான் வேறொருவள் பெயரை உச்சரித்தது, பேசியது என எல்லாவற்றையும் தொடர்புபடுத்தி சந்தேகித்து எனக்காகவே என் மகிழ்ச்சிக்காகவே என்னை இல்லாத ஒருவளுக்கு விட்டுத்தர முடிவெடுத்து இங்கு வந்து இப்போது எப்படி அழுவாள் எவ்வளவு துடிப்பாள் என்று சிவாவுக்கு தெரிந்தே இருந்தது. இருந்தும் இன்று ஒருநாள் மட்டும் அழுகட்டும், இதுவே அவள் அழுவது கடைசியாய் இருக்கட்டும், பின் என் கண்மணி கண்களில் இருந்து ஒரு துளி நீர் அழுகையாய் வராமல் பார்த்துக்கொள்வேன் என முடிவெடுத்திருந்தான்.

அவள் அமைதியடையவும் நாளை காலை, உண்மை என்ன! நீ புரிந்து கொண்டவை தவறு! அந்த சக்தி யார் என்ன என எல்லாம் பற்றி விவரித்த பின்பு, தன் காதல் மனைவியை கன்னாபின்னா என காதலிக்க முடிவெடுத்திருந்தான் சிவா. காலையில் இவனுக்கு முன்பு அவள்

ஒரு முடிவு எடுத்திருப்பாள் என்று அறியாதவனாய்.

*

மறுநாள் காலையில் கீழிறங்கி வந்த நிலாவிடம், ஏட்டி ஒரு பொம்பள இவ்வளவு நேரமாவா உறங்குவ..? என்று அவள் அம்மா வானதி கேட்கையிலேயே நிலாவின் கண்கள் தானாய் கடிகாரத்தை தேடி பார்க்க மணி பத்தை தொட்டு இருந்தது.

மொத போயி குளிச்சிட்டு சீலைய மாத்துட்டி அப்பத்தான் பிடிச்சிருக்க சோம்பேறி அசதி எல்லாம் போகும் என்று வானதி சொல்லவும்,

நிலா பாத்ரூம் நோக்கி நகர அங்கு செல்ப்பில் இருந்த அவளது போன் அலறியது...

ஏட்டி மொத அந்த போன எடுத்து பேசு காலையில இருந்து கத்திட்டு கிடக்கு என்று கத்தியபடி வானதி, வீட்டு வேலைகளை பார்க்க ஆரம்பிக்க..

உணர்ச்சியற்றவளாய் போயி தன் போனை எடுத்து பார்க்க சுபாதான் அழைக்கிறாள். ஏனோ எடுத்து பேசுவோமா இல்லை வேண்டாமா என்று இவள் யோசனையாய் இருக்கையிலேயே கால் கட் ஆகியது. மிஸ்ட் காலில் சுபா ஐந்து முறை அழைத்திருப்பதாய் காட்ட, இத்தனை தடவ கூப்பிட்டிருக்காங்க என்று தோன்ற நிலாவே சுபாவுக்கு கால் செய்தாள்..

காலை பிக்கப் செய்த சுபா எடுத்தவுடனயே, என்ன நிலா எல்லா பிரெச்சனையும் முடிஞ்சல.. இப்ப நீ ஹாப்பிதான என்று கேட்க..?

வலியில் இருப்பவளுக்கு ஒன்றும் புரியாமல் இருக்க தனது போனை எடுத்து கொண்டு தனது அம்மாவிடம் இருந்து சற்று தள்ளி போனவள், என்னக்கா சொல்றீங்க.. எனக்கு புரியல என கலங்கிய குரலாகவே நிலா கேட்க..?

ஏய், என்ன புரியலன்ற..? சிவா அங்க வந்திருக்கார்ல என்று சுபா கேட்க? ஆமக்கா என்று இவள் சொல்லவும், அப்பறம் என்ன எல்லாத்தையும் உனக்கு சொல்லியிருப்பார்ல என சுபா கேட்கவும்,

மாமா என்கிட்ட என்ன சொன்னாரு என்று யோசனையானவள், அவர் டைவர்ஸ் தான கேட்டாரு என்று நினைவு வர உடைந்த குரலில் அக்கா என்றவள் நேற்று நடந்ததையும் சுபாவிடம் ஒன்றுவிடாமல் ஒப்பித்து அழுதாள்.

அவள் சொல்வதை பொறுமையாய் கேட்ட சுபா பின், சிவாவும் ஹரியும் பேசிய அனைத்தையும் சொல்லி உண்மை விளக்கி.. உன்

மாமா கெட்டவர்லாம் இல்ல.. ரொம்ப ரொம்ப நல்லவர்ரு.. அந்த நல்லவர்ரு உன்னத்தாண்டி காதலிக்கிறாரு உன்ன மட்டுந்தாண்டி காதலிக்கிறாரு என இனிப்பான செய்தியை நிலாவின் காதில் சொல்ல..

சொல்ல முடியாத ஆனந்தம் அவளுக்குள் எழுந்து சிறகு விரித்து பறந்தாள். என்னக்கா சொல்றீங்க என கேட்டவள் தன் மாமா தன்னை மட்டும்தான் காதலிக்கிறார் என்ற செய்தியை சுபாவிடம் திரும்ப திரும்ப கேட்டு மகிழ்ந்தவள் சிவாவை தவிர யாவும் மறந்தாள்.

உடனே, எக்கா நான் அப்பறம் பேசுறேன் என சொல்லி போனை அனைத்த நிலா துள்ளி குதித்து ஓடி, எம்மோவ்.. மாமாவ எங்க காணோம் என்று தன் அம்மாவிடம் கேட்க..?

உதயாவும் மாப்பிள்ளையும் சொரண்டை வர போயிருக்காக என்றார் வானதி.

சொரண்டைக்கா.. என்னவாம் என சிவாவை காணாத தவிப்புடன் நிலா கேட்க..?

உங்கண்ணனுக்கு அங்க சோளி இருக்கு, இவர்ரு உன் மாப்பிள்ளையும் உதயா கூட போறேன்னு போயிருக்கார்ரு என்ற வானதி தன் மகள் முகத்தில் இருந்த ஒரு தவிப்பை பார்த்தவர், பைக்கிலதான் போயிருக்காங்க சீக்கிரம் வந்துருவாங்கா நீ மொத குளிச்சிட்டு வந்து சாப்புடு என்று சொல்ல குளிக்க கிளம்பினாள் நிலா.

தன் மாமா மீது துளியும் தவறில்லையே.. தானாய் தவறாய் நினைத்து பாவம் அவரையும் வேதனை அடைய செய்து நாமும் இத்தனை நாள் அழுது துடித்திருக்கிறோமே என்று எண்ணியவளுக்கு தன் மீதே பலி கோபம் வந்தது.

தன் மாமா, தன்னை காதலிக்கிறார்.. தன்னைத்தான் காதலிக்கிறார் என்பது எல்லையே இல்லா சந்தோஷத்தை நிலாவுக்குள் தர எப்போது தன் மாமா வருவார் என சிவாவை நினைத்து ஏங்கி எதிர்பார்த்தாள்.

அவர்கள் வர மாலை ஆகிவிடுமே அதுவரை மாமாவுடன் பேசாம இருக்க முடியாதே என்று எண்ணியவளாய் தன் போனை எடுத்தவள் சட்டென அந்த முடிவை கை விட்டாள். தனது மகிழ்ச்சியை தங்கள் வாழ்வின் சந்தோஷமான துவக்கத்தை போனின் மூலமா..? வேண்டாம் இன்னும் கொஞ்ச நேரம்தான் அதன் பின் வாழ்வே சொர்க்கம்தான் என எண்ணி அமைதியாகினாள் நிலா.

இவள் வந்திருக்கிறாள் என்ற செய்தி தெரிந்து அக்கம் பக்கத்து உறவுகள் வீட்டிற்கு வந்து இவளுடன் நலம் விசாரித்து பேச அவர்களுடன் மகிழ்ச்சியாய் பேசினாலும் தன் மாமாவுடன் பேசத்தான் ஆசை அவளுக்கு. ஏனோ இந்த காத்திருப்பு அவளை பெரிதும் அவஸ்தை படுத்த அங்கு மதுரையில் தங்கள் வீட்டில் இருக்கும்போது சிவாவின் ஞாபகம் வந்தால் அவனை பார்த்தே ஆக வேண்டும் என தோன்றினாள் அவர்களது திருமண போட்டோ ஆல்பத்தை எடுத்து வைத்து பார்த்து ரசிப்பாள், அதில் இருக்கும் அவனிடம் கொஞ்சலாய் பேசுவாள் சிரிப்பாள். இப்போதும் அவனை உடனடியாய் பார்க்க வேண்டும் என்று தோன்ற தற்சமயத்திற்கு அவனது போட்டோ கூட இல்லாமல் இருக்க தவிப்பாய் யோசித்தவளின் கண்ணில் சுவற்றில் பிரேம் செய்து மாட்டப்பட்டிருந்த தன் அம்மா அப்பா அண்ணனுடன், சிவா நிலா ஜோடியாக நிற்கும் இவர்களின் திருமண புகைப்படம் பட்டுவிட்டது, உடனே மகிழ்ந்து ஆர்வமானவள் அந்த போட்டோவை கையில் எடுத்து அருகே வைத்து பார்க்க வேண்டும் என்ற எண்ணம் அவளுக்குள் மேலிட..

வேகமாய் எழுந்தவள் உயர மாட்டியிருந்த அந்த போட்டோவை எடுக்க ஸ்டூலை எடுத்து வந்து போட்டவள் அதில் ஏறி நின்று போட்டோவை மாட்டியிருந்த ஆணியில் இருந்து உருவ, போட்டோ பிரேமின் பின்னால் இருந்த இடைவெளியில் சுவற்றில் நின்றிருந்த சிறு பல்லி வேகமாய் நகரவும், அதை பார்த்து பயந்து பதறி தடுமாறியவள் கையில் எடுத்த போட்டோவை கீழே தவறவிட்டாள்... அது கீழே பெரிய சத்தத்துடன் விழுந்தது.

அய்யோ என வேகமாய் பதறி ஸ்டூலை விட்டு இறங்கி போட்டோவை கையில் எடுத்து பார்க்க..

கீழே போட்டதில் போட்டோவில் இருந்த சிவாவின் முகத்திற்கு நேராய் கீறல் போட்டிருந்தது. அதை பார்த்தவளுக்கு ஏனோ கஷ்டமாய் போக கண்ணில் ஏனோ முனுக்கென்று நீர் கோர்த்தது..

இவள் சத்தம் கேட்டு வெளியே பேசிக்கொண்டிருந்த வானதி, ஏட்டி என்ன என கேட்டவாறே உள்ளே வந்தவர் கண்ணீருடன் நின்ற மகளை கண்டு பதறிய தாயாய் அவளை வேகமாய் நெருங்க..

எம்மோ.. போட்டா கீழ விழுந்து க்ராக் ஆயிருச்சும்மா அதுவும் மாமா முகத்துக்கு நேரா என்று கவலையாய் கலங்கியபடி நிலா சொல்ல..

ஏட்டி நீ எதுக்கு இப்ப அதை எடுத்த என்று கேட்டவர், சரிட்டி எதுக்கு இப்ப அழுவுறவ..? உங்கண்ணன் கிட்ட சொன்னா வேற மாத்திடுவான் நீ எதுக்கு சினுங்கிற என்க...?

இல்லம்மா, அது மாமா முகத்துல கீறல் இருக்கா அதான்ம்மா ஒரு மாதிரி இருக்கு என்ற நிலாவை பார்த்த வானதிக்கும் சிறு பதற்றம் வரவே அதை காட்டி கொள்ளாமல் அதுலாம் ஒன்னும் இல்லை என்று அவர் ஆறுதலாய் பேச..

என்னவோ நிலாவின் மனது பதற்றமாகவே இருந்தது. வேகமாய் தனது மொபைலை எடுத்து சிவாவுக்கு கால் செய்தாள்.. இவள் அடித்த நேரம் அவளது போன் சுவிட்ச் ஆப் என்று வர மேலும் பதறித்தான் போனாள்.

உடனே தனது அண்ணனுக்கு போன் அடிக்க, ரிங் போனதே தவிர அவன் எடுக்கவேயில்லை. இரண்டாவது முறை முயற்சிக்க இந்த முறை எடுத்தவன், சொல்லு நிலா என்று உதயா பேச வரையிலேயே..

அண்ணே.. மாமாட்ட குடு என நிலா வேகமாய் பேச அதற்கு மாப்ளை என்கூட இல்லை, நீ அவன் போனுக்கு போடு என்றான் உதயா.

மாமா உன்கூட இல்லையா..? ரெண்டு பேருந்தான.. போனீங்க..? என்று நிலா தவிப்பாய் கேட்க...?

ஆமா.. ஒன்னாதான் போனோம், அங்க வேலை முடிஞ்சு, எனக்கு வேற ஒரு வேலை இருந்துச்சு.. அதான் வண்டிய மாப்பிள்ளைட்ட கொடுத்து நீ வீட்டுக்கு போ நான் வரேன்னு சொல்லி அனுப்பிச்சு வச்சேன். சிவா கிளம்புன நேரத்துக்கு இன்னும் ஒரு அரை மணி நேரத்துல அங்க இருப்பான் என்ற உதயா, என்னாச்சு என கேட்க..?

பதில் ஏதும் சொல்லாமல் போனை கட் செய்த நிலா, சிவாவிற்கு முயல, சுவிட்ச் ஆப் என்றுதான் வந்தது. இதுவரை பதறிய மனம் இப்போது அழ ஆரம்பித்தது.. உடனடியாய் தன் மாமாவின் குரலை கேட்டாக வேண்டும் போல் இருக்க கலக்கமாகவே இருந்தாள்.

அரை மணி நேரம் கடந்தும் சிவா வராமல் இருக்க பெரிதும் பயந்திருந்த நிலாவை தன் மகளை பார்த்த வானதிக்கும் கவலையாய்ப்போக, ஏட்டி வந்திருவார்டி.. நீ ஏன் கிடந்து தவிக்கன்னு தெரியலை.. இல்லாதத யோசிப்ப போல என்னத்தயாவது.. போட்டா விழுந்துச்சாம் பயந்துக்கிட்டு கிடக்கா.. எழும்புட்டி மொத, என மகளுக்கு அதட்டலாக

ஆறுதல் சொல்ல.

அடுத்த ஐந்தாவது நிமிடத்தில் பைக்கிள் வந்திறங்கினான் சிவா.

அவனுக்காய் வாசலிலேயே உட்கார்ந்திருந்த நிலா அவனை பார்த்துவிடவும், வேகமாய் மாமா என்ற சிறு கதறலுடன் ஓடிச்சென்று அவன் நெஞ்சில் விழுந்தாள், தான் பயந்தது போல் அல்லாமல் நல்லபடியாக வந்துவிட்டார் என அவனை தொட்டு தொட்டு பார்த்தவள் ஏனோ தொலைந்து போன உயிர்காற்றை சுவாசிப்பது போல் மூச்செடுக்க கண்ணெல்லாம் சந்தோஷத்தில்!! இதழில் பூத்த சிரிப்புடன் சிவாவின் முகம் பார்த்தவள் அவன் மீது முழுதாய் சாய்ந்து அவனை இறுக அணைத்துக்கொள்ள..

வந்தவுடன் அணைத்துக்கொண்ட நிலாவை பார்த்தவனுக்கு புரியாமல் இருக்க, சிரித்தபடி அவனை அப்பியிருந்தவளுக்கு கணப்பொழுதில் சிரிப்பு அழுகையாய் மாறியது. குழந்தையாய் மாமா மாமா என அவன் நெஞ்சில் புதைந்து விசும்பி அழ ஆரம்பிக்க...

பதட்டமான சிவா, நிலா என்னடா என்னாச்சு? என ஒரு கையால் அவளை அணைத்தபடி அவள் முதுகில் மெதுவாய் தட்டிக்கொடுத்தவாறு கேட்க, பெரிதாய் தேம்பி அழ ஆரம்பித்தாள் நிலா.

தான் நேற்று பேசியதை நினைத்து தவித்து அழுகிறாளோ என்று அவசரமாய் சிவாவுக்குள் தோன்ற, இப்போது அவளின் அழுகை தனக்குள் பெரிதாய் பாதிப்பை ஏற்படுத்த கலங்கியவன், அவளை இறுக அணைத்துக்கொன்டு, நிலா அழாத.. மாமா உன்னைவிட்டு போக மாட்டேன், ஏய் அழாதடி என தன் நெஞ்சில் விசும்பி அழுபவளிடம் உடைந்து போன குரலில் சொன்ன சிவாவின் கண்களிலும் கண்ணீர்.

கட்டி அணைத்தபடி நிற்கும் தன் மகளையும் மருமகனையும் பார்த்த வானதிக்கு சந்தோசம் என்றாலும் அவர்கள் வாசலில் நிற்பது சங்கடமாய் தெரிய, நிலாம்மா.. வெளிய வாசல்ல நிக்கிறீங்க பார்ரு என்று குரல் கொடுக்க...

அது அவளுக்கு கேட்டதோ இல்லையோ சிவாவுக்கு கேட்கவும், அணைப்பில் இருந்து அவளை விடுவித்து தன் தோளோடு மட்டும் அணைத்துக்கொண்டு படியேறி வீட்ற்குள் நுழைந்தவன், சாரித்தை என்றான் வானதியிடம்.

அய்யோ.. அது இல்லை மாப்ள.. வெளிய நிக்கிறீங்கன்னுதான் என்று சொன்ன வானதி, இந்தா உங்க போட்டோ கீழ விழுந்து லேசா

கீறிடுச்சு.. நீங்க வேற வெளிய போயிருக்கீங்களா அதான் என்னமோ ஏதோன்னு பயந்துக்கிட்டு கிடந்தா.. அதான் நீங்க வரவும் என அவர் சொல்லயிலேயே ஏதோ புரிந்துபோனது சிவாவுக்கு..

உடனே அவளை என்ன என்பதாய் சிவா பார்க்க, இல்ல மாமா அது.. அன்னைக்கு நம்ம வீட்ல.. கண்ணாடி கீழ விழுந்து உடஞ்சிச்சா.. அன்னைக்குத்தான் உங்களுக்கு உங்களுக்கு ஆக்சிடென்ட் ஆயிடுச்சு. இன்னைக்கும் உங்க போட்டோ கீழ விழுந்துருச்சா என்று அழுகையாய் சொன்னவளை முழுதாய் சொல்ல விடாமல்,

தன் தோளோடு அணைத்திருந்தவளை மீண்டும் நெஞ்சோடு இறுக அணைத்துக்கொண்டான். அவன் அணைப்பு அவளை மேலும் அழுக செய்ய..

ஏய் நிலா எனக்கு ஒன்னும் ஆகலடி. நீ இருக்கையில எனக்கு எதுவும் ஆகாது, அந்த எமன் என் உயிர எடுக்கனும்ன்னாலும் உன்கிட்டதான் வரனும். நீதான் என் உயிரு என்ற சிவா, எனக்கு ஒன்னும் ஆகல பாரு.. நான் நல்லாயிருக்கேன் என அவளை விலக்கி நிறுத்தி கண்ணத்தை தட்டி தன்னை பார்க்க வைத்தவன், மொத இது மாதிரிலாம் யோசிக்கிறத நிப்பாட்டு... நீ படிச்ச புள்ளைன்னாங்க என சொல்ல மவுணமாய் கண்ணீர் மட்டும் விட்டாள் நிலா.

நாகரிகம் கருதி இருவரையும் தனியே விட்டு வானதி வெளியே சென்றிருக்க...

நிலாவின் கன்னத்தில் வழிந்த நீரை தன் கைகளால் துடைத்தவன், ஏன்டி எனக்காக இப்படி அழுகுற!? அப்பறம் என்னைய வேண்டாம்ன்னு இங்கு கிளம்பி வந்திருக்க..? சொல்லுடி நான் உனக்கு வேணாமா என சிவா அழுத்தமாய் கேட்க...?

பதறித்துடித்தவளாய் மாமா என அவனை அணைத்துக்கொண்டவள், சாரி மாமா.. சாரி.. நான்தான் தெரியாம உங்கள தேவையில்லாம தப்பா நினைச்சு இப்படி பண்ணிட்டேன். என்ன மன்னிச்சிருங்க மாமா.. மன்னிச்சிருங்க... சுபாக்கா எல்லாம் சொன்னாங்க மாமா... சாரி மாமா... எனக்கு நீங்க வேணும் மாமா.. நீங்க இல்லாம நானும் இருக்க மாட்டேன் மாமா. தெரியாம இப்படி பண்ணிட்டேன் மாமா.. உங்களுக்கு என்னை பிடிக்கலையேன்னுதான் மாமா.. நீங்களாவது சந்தோசமா இருங்கன்னு இப்படி. ஆனா அதை நினைச்சு நினைச்சு அழுதுக்கிட்டே இருந்தேன் மாமா. நீங்க எனக்கு இல்லைன்னு நினைக்கிறப்ப எல்லாம்

அப்படியே என் உயிர் போயிராதான்னு தோணும் என்று அழுகையாய் பிதற்றியவளை, இறுக்கமாய் அணைத்து கொண்டான் சிவா. உண்மை என்ன என்பதை தெரிந்துகொண்டாள் என்பது புரிய அணைத்துகொண்டான்.

வேறென்னா செய்ய முடியும் இது எல்லாம் அவன் மீது கொண்ட காதல் என்பதால்தானே!!!

எனக்கு ஏன்டி உன்ன பிடிக்கலைன்னு நினைச்ச..? இருட்டுலேயே கிடந்து தவிச்சவனுக்கு வெளிச்சம் கிடைச்ச மாதிரி எனக்கு கிடைச்ச உன்ன எப்படி பிடிக்காம போகும்...!! எனக்குள்ள மெல்லமா நுழைஞ்சு மொத்தமா நிறஞ்சிருக்க எங்காதல்டி நீ..!!!

இந்தக்காதலை எப்படி வார்த்தையால சொல்லுறதுன்னு எனக்கு தெரியல.. வா வாழ்ந்து பாத்துருவோம் நம்ம காதலை. வாழ்ற எல்லா நாளும் அன்பு ஒன்னுதான் இருக்குமான்னா தெரியலை நம்ம ரெண்டு பேருக்கும் கோபம் வரலாம், அதுல சண்டை போடலாம், அது பெரிய வாக்குவாதம் ஆகலாம்.., அத நினைச்சு கண்ணீர் விட்டு அழுகலாம் ஆனால் இது எல்லாம் தாண்டி இதுலாம் ஒன்னுமில்லைன்ற மாதிரி காதல் செய்யலாண்டி வாடி!!!

உன்வாசம் என்னோட சுவாசமா இருக்கணும்.. உன் முகசிரிப்புல நான் போதையாகனும்.. நீ கொடுக்கிற முத்தத்துல நான் மொத்தமும் மறக்கணும்.. உன் மடியில கிடந்து அழுகனும்.. நீ என் தலை தடவ நான் தொலையனும்.. என்னால சிரிப்பியோ..!! இல்ல மொறப்பியோ..!! அழுகுவியோ..!! இல்ல எப்பவும் என்ன அணைச்சு கிடப்பியோ..!! எதுனாலும் சரி என்கூடவே.., என்னோடவே.. இருந்திடு, என்னோட நிலா கூட நான் வாழனும் காதலா என்று சிவா காதலில் பிதற்ற...

அவன் அணைப்பில் இருந்தவளுக்கு இவன் போல் இவ்வளவு வார்த்தைகள் தேவைப்படவில்லை மாமா என்ற மெல்லிய கேவலுடன் தன் அணைப்பை இறுக்கி கொண்டாள் நிலா. அவளுக்கு அதுவே போதுமாயிருந்தது.

இருவருக்குள்ளும் காதல் நிரம்பி வழிய வெகுநேரம் ஆனந்தமாய் அப்படியே அணைத்தபடி இருந்தவர்களை வாசலில் கேட்ட உதயா விநாயகத்தின் குரல்தான் பிரிந்து அமர வைத்தது.

இருவருக்கும் சொல்லில் அடங்கா அத்தனை சந்தோசம், இருவரின் மனமும் நீண்ட நாட்களுக்கு பின் பெருமகிழ்ச்சியை சந்தித்திருக்க உற்-

சாகமாய் இருந்தனர்.

இருவரை பார்க்கவும் பிரச்சனை எல்லாம் முடிந்தது என்று புரிய உதயாவும் மகிழ்ச்சியாகி சுறுசுறுப்பானான்.

பின், சிரிப்பும் பேச்சுமாய் இரவு உணவை முடித்துக்கொண்டு சிவா-வும், நிலாவும் மாடியில் இருந்த அறைக்கு சென்றனர். அந்த அறைக்-குள் நுழையவும் ஏனோ இருவரிடத்திலும் கீழே இருந்த போது இருந்த சிரிப்பும் பேச்சும் குறைந்து போய் மவுனத்தின் ஆதிக்கம் அதிகமாய் இருந்தது.

இருவருக்குள்ளும் காதல் இருந்தது அது இதோ இன்று பரிமாறிக்-கொள்ளப்பட்டது. அதன் பின் வரும் முதல் இராவோ இது..!!! அதை எண்ணி காதல் நிறைத்து அமைதியாய் அமர்ந்திருக்கிறார்களோ..!!!

சரி அவள்தான் பெண் வெட்கி மவுனித்திருக்கிறாள்.. இவன் ஏன்..? ஓ... அவனுக்கும் வெட்கமா..!? ஆணுக்கும் வெட்கம் வருமோ..!? வரும் போல தயங்கி உட்கார்ந்திருக்கிறான்.

வெட்கப்படாம கேட்டு சாப்பிடுங்கன்னு பந்தில சொல்ற மாதிறி இப்ப சொல்லணும் போலயே இவுங்களுக்கு•••.

அந்த சூழ்நிலையை கலைக்கும் விதமாய் நிலாதான் எழுந்து கட்-டிலில் இருந்த போர்வை ஒன்றை எடுத்து உதறி கீழே விரித்து படுக்க ஆயத்தமானவளாய் தலையணை ஒன்றை எடுத்து கீழே விரிப்பில் போட,

அவளை கவனித்த சிவா, ஏய்.. ஏய்.. நிலா என்ன பன்ற என்று கேட்க?

தூக்கம் வருது மாமா.. அதான் விரிச்சு படுக்க போறேன் என அவன் முகம் பார்க்காமல் அவள் மெலிதாய் சொல்ல..

சரி, ஏன் கீழ விரிச்சு படுக்கிற? மேல வந்து படு!! என்று தன் முகம் பார்க்காமல் நிற்பவளிடம் சொன்னான் சிவா.

இல்ல மாமா.. அது என அவள் தயங்கி நிற்க,

அவள் கை பிடித்து வேகமாய் இழுத்து தன் மேல் அணைத்தபடி அவளை தூக்கி சுவர் ஓரமாய் கட்டிலில் கிடத்தியவன், அவள் இடுப்பை சுற்றி கை போட்டு வளைத்து.. தன் வலது காலை அவள் மேல் போட்டு அணைத்து தன் நெஞ்சோடு நிலாவின் முகத்தை அழுத்திக்கொள்ள..

இல்ல.. மாம்•••மா.. நான்.. இல்ல.. மாமா நான் என்ன சொல்-றேன்னா.. என அவன் மார்பில் அழுந்திய தன் முகத்தை நிமிர்த்தி

அவன் முகம் பார்த்து நிலா சிணுங்க..

தலையை நிமிர்த்தி தன்னை பார்த்தவளின் கண்ணத்தில் ப்ச்.. என அழுத்தமாய் முத்தமிட்ட சிவா, நீ இல்ல மாமான்னும் சொல்ல வேணாம் நல்ல மாமான்னும் சொல்ல வேணாம்.. படுடி என மீண்டும் ஒரு அழுத்தமான முத்தத்தை வைக்க..

அவனின் அணைப்பும் இந்த அன்பான கண்ண முத்தமும் அவளை ஏதோ ஒரு புது நிலைக்கு கூட்டி போக அதில் திளைத்தவளாய், இப்டிலாம் பன்னா நல்ல மாமான்னு சொல்ல மாட்டாங்க.. கெட்ட மாமான்னுதான் சொல்லுவாங்க என்றாள் நிலா சிணுங்கலாகவே.

இத்தனை நாளா.. புருஷனா என் பொண்டாட்டிய கொஞ்சமா விட்டனாலதாண்டி நான் கெட்ட மாமா.. என்றவன் சிறிது அணைப்பை இலகுவாக்கி நிலாவின் முகத்தை தன் கைகளில் தாங்கி, அவள் கண் பார்த்து, நிலா எனக்குள்ள நீ வந்துட்ட.. என் மனசு உன்ன ஏத்துக்கிட்டு ரொம்ப நாள் ஆச்சுடி.. நம்புறல நீ என்று கேட்க...?

சிவாவின் முகத்தையே பார்த்தபடி இருந்தவள், அவன் கேட்கவும் வேகமாய் அவனை இறுக அணைத்து அவன் கண்ணத்தில் இவள் முத்தம் பதித்தாள். தான் இனி காதலை வார்த்தைகளில் சொல்ல போவதில்லை என்பவளாய்..

அந்த முத்தமே அவனுக்கு போதும்தான் இருந்தும் அவள் மனதை வார்த்தையால் சொல்ல வேண்டும் என நினைத்து சிவா அமைதியாய் இருக்க அதை புரிந்து கொண்டவள்..

மாமா நான் உங்களை நம்புறேன்.. அதுனால ஒழுங்கா என் புருஷனா நீங்க சொன்ன மாதிரி நல்ல மாமாவா நடந்துக்கோங்க என்று குறும்பாய் நிலா சொல்லவும்..

தன் மனைவியின் குறும்பை ரசித்தவனாய், இது போதுண்டி எனக்கு என்ற சிவா, நிலா.. முகத்தை திருப்பேன் நான் முத்தம் கொடுக்கணும் என தன் கழுத்துக்கடியில் இருந்தவளிடம் கிறக்கமாய் சொல்ல..

அப்படியே குடுங்க என்றாள் சிணுங்களாய். ஏய் இப்படி எப்படிடி கொடுக்க முடியும் என்றான் சிவா..?

உடனே, தனது கண்ணத்தை வெட்கமாய் நிலா விழிமூடி தூக்கி காட்ட, ஏய்.. நீ என்ன குழந்தையா.. முத்தம் கொடுக்க கண்ணத்தை காட்ற என்று அவன் கேட்கவும்...

விழிவிரித்து தலை நிமிர்த்தி அவனை புரியாமல் நிலா பார்க்க..

அடுத்த நொடி, அவளின் ஈர இதழை நெருங்கி இதழ் முத்தம் பதித்-தான் சிவா. இனித்தது போல ருசிக்க ஆரம்பித்துவிட்டான்.. இருவர் இதழ்களும் உரசிய நொடி சிலிர்த்து அடங்கினாள் நிலா.

அவன் அவள் அதரங்களில் தேன் உறிஞ்ச.. அவள் உருக ஆரம்-பித்துவிட்டாள்.. முதல் இதழ் முத்தம் இருவருக்கும் நிமிடம் நீடிக்க... சிறிது மூச்சு வாங்கிக்கொள்ள இருவரும் இதழ்களை பிரித்தனர். அந்த முத்தத்திலே போதையாகியவனாய் சிவா நிலாவை பார்க்க, மூச்சை பெரிதாய் இழுத்து விட்டபடி முத்தத்திற்கே களைத்திருந்தாள் நிலா.

மூச்சுகளுக்கு ஏற்ப அவள் பூந்தனங்கள் ஏறி இறங்க அதை பார்த்-தவன் வேகமாய் அவள் நெஞ்சின் மத்தியில் மூச்சு விட எளிதாக்குப-வனாய் கைவைத்து தடவியபடி, என்னடி என்றான்..? சத்தியமா அவன் சுவாசத்தை சீராக்கத்தான் கைய வச்சான்.. அப்படியே நம்புவோமாக.

அடுத்த சில நொடியில் மீண்டும் அவள் இதழ் நோக்கி குனிந்தவன் அவள் உதடுகளை கவ்விக்கொள்ளாமல் தன் நாவால் வருடி கொடுத்து தடவி அவளுக்குள் கிளர்ச்சியை ஏற்படுத்தினான். அதில் அவள் புழு-வாய் நெளிந்தாள். பின் இருவரும் கண்ணோடு கண் பார்த்து, மூக்கோடு மூக்குரசி , சுவாசம் பகிர்ந்து, இதழ் தேன் பருகி, ஒருவருக்குள் ஒரு-வர் தொலைந்தனர்.. தேடினர்.. மீண்டும் தொலைந்து தேடினர். காலைச் சூரியன் வரும் வரை. அதன் பின்பே கண் அயர்ந்தனர்.

*

நிறைவான உறவு தந்த மகிழ்ச்சியில் வெகு நாட்களுக்கு பின் நிம்-மதியான தூக்கம் சிவாவுக்கு. காலையில் நிலா அவனை மாமா மாமா என தோள் தொட்டு எழுப்பவும்தான் விழித்தான்.

விழித்தவன் கண்களில் நிலாதான் தெரிந்தாள். தலைகுளித்து ஈர கூந்தலை படரவிட்டு முகத்தில் ஒப்பனை இல்லாமல் வெறும் வெட்-கத்தை மட்டும் பூசிக்கொண்டு நின்றிருந்தாள்.

அவளை பார்க்கவும் புன்னகை முகமாய் எழுந்தவன், அவள் கை பற்றி நிலா நான் கொடுத்து வச்சவன்ல..!? காலைல தூங்கி எந்திரிக்க-வும் நிலாவை பார்க்கிறேன் என்று கண் சிமிட்டி சிவா சொல்ல...

வெட்கமாய் இருந்தவள் சிவாவின் இயல்பான பேச்சில் தானும் இயல்பாகி, என்ன சினிமால வர டயலாக் மாதிரி இருக்கு என்று குறும்-பாய் கேட்க..?

இப்ப நீ என்ன எழுப்ப வந்ததும் சினிமால வர சீன் மாதிரிதான் இருக்கு. அதுல இப்படித்தான் பர்ஸ்ட் நைட் முடியவும் காலையில ஹீரோவ எழுப்ப ஹீரோயினி தலைக்கு குளிச்சு துவட்டிக்கிட்டே வருவா என அதே குறும்பில் சொன்ன சிவா, பிடித்திருந்த நிலாவின் கையை சுண்டி இழுக்க வேகமாய் இவன் மேல் சரிந்தவள்..

ம்ம்.. என்னை சினிமா சீரியல் பார்க்கிறேன்னு சொல்லிட்டு நீங்க நிறைய சினிமா பார்ப்பீங்க போல என்றாள் அவன் அணைப்பில் இருந்தபடியே..

தன்னவளை அப்படியே படுக்கையில் கவிழ்த்தவன் தானும் அவள் அருகில் சரிந்து படுத்தவாறு, ஆமடி மாமா நிறைய சினிமா பார்த்திருக்கேன்.. இனி அதை எல்லாம் நிஜத்துல என சொல்லியபடி அழகோவியமாய் படுத்து கிடந்தவளின் இதழ் நோக்கி குனிந்து முத்தம் பதிக்க அவனது அணைப்பில் மயங்கி முத்தத்தில் கிறங்கியவள் அவனது கை தன் உடை மறைத்த பாகத்தை தொடவும் சட்டென அவனை உதறி விலக்கி விட்டு எழுந்தாள்.

கட்டிலை விட்டு நகன்று நின்றபடி, என்ன இது காலையிலேயே என்றாள்..?? சிறுமி ஒருவள் அவளை விட சிறுவன் ஒருவனை மிரட்டும் தொணியில்..

ஏன்.. காலையிலன்னா என்ன? என்று ஏக்கம் போல் சிவா கேட்க..?

அவன் முகத்தை பார்த்தவள், காபி கொண்டு வர்றேன் நீங்க போய் முகம் கழுவிட்டு வாங்க என சொல்ல..

எனக்கு காபிலாம் வேணாம் என்று தலையசைத்து மறுத்தவன், எனக்கு என அவள் இதழ் பார்த்து தன் உதடு குவித்து வைத்து.. அதான் வேணும் என சொல்ல புரிந்தவளாய், வெவ்வவே.. என குழந்தையாய் குறும்புடன் புளிப்பு காட்டிவிட்டு கீழிறங்கினாள் நிலா.

அவளது அந்த செய்கையை ரசித்தவன் அப்படியே படுக்கையில் சரிந்தான். இந்த உலகின் ஒட்டு மொத்த சந்தோசமும் இப்போது தன்னை நிறைத்திருப்பதை உணர்ந்தவன் சிரித்தபடியே கிடந்தான்.

அப்படியே கிடைந்தவனை அவனது போன்..

♬ ♩ ♪ ♩ ♩ ♪ ♩ ♬

வா வா என்

வெளிச்ச பூவே வா

உயிர் தீட்டும் உயிலே வா

குளிர்நீக்கும் வெயிலே வா
அழைத்தேன் வா அன்பே!!
மழை மேகம் வரும் போதே
மயில் தோகை விரியாதோ
அழைத்தேன் வா அன்பே..!!
♬♩♪♩ ♩♪♩♬

என பல வருடங்களுக்கு பின் நேற்று அவன் வைத்திருந்த ரிங்-டோன் சத்தம் கேட்டு எழுப்பியது....

சற்று தள்ளி டேபிள் மீது சார்ஜ் போடபப்பட்ட நிலையில் இருந்த தனது போனை எடுக்க கட்டிலை விட்டு எழும்புகையிலே கையில் காபி டம்ளருடன் வந்தாள் நிலா. அவளுக்கு ஆச்சரியம் தன் மாமாவின் போனில் ரிங்டோன் கேட்கிறதே என்று.

அவள் வருவதை பார்க்கவும் கட்டிலிலே அமர்ந்துகொண்டவன், அனைந்த தனது போன் மீண்டும்

வா... வா.. என் வெளிச்ச பூவே ♬♩♪♩ ♩♪♩♬ என ஒலி எழுப்ப...

நிலாவை பார்த்து அதன் வரிகளுக்கு ஏற்ப வா வா என்பதாய் சிவா சைகை செய்ய போனை எடுத்து வந்து அவனிடம் கொடுத்தாள்.

போனில் ஹரிதான் எனவும் அட்டெண்ட் செய்து காதில் வைத்த சிவா சொல்லு மச்சி என்றான் உற்சாகமாய்...

என்ன மாப்ள பயங்கர குஷியா இருக்க போல, நான் கூட நீ மொத தடவ அடிக்கவும் எடுக்கலைன்னோன்ன சரி டயர்டா இருக்க போலன்னு நினைச்சேன் என்று ஹரி அர்த்தமாய் ஏதோ சொல்ல...

ம்ம்.. ஆம மாப்ள டயர்டாதான் இருந்தேன். இப்ப காலையில லைட்டா பூஸ்ட் குடிச்சேன் அதான் என தன்னருகில் அமர்ந்து தான் பேசுவதை பார்த்துக்கொண்டிருந்த நிலாவின் உதடுகளை பார்த்தபடி சிவா போனில் பேச..

நீ நடத்து மச்சி!! என்று சொன்ன ஹரி அடுத்து ஏதோ பேச அதற்கு சிவாவும் சிரித்தபடி பதில் பேசிக்கொண்டிருந்தான்.

ஜாலியாய் போனில் சிரித்தபடி பேசும் தன் மாமாவை காதலாய் பார்த்து தனக்குள் பதித்துக்கொண்டிருந்தாள் நிலா.

இந்தா கொடுக்கிறேன் என போனில் சொன்னவன், நிலாவிடம் ஹரி பேசுறான் பேசு என சொல்லி அவளிடம் கொடுக்க வாங்கியவள், சொல்லுங்கண்ணே என்றாள்?

ஹரி ஏதோ ஜாலியாய் பேச சிரித்தவள் அடுத்து அவன், நிலா நீ கூட பரவாயில்லம்மா கோவிச்சுக்கிட்டு உங்கம்மா வீட்டுக்கு போயிட்ட.. ஆனா என் பொண்டாட்டி கோபப்படுறாளே ஒளிய அவுங்கம்மா வீட்டுக்கு போக மாட்றா... போனா நம்ம செத்த ஜாலியா இருக்கலாம்ன்னு பார்த்தா நடக்கவே மாட்டிது என்று ஹரி சொல்லயிலேயே ஏதோ அடி விழும் சத்தம் தெளிவாய் கேட்டது போனில்.

அப்போது, ஏய் நிலா என்று சுபாவின் குரல் கேட்க.. ம்ம் சொல்லுங்கக்கா என்றாள் நிலா..

இதோட சரி இனி என்ன சண்டை போட்டாலும் கோச்சிக்கிட்டு அம்மா வீட்டுக்கு போறதுலாம் செய்யவே கூடாது. நம்ம போனா இதுக வருத்தப்படும்ன்னு நினைக்கிறியா.. ஜாலியா இருக்குங்க என்று சொல்லயிலேயே மீண்டும் அடித்தது போல் ஒரு சத்தம் கூடவே, ஏய் வலிக்குதுடி என்ற ஹரியின் முனங்கலும் அதில் சுபா ஹரியை அடிக்கிறாள் என்று புரிய சத்தமாய் சிரித்தாள் நிலா.

இவள் சிரிக்கவும் அந்தப்பக்கம் மீண்டும் தனது கணவனை கரண்டியால் அடித்த சுபா, என்ன நிலா புரியுதா நம்ம கோவிச்சுக்கிட்டு போகக்கூடாது கூடவே இருந்து இதுகல குத்தி காட்டிக்கிட்டே இருக்கனும் என்ன சரியா என்று கேட்க..!? சிரித்தபடியே சரி என்றாள் நிலா.

சிவா, சிரிக்கும் தன் மனைவியை ரசித்தபடி இருந்தான். ஏனோ உள்ளம் நிறைய மகிழ்ச்சி நிறைந்திருக்க அமர்ந்திருந்த தன் மனைவியை அமர்ந்த வாக்கிலே அணைத்துக்கொண்டான். அதில் துளியும் விரசமில்லை காதல்தான் இருந்தது.

இவன் அணைக்கவும் சுபாக்கா அப்பறம் பேசுறோம் என சொல்லி போனை வைத்த நிலா, தனது மாமாவின் இந்த அமைதியான அணைப்பில் அவனை புரிந்தவளாய் என்ன மாமா என்றாள்? அவன் தலை கோதியபடி..

இல்லை நிலா.. இத்தனை நாளா அந்த சீதாவை ஞாபகம் வரப்ப எல்லாம் திட்டிருக்கேன். ஆனா இன்னைக்கு என்னமோ அவளுக்கு தேங்க்ஸ் சொல்லனும் போல இருக்கு என்ற சிவாவை, அணைப்பில் இருந்து விலக்கி அவன் முகம் பார்த்த நிலாவுக்குள்,

தன் சிவா மாமா சீதாவை பற்றி பேச்செடுக்கவும்.. ஏனோ சென்னையில் கல்யாணத்திற்கு சென்ற போது சீதவுடன் பேசியது அவசரமாய் நினைவுக்கு வந்தது.

பொறுப்பில்லாத குடிகார அப்பா தினமும் நிதமும் குடித்துவிட்டு வந்து வீட்டு வேலைக்கு செல்லும் அம்மாவை அசிங்கமாய் பேசி வேதனை படுத்த, மகளாய் சீதா அப்பாவிடம் ஏன் இப்படி பேசுறீங்க என கேட்டாள் அந்த மகளையும் அதே அசிங்கமாய் பேச நொந்துபோவாள். உடல் முடியாத அந்த அம்மா தன் மகள் சீத்தாவுக்கு சீக்கிரம் கல்யாணத்தை செய்து வைத்து விட்டு மோட்சம் செல்ல எண்ணி கல்யாணத்துக்கு அவசரப்படுத்த.. காதல் கொண்ட மகள் சீதாவோ காதலன் சிவாவை கரம் பிடித்து விடலாம் என்று எண்ணி இருக்க அவனுக்கோ குடும்பம் தங்கை தம்பி கடமை என பல இருக்கவே காலம் கேட்க.. அது இல்லாது போக இயலாத சூழ்நிலையில் நேரத்தை நொந்தவளாய் சீதா தன் அம்மாவின் நிம்மதிக்காகவாது அம்மா காட்டியவனுக்கே கழுத்தை நீட்ட, இன்று தானும் நிம்மதியாய் இன்னும் மகிழ்ச்சியாகவே இருக்கிறாள்.

என் சூழ்நிலை என்னை சிவாவுடன் சேர முடியாமல் செய்து விட்டது. நான் ஏமாற்றவில்லை என் சூழ்நிலைக்கு ஏற்றபடி மாறிக்கொண்டேன். காதலை தொலைத்ததில் எனக்கு கவலைதான் ஆனால் காலமும் என் கணவனும் எனக்கு மருந்தாகியதில் அக்கவலை காயம் என யாவும் மறந்துவிட்டேன் என்று சீதா காதல் முறிவுக்கான காரணத்தை தன்னிடம் சொன்னது இப்போது நினைவுக்கு வந்து போனது நிலாவுக்கு.

அப்படி அவள் சொல்லியிருந்தபோது நிலா பெரிதும் நம்பிக்கை ஆகியிருந்தாள், அவள் மாமாவும் நிச்சயம் பழயவை மறந்து அவன் அவனாகி பின் தாங்கள் நல் உறவாகி ஒரே உயிராகுவோம் என எண்ணி இருந்தவளுக்கு இன்று அது உண்மையில் கை கூடி போனது.

சூழ்நிலை கைதியான சீதா, பாவம் துரோகி ஆகி நிற்பதை நினைத்து அவளுக்காய் சிறுது வருந்திய நிலா இதை சிவாவிடம் சொல்ல வேண்டாம் என்று முடிவெடுத்தவளாய் அதை தனக்குள்ளே வைத்தவள் அமைதியாய் தன் சிவாவை பார்த்தபடி இருக்க.

அவன், ஆம நிலா அவ என்னை விட்டு போலைன்னா நீ கிடைச்சிருக்கு மாட்ட.. நீ இல்லாம சந்தோசமா இருந்திருப்பனான்னு தெரியல ஆனா.. இப்ப இந்த சந்தோசம் உன்னாலத்தான் என்று சிவா சொல்ல-

வும்,

சிறிதாய் சிரித்தவாறு அவனை அணைத்துக்கொண்டு, சரி இனிமே அவுங்கள திட்டாதீங்க என்றாள் நிலா அழுத்தமாய்.

அவள் சீதாவை திட்டாதீங்க என சொல்லவும் அடுத்தநொடி ஏனோ இனி திட்டக்கூடாது என்று முடிவு சிவாவின் மனதில் அழுத்தமாய் வந்து அமர கடைசியாய் இருந்த ஏதோ ஒன்றும் தன்னை விட்டு போனாதாய் உணர்ந்தான்.

ஒருவளை மரணம் வரை மன்னிக்க கூடாது என முரண்டிய மனம் இன்று அவளை மன்னித்து மறந்து போக, இந்த பெண் என் மனைவி என் நிலா எனக்குள் எத்தனை மாற்றங்கள் செய்து விட்டாள் என நினைத்தவனாய் அவளை இறுக்கி கொண்டான் சிவா..

அவன் அணைப்பிலே இருந்த நிலா, மாமா ஹரி அண்ணண்ட்ட என்ன பூஸ்ட் குடிச்சேன்னு சொன்னீங்க.. இன்னும் நீங்க கொண்டு வந்த காபியே குடிக்கல என கேட்க..?

அவளை சிறிது விலக்கி சிறு சிரிப்புடன் அவள் முகம் பார்த்த சிவா, பூஸ்ட்டா..!? அதான் குடிச்சேன்ல என சொல்ல, அவள் எப்ப என்று கேட்கவும்,

அப்ப குடிச்சத விடு இப்ப குடிக்க போறேன் என்று அவளை பார்த்தபடியே குறும்பாய் சொல்ல, அது புரியாதவளாய் இப்பயா எங்க என்றாள்? அவனை புரியாதவாறு பார்த்தவளாய்..

உடனே, இங்கதான் என சொல்லி அவளை அப்படியே கட்டிலில் சரித்தவன் அவள் ஏதோ சொல்ல வருவதற்குள் அவளின் உதட்டை கவ்வினான் சிவா. அந்த பூஸ்ட் பயங்கர டேஸ்ட் போல ருசித்தான்.. முதலில் முரண்டியவளாய் அவனை விலக்க முயற்சித்த நிலா பின் ரசித்தாள்.. அந்த முத்தம் நிமிடம் நீடிக்க மூச்சு முட்டுவது போல் ஆகவும் அவள் இதழை விடுத்து விலகிய சிவா, அவள் முகம் பார்க்க.. வெட்கம் பூசி முத்த கிறக்கத்தில் கண் மூடி கிடந்தாள்.

அவளை ரசனையாய் பார்த்தவன் குனிந்து இப்போது அவள் நெற்றியில் முத்தம் வைக்க, அவன் அணைப்பில் இருந்த அவள் உடல் லேசாய் அதிர்ந்து விரைத்தது.. அதை உனர்ந்தவனாய் கண் திறக்காது கிடக்கும் அவளின் இரு விழிகளில் மாறி மாறி முத்தமிட்டான் சிவா.

அப்போதும் அவள் கண் திறக்காமலே தன் மாமா ரசிக்க கிடக்கவே, அவளின் இரு கண்ணங்களிலும் ஈரமாய் முத்தம் பதிக்க.. அடுத்து இதழ்

முத்தம்தான் என்று எண்ணியவளின் உதடுகள் ஏங்கி துடிக்க..

ஈர உதடுகள் பிளந்து உள் இருந்த வெண்முத்து பற்கள் பளிச்சென தெரிய கிடந்த நிலாவை பார்த்தவன் ரசனையாகி அவள் முகம் நோக்கி குனிந்தவன் இதழை நெருங்காமல் அவள் காதருகில் சென்று, ஏய் நிலா.. நான் இன்னும் பல்லு விலக்கலடி என்று இவ்வளவு நேரம் இல்லாமல் இப்போதுதான் நினைவு வந்தவனாய் லேசான சிரிப்புடன் சொல்ல

இவன் முத்தத்தை எதிர்பார்த்து ஆசையாய் விழி மூடி கிடந்தவள் இவன் இப்படி சொல்லவும் வேகமாய் விழி விரித்து அவனை பார்க்க..

நிலா விழிக்கவும் அவளை பார்த்து ஆமடி இன்னும் வாய் கூட கொப்பளிக்கல என சொல்ல..

அதுனால என்ன..? நெறய பேர் பெட் காபி குடிக்கிறாங்கள.. நாம பூஸ்ட் குடிப்போம் என்று கண்சிமிட்டி சிரித்தவள், வேகமாய் அவனை பிடித்திழுத்து அவன் வாய்க்குள் தன் இதழ்களை செலுத்தி பூட்டிக்-கொண்டாள்.

அடி கள்ளி என நினைத்தவன் விடுவானா.. அவளின் இதழ் தேனை ரொம்ப ஆர்வமாகவும் வேகமாகவும் உறிஞ்சினான். அடுத்து என்ன..? நிலா உடன் இருக்கவும் இது பகல் அல்ல இரவு என்று நினைத்தவனாய்............. புரிஞ்சுக்கோங்க :)

அடுத்து வந்த நாட்களில் காதல் கொண்டிருந்த கணவன் மனைவி இருவரும் காண்பது அனைத்திலும் காதல் கண்டனர். வழக்கம் போல் காலையில் சிவாவுக்கு முன்பாய் எழுந்து குளித்து அவனை எழுப்பி காபி கொடுத்து (பூஸ்ட்டும்தான்) அவன் வேலைக்கு கிளம்பும் வரை பரபரப்பாயிருக்கும் நிலா, வேலை முடிந்து அவன் வீட்டிற்கு வர எதிர்-பார்த்து காத்திருப்பாள்.

முன்பெல்லாம் நிலா சிரித்து கையசைக்க வேலைக்கு கிளம்பியவன் இப்போது அவள் முத்தமில்லாமல் போக முரண்ட, அவளோ சரியென இவன் சட்டை காலரை கொத்தாக பற்றி இழுத்து அழுத்தமாய் உதட்டு முத்தம் கொடுத்து போக சொன்னால்.. இன்னைக்கு வேலைக்கு போனுமா..? என கேட்டு அவளை நெருங்குகையில் இவன் தலையில் கொட்டி அவள் அனுப்ப கிளம்பினான்.

பின், வேலை முடிந்து அவள் எதிர்பார்த்திருப்பாள் என்று நினைத்தோ இல்லை இவனுக்கு எதும் எதிர்பார்ப்போ தெரியவில்லை

மாலையே வீட்டிற்கு வர ஆரம்பித்திருந்தான். நேரமே வருபவன் தங்கள் அறையில் நிலாவை அணைத்தபடி நெருங்கி உட்கார்ந்து அவளுடன் அந்த பெரிய டிவியில் சீரியல் பார்ப்பான். பின் இரவு கீழே தனது அம்மா அப்பா ரவி கயல் நிலா என குடும்பமாய் அமர்ந்து சிரித்து பேசி சாப்பிடுபவன், வேகமாய் தங்கள் அறைக்குள் வந்து நிலாவை எதிர்பார்த்திருப்பன். அவள் வரவும், காலம் தாழ்த்தாது காதலின் அடுத்த நிலையில் மீண்டும் அடி எடுத்து வைப்பான்..

கல்யாணம் ஆனா அன்று தன் நண்பர்கள் சொல்லியதில் முதல் இரவை எண்ணி பயந்தவன், இப்போதைய இரவுகளில் தன் மனைவி நிலாவை அணைத்துக்கொண்டு தாம்பத்தியத்தில் உழைத்து களைத்துப்போய் உறங்கினான்.

அவன் மனம் இவள் அறிந்து இவள் மனம் அவன் தெரிந்து இருவரும் ஒருவரை ஒருவர் புரிந்து பார்த்து பார்த்து கவனித்துக்கொண்டனர். இருவரும் வழக்கமாய் செய்யும் சில வேளைகளில் யாவும் இப்போது ஒரு அன்யோன்யம் கணவன் மனைவி என்ற பிணைப்பின் நெருக்கம் இருக்க பெரும் மகிழ்வுடன் வாழ இவர்களை கண்ட அவர்களின் குடும்பமும் பெரும் மகிழ்ச்சியை அடைந்தது.

நானும் கூட!! நீங்களும்தானே!!??

♡ நிறைவு ♡

ஏதோ ஒரு காரணத்தினால் காதலனோ.. காதலியே.. கைவிட காதல் முறிய அம்முடிவை எண்ணி கண்ணீர்தான்..

இந்த, காதல் தோல்வி இதில் வந்த காயம் அது தரும் வலி மிக கொடியதுதான். இவ்வலி உணர்த்த வார்த்தைகளே கிடையாது!! இதை வாழ்ந்தனுபவித்தவர்களுக்கே புரியும்!!

அப்படி அனுபவித்துக்கிட்டு இருக்கிற நீங்க.. அவளே போய்ட்டா.. அவனே போய்ட்டான்.. இனி என்ன வாழ்க்கை..? என்னத்த வாழ..? அப்டின்னு அந்த வலி தந்த தாக்கத்துலேயே.. நடந்ததை நினைச்சு இயல்ப தொலைச்சு அழுது புலம்பி தனிமையை மட்டும் விரும்பி தங்கள் நலம் விரும்புவோரையும் மனம் வருந்த ஒதுக்கி அவர்களை இந்த சிவா போல் வேதனை பட செய்து வேதனை கொள்ளாதீர்கள்...!!!!!

காதல் தோல்வி பெரிய கஷ்டந்தான். அது உண்மையிலேயே பெரிய வலிதான். இல்லன்னு இல்ல..!! ஆனா அதுல, அவ்வளதான் இனி நமக்கு யாரும் தேவையில்ல.. அப்டின்னு முடிஞ்சுபோன பழச நெனச்சு நித்தம் தவிச்சு உங்கள தொலைச்சிடாதீங்க. அதுல இருந்து வெளிய வர பாருங்க... அது அவ்வள ஈஸி இல்லைதான்.. ஆனா முடிஞ்சதையே எண்ணி எந்த புது தொடக்கத்தையும் அனுமதிக்காம இருந்திடாதீங்க.. அந்த புது தொடக்கத்தை அனுமதியிங்க அது உங்களை திருப்பி உங்களுக்கே தரலாம்!!!

காதல் தோல்வியென காலம் வருந்தி கிடந்த சிவாவுக்கு கிடைச்ச நிலாவை போல.. நிச்சயம் உங்களுக்கும் உங்களுக்கென ஒருத்தர் வருவார் கிடைப்பார். நல் விடியலாய் உங்கள் இருளை விரட்டி வெளிச்சம் கொடுப்பார்!! அவ்விடியலுக்காய் அவ்வெளிச்சத்திற்காய் காத்திருங்கள்..!!!

அதுனால என்ன சொல்றேன்னா.. அடுத்து காதலையோ அல்லது கல்யாணத்தையோ உங்க வாழ்க்கையில அனுமதிக்காம இருக்காதீங்க. அப்படி வர உங்களோட

இணை நிச்சயம் உங்களுக்கு துணையா இருப்பாங்க எல்லா நிலையிலும்..!!

எப்படிப்பா..? நிலா மாதிரியே எல்லாரும் இருப்பாங்களா அப்படின்னு கேட்டிங்கனா..??? சிவா அப்பா சேகரன் மாதிரி பதில் சொல்றேன், எல்லாத்துக்கும் மனசுதான் காரணம்!! நம்ம நம்மள மாத்திக்க தயாராகி நம்ம வாழ்க்கைக்குள்ள வர அவுங்கள புரிஞ்சுக்க நெனச்சம்ன்னா அதுக்கு முயற்சி பன்னோம்ன்னா.. அவுங்க நமக்கு ஏத்தது போல ஆயிடுவங்க. நாமளும் அவுங்களுக்கு பிடிச்சது போல மாறிடுவோம்.. அதுதான "காதல்"

அதுனால என்ன சொல்றேன்னா....!!!???

♬ ♩ ♪ ♩ ♩ ♪ ♩ ♬

உறவுகள் தொடர்கதை
உணர்வுகள் சிறுகதை
ஒரு கதை என்றும் முடியலாம்
முடிவிலும் ஒன்று தொடரலாம்
இனியெல்லாம் சுகமே...
இனியெல்லாம் சுகமே...

♬ ♩ ♪ ♩ ♩ ♪ ♩ ♬

சரீங்களா......!!!

ஏய் என்னப்பா..? இதைத்தான் ஏற்கனவே நிறைய பேர் சொல்லியிருக்காங்கள அப்படின்னு கேக்குறீங்களா..?

ஆமா!!! நிறைய பேர் சொல்லியிருக்காங்க.. அவுங்க சொன்னதையேத்தான் நானும் சொல்றேன். காதல் தோல்விக்கு அப்பறம் வாழ்க்கை முடுஞ்சுன்னு இல்லை.. அதுக்கப்பறம் அழகான ஒரு வாழ்க்கை இருக்கு அதுவும் காதலோட..!!

என்ன சொல்றீங்க.., நல்லத நாலு பேரா சேர்ந்து சொல்லுவோமே..!! இதுல தப்பு இல்லைல..!!

இது போக, உங்கள விட்டுட்டு போன உங்க காதலனையோ காதலியையோ.. திட்டாதீங்க. பாவம் சபிக்காதீங்க.. சீதா மாதிரி சரியில்லாத அப்பா முடியாத அம்மா

இவுங்களாள அவுங்களுக்காக தன் காதலை தற்கொலை செய்ய செய்தது போல், உங்கள் காதலருக்கும் இது போல் ஏதோ ஒரு சூழ்நிலையால் கைதியாகி உங்களிடம் துரோகி ஆயிருக்கலாம் பாவம் அவர்கள். கொலையை காட்டிலும் தற்கொலை கொடியதே... ஆகவே அவர்களை மன்னித்துவிடுங்கள் நிச்சயம் மறந்துவிடுங்கள் அவர்கள் மகிழ்வாய் இருக்கட்டும் அவர்களுக்கு கிடைத்த விடியலில் அது தந்த வெளிச்சத்தில்!!!

அப்பறம் இன்னொன்னு, நம்ம சிவா ப்ரெண்டு சிவசக்தி சாரி சாரி, **சக்தி** அவுங்கள மாதிரி நிறைய பேர் இருக்காங்க இங்க, நம்ம அவுங்கள தினமும் பார்க்கிறோம்.. ஆனா எப்படி பார்க்கிறோம்ன்னு இருக்குல..!? சிவா மாதிரி அவுங்க, அவுங்களை அவளாகவே நினைக்கிறதால நாமளும் அவுங்கள அவளாக.. பெண்ணாக.. பெண்களாகவே! பார்ப்போம் அப்படியே நினைப்போம். வெளிச்சத்திற்கு வர வேண்டிய அந்த பூக்களும் இங்கு வாழட்டும் இயல்பாக.. இன்னும் மகிழ்வாக!!! ♡

<u>நிறைவு</u>

எல்லோருக்கும் அன்பு.

- அருண்குமார் சேகர் (மதுரை)

www.ingramcontent.com/pod-product-compliance
Lightning Source LLC
LaVergne TN
LVHW090351240926
848801LV00001B/1
* 9 7 9 8 8 9 4 1 5 5 4 9 4 *